எம்.ஏ. நுஃமான்

1944ல் கிழக்கிலங்கை கல்முனையில் பிறந்த இவர் ஓய்வுபெற்ற தமிழ்ப் பேராசிரியர். சமகாலத்தில் நம்மிடையே வாழ்ந்து கொண்டிருக்கும், தமிழியல் சார்ந்த முதன்மையான அறிஞர்களில் ஒருவர். மொழி, இலக்கியம், சமூக அரசியல் துறைகள் சார்ந்த படைப்பு, ஆய்வு, விமர்சனம் ஆகிய தளங்களில் ஆழமான பங்களிப்பினை வழங்கியவர்.

மொழியியலைச் சிறப்புத்துறையாகப் பயின்ற இவர், யாழ்ப்பாணப் பல்கலைக்கழகத்திலும், பேராதனைப் பல்கலைக்கழகத்திலும் 33 ஆண்டுகள் பணியாற்றியிருக்கிறார். இவை தவிர மற்றும் சில வெளிநாட்டுப் பல்கலைக்கழகங்களிலும் வருகைதரு பேராசிரியராகப் பணி செய்துள்ளார். உள்நாட்டிலும் வெளிநாடுகளிலும் நடைபெற்ற பல்வேறு ஆய்வரங்குகளிலும் கருத்தரங்குகளிலும் பங்காற்றியதுடன் இலங்கையின் பல்வேறு கல்வித்துறை, ஆய்வுத்துறை நிறுவனங்களிலும், ஆணைக்குழுக்களிலும் அமைப்புகளிலும் ஆலோசகராகவும், உறுப்பினராகவும் செயற்பட்டுள்ளார்.

ஆசிரியர், இணையாசிரியர், பதிப்பாசிரியர், மொழிபெயர்ப்பாளர் என்ற வகையில் இதுவரை தமிழிலும் ஆங்கிலத்திலும் இவரது 35 நூல்கள் வெளிவந்துள்ளன. அவற்றுள் சில: பாரதியின் மொழிச் சிந்தனை: ஒரு மொழியியல் நோக்கு (1984), மார்க்சியமும் இலக்கியத் திறனாய்வும் (1988), தொடர்பாடல் மொழி நவீனத்துவம் (1993), ஆரம்ப இடைநிலை வகுப்புகளில் தமிழ்மொழி கற்பித்தல் (2003), மொழியும் இலக்கியமும் (2006), சமூக யதார்த்தமும் இலக்கியப் புனைவும் (2017), A Contrastive Grammar of Tamil and Sinhala (2000), Sri Lankan Muslims: Ethnic Identity within Cultural Diversity (2007)

உதயப் பொழுதும் அந்தி மாலையும்

தேர்ந்த கவிதைகள்

எம். ஏ. நுஃமான்

art of socio publication
சமூகம் இயல் பதிப்பகம்

உதயப் பொழுதும் அந்தி மாலையும்
(கவிதைகள்)

ஆசிரியர்: எம். ஏ. நுஃமான்
© எம். ஏ. நுஃமான்

முதல் பதிப்பு: டிசம்பர் 2023
பக்கங்கள்: 456

வெளியீடு: சமூகம் இயல் பதிப்பகம்
317, பெருந்தெரு வடக்கு, ஈஸ்ட்ஹாம்,
லண்டன், ஐக்கிய ராச்சியம்
அலைபேசி: (0044) 78172 62980
மின்னஞ்சல்: eathuvarai@gmail.com

பிளாட் நெ. 12 ஆதம்பாக்கம், வேல் நகர்
காஞ்சிபுரம், தமிழ்நாடு – 600 088

நூல் வடிவமைப்பு: சந்தோஷ் கொளஞ்சி
அட்டை வடிவமைப்பு: எஸ். கதிரவன்

அச்சகம்: மணி ஆப்செட், சென்னை – 600 077

விலை: இந்தியா ₹ 600

Uthayap Pozhuthum Anthi Maalayum
(The Dawn and the Dusk)
(Poems)

Author: M.A.Nuhman
© M.A.Nuhman

First Edition: December 2023
Pages: 456

Published by Art of Socio Publication
317, High Street North, Eastham,
London, UK
Mobile: (0044) 78172 62980
Email: eathuvarai@gmail.com

Flat No 12, Adambakkam, Vel Nager
Kancheepuram, Tamil Nadu – 600 088

Book Layout: Santhosh Kolanji
Cover Design: S. Kathiravan

Printed at: Mani Offset, Chennai – 600 077

Price: India ₹ 600

ISBN: 978–81–962275–6–2

பதிப்புரை

எம். ஏ. நுஃமான் தமிழில் நன்கு அறியப்பட்ட ஈழத்துக் கவிஞர்களுள் ஒருவர். 1962 முதல் 2022வரை அவர் எழுதிய கவிதைகளிலிருந்து அவரே தேர்ந்தெடுத்த 156 கவிதைகளின் தொகுப்பு இது. அவரது வாழ்வின் பல்வேறு காலகட்டங்களைக் குறிக்கும் வகையிலும், அதன் ஊடாக கவிதையின் உள்ளடக்கத்திலும், வடிவத்திலும், பார்வையிலும் ஏற்பட்டுவந்த வளர்ச்சியையும், முதிர்ச்சியையும் பதிவுசெய்யும் வகையிலும் இக்கவிதைகள் தொகுக்கப்பட்டுள்ளன.

தனது பதின்ம வயதில் கவிதை எழுதத் தொடங்கிய இவர், எண்பதை எட்டும் இந்த நாட்களிலும் எழுதிவருகிறார். அத்துடன் உலகளாவிய ரீதியில் பல முக்கியமான கவிஞர்களின் கவிதைகளையும் ஆங்கிலமூலம் தமிழில் மொழிபெயர்த்தும் வந்திருக்கிறார். கவிதைப் படைப்பாளியாகவும் கவிதை மொழிபெயர்ப்பாளராகவும் இவர் ஆற்றிய பணி குறிப்பிடத்தக்கது.

இவர் தமிழில் மொழிபெயர்த்த பலஸ்தீனக் கவிதைகள் ஒடுக்கப்படும் பலஸ்தீன மக்களுக்கு ஆதரவு வழங்குவதோடு மட்டுமன்றி, தமிழில் அரசியல் எதிர்ப்புக் கவிதையின் வளர்ச்சியிலும் முக்கிய பங்காற்றியது என்பதைப் பலரும் சுட்டிக்காட்டியுள்ளனர்.

இவரது பல கவிதைகள் தமிழ் இலக்கிய விமர்சனத் தளங்களில் பரவலான கவன ஈர்ப்பை ஏற்படுத்தியதுடன் காத்திரமான இலக்கிய, அரசியல், சமூக விமர்சனங்களையும் சாத்தியமாக்கி உள்ளன. இத்தொகுப்பில் உள்ள கவிதைகள் அவை எழுதப்பட்ட காலகட்டங்களில் கவிஞரின் அனுபவம், உணர்வு, சிந்தனை

என்பவற்றின் பதிவுகளாகவும், ஈழத்தின் சமூக, அரசியல், வரலாற்றுப் பதிவுகளாகவும் அமைந்திருக்கக் காணலாம்.

எழுத்தாளன் என்பவன் சமூகத்தின் கண்ணும் காதும் மனச்சாட்சியுமாவான் என்பர். கவிஞர் எம். ஏ. நுஃமானின் கவிதைப் படைப்புலகு இந்த உண்மையை வெளிப்படுத்தும் வகையில் அமைந்துள்ளது. நீண்ட அரசியல், சமூக முரண்பாடுகள் நிலவும் இலங்கையின் சமூக வரலாற்றுச் சூழலில் அவருக்கான தனித்த பண்பு இது எனத் துணிந்து சொல்ல முடியும். இத்தொகுதி இதற்கான சாட்சியமாகும்.

எமது பங்களிப்பில் இத்தொகுதி வெளிவருவது எமது பதிப்புப் பணியின் நோக்கை மேலும் விசாலப்படுத்தி, எம்மைப் பலப்படுத்தியிருக்கிறது. மரபில் காலூன்றி, கவிதையின் புது வடிவத்தினையும் தழுவி மனச்சாட்சியும், நேர்மையும், உறுதியும் மிக்க கவிஞராகத் தன்னை என்றும் வெளிப்படுத்தும் எம். ஏ. நுஃமான் அவர்களுக்கு எமது அன்பு.

எமது அனைத்துப் பதிப்புப் பணிக்கும் பங்காற்றும் நண்பியும் கவிஞருமான ஆழியாள் (அவுஸ்திரேலியா) அவர்களுக்கும், அட்டை ஓவியத்தினை வரைந்த ரவி பெலட், மற்றும் பங்களித்தோருக்கும் எமது நன்றி.

தோழமையுடன்

எம். பௌசர்
பதிப்பாளர்
சமூகம் இயல் பதிப்பகம்

பதிப்பக குழு

பா. சுதர்சன் (பிரித்தானியா)
தயாநிதி (நோர்வே)
பால சபேசன் (பிரித்தானியா)
எம். பௌசர் (பிரித்தானியா)
மற்றும்
ரஞ்சித்குமார் இரத்தினசிங்கம் (கனடா)

எனது கவிதைகள்

நான் பள்ளியில் எட்டாம் வகுப்பில் படிக்கும் காலத்தில் (1957) எனது பதின்மூன்று வயதில் கவிதை எழுதத் தொடங்கினேன். எனது தமிழ் ஆசிரியர் வித்துவான் ஞானரத்தினம் அவர்கள் அவற்றில் சிலவற்றைப் படித்துப்பார்த்துத் திருத்தித் தந்து தோளில் தட்டிக்கொடுத்த ஞாபகம் இருக்கிறது. எனினும், நான் பள்ளியை விட்டு விலகியபின் 1962ல் எனது பதினெட்டாவது வயதில்தான் எனது கவிதைகள் பத்திரிகை, சஞ்சிகைகளில் வெளிவரத் தொடங்கின. அதையே என் கவிதைப் படைப்பின் ஆரம்பம் எனலாம். அப்போது நான் நீலாவணனின் கவித்துவ அரவணைப்பில் இருந்தேன்.

கடந்த சுமார் 60 ஆண்டு காலத்தில் நான் ஏராளமாகக் கவிதைகள் எழுதிக் குவித்தவன் அல்ல. பத்திரிகை, சஞ்சிகைகளில் வெளிவந்தவை, வெளிவராது கைப்பிரதியாக இருப்பவை, தொலைந்துபோனவை உட்பட மொத்தமாகப் பார்த்தால், இதுவரை நான் எழுதியவை சிறிதும் பெரிதுமாக சுமார் முன்னூறு கவிதைகள் இருக்கலாம். அவற்றுள் 72 கவிதைகள்தான் நீண்ட இடைவெளிகளில் இதுவரை வெளிவந்த எனது "தாத்தாமாரும் பேரர்களும்", "அழியா நிழல்கள்", "மழைநாட்கள் வரும்", "துப்பாக்கிக்கு மூளை இல்லை" ஆகிய நான்கு கவிதைத் தொகுதிகளிலும் இடம்பெற்றுள்ளன.

1962 முதல் 2022 வரையுள்ள கடந்த எனது அறுபது ஆண்டுகால கவிதைப் பயணத்தை ஆவணப்படுத்தும் வகையில் "உதயப் பொழுதும் அந்திமாலையும்" என்ற தலைப்பில் வெளிவரும் இக்கவிதைத் தொகுப்பில், இதுவரை நான் எழுதியவற்றுள் நானே தேர்ந்தெடுத்த 156 கவிதைகள் இடம்பெற்றுள்ளன. இதில் அரைவாசிக்கும் அதிகமானவை எனது முன்னைய தொகுப்புகளில் இடம்பெறாதவை. அவற்றுட் பல கையெழுத்துப் பிரதிகளாகவே இருந்து இப்போதுதான் முதலில் அச்சுருப்பெறுகின்றன. எனது ஆரம்பகாலக் கவிதைகள் பல இத்தொகுப்பில் இடம்பெறவில்லை. அவை ஒரு தனித் தொகுப்பாக வெளிவர உள்ளன.

2

நான் எழுதத் தொடங்கிய காலத்தில் ஈழத்துக் கவிதை யாப்புவழிக் கவிதைதான். செய்யுள்தான் கவிதையின் ஊடகம் என்ற கொள்கை ஆழமாக வேரூன்றி இருந்த காலம் அது. "யாப்புக்குள் இருந்து யாழ் மீட்டுபவள்" என்று கவிதைபற்றி மஹாகவி ஒரு கவிதை எழுதியிருக்கிறார். யாப்பு மீறிய புதுக்கவிதையை சவலைக் கவிதை என்று நீலாவணன் எழுதியதாக ஞாபகம். நான் அந்தப் பண்ணையில் பயின்றவர்களுள் ஒருவன்.

பள்ளியில் நான் யாப்பிலக்கணம் படிக்காவிட்டாலும், யாப்புவழிச் செய்யுளில் நல்ல பரிச்சயமும் பயிற்சியும் இருந்தது. அப்போது எங்களுக்குத் தமிழ் இலக்கியம் ஒரு தனிப் பாடமாக இருந்தது. ஒன்பதாம், பத்தாம் ஆண்டுத் தமிழ் இலக்கியப் பாடத் திட்டத்தில் கவிமணி தேசிக விநாயகம்பிள்ளையின் மலரும் மாலையும், கம்பராமாயணம் கும்பகருணன் வதைப்படலம் என்பன பாட நூல்களாக இருந்தன. கும்பகருணன் வதைப்படலத்தை நான் மிகுந்த ஆர்வத்தோடு படித்தேன். அதில் இருந்த அத்தனை பாடல்களும் எனக்கு மனப்பாடம். வெவ்வேறு ஒத்திசைக் கோலங்களைக் கொண்ட கம்பனின் விருத்தங்கள் மனதில் அப்படியே பதிந்திருந்தன.

பாடத்திட்டத்துக்கு வெளியே பாடசாலைப் பரிசளிப்பு விழாவில் எனக்கு இரண்டு நூல்கள் பரிசாகக் கிடைத்தன. ஒன்று திருக்குறள், மற்றது கலிங்கத்துப் பரணி. திருக்குறளைவிட கலிங்கத்துப் பரணி, குறிப்பாகக் கடைத்திறப்பு, அந்த விடலைப் பருவத்தில் கிளர்ச்சியூட்டும் வாசிப்பு அனுபவமாக இருந்தது. அதில் இருந்த பாடல்களும் மனப்பாடமாயிற்று. திருக்குறள் காமத்துப்பாலும் அந்த வயதில் கிளர்ச்சிதரும் ஒரு வாசிப்பு அனுபவம்தான். இந்தப் பின்னணியில் வந்த எனக்கு யாப்புவழிக் கவிதை எளிதாக வசப்பட்டதில் ஆச்சரியம் இல்லை. கம்பனின் செல்வாக்கை இத்தொகுப்பில் இடம்பெற்றுள்ள எனது ஆரம்பகாலக் கவிதைகளுள் ஒன்றான 'நபி தந்த வழி'யில் காணலாம். கம்பனின் கலிவிருத்தங்களின் பிரதிபலிப்பாகவே அது அமைந்துள்ளது.

நீலாவணனுடன் தொடர்பு ஏற்பட்டபின் பாரதி, பாரதிதாசன் கவிதைகளில் அதிக ஈடுபாடு ஏற்பட்டது. யாப்பமைதி ஆழ்மனதில் பதிவதற்கு அதுவும் காரணமாயிற்று. அதுமட்டுமன்றி

யாப்பிலக்கணத்தை முறையாகக் கற்கவும் நீலாவணன் எங்களை ஆற்றுப்படுத்தினார். விசாகப் பெருமாளையரின் யாப்பிலக்கண வினாவிடை, புலவர் குழந்தையின் யாப்பதிகாரம் என்பன நீலாவணனின் சிபார்சில் நான் வாங்கிப் படித்த புத்தகங்கள். இப்போதும் என்னிடம் இருக்கும் செல்லரித்த யாப்பருங்கலக் காரிகை (கழக வெளியீடு) நான் 1961ல் எனது பதினேழாவது வயதில் வாங்கியது. 05. 11. 61 என்று நான் அதில் திகதி எழுதியிருக்கிறேன்.

எனது ஆரம்பகாலக் கவிதைகளும், பெரும்பாலான பிற்காலக் கவிதைகளும் யாப்புவழி மரபுக் கவிதையாக அமைந்ததன் பின்னணி இதுதான். ஆனால், இந்த மரபு இடைக்காலப் புலவர் மரபு அல்ல. பாரதி, பாரதிதாசன் வழிவந்த, மஹாகவி, நீலாவணன், முருகையன் வழிவந்த நவீன செய்யுள் மரபு. எனது ஆரம்பகாலக் கவிதைகள் சந்த நயம் கூடிய யாப்பு வடிவங்களில் அமைந்திருக்க காணலாம். இது அக்கால ஈழத்துக் கவிதைகளின் பொது இயல்பாகவும் இருந்தது. ஆனால், நான் எழுதிய பிற்காலக் கவிதைகள் பெரிதும் சந்த நயம் குறைந்த அகவல், கலிவெண்பா வடிவங்களில் அமைந்தன. முடிந்த அளவு அவற்றை நவீன உரைநடைக்குக் கிட்டியதாக அமைக்க நான் முயன்றிருக்கிறேன். இதுவும் மஹாகவி, முருகையன், நீலாவணன் ஆகியோர் தொடக்கி வைத்த மாற்றம்தான்.

வழக்கில் உள்ள இயற்சொற்களைப் பெருமளவு பயன்படுத்துதல், யாப்போசைக்காகச் சொற்களை உடைத்து சீர் அமைப்புக்கு ஏற்பப் பிரித்து அச்சிடுதலை முடிந்த அளவு தவிர்த்துச் சொல் அமைப்பைப் பேணுதல், வரையறுப்பான சீர் எண்ணிக்கை கொண்ட செய்யுள் அடிகளை பொருள் உணர்வுக்கு ஏற்ப உடைத்து சிறுசிறு வரிகளாக அமைத்தல், சிறிய வாக்கியங்களைப் பெரிதும் பயன்படுத்துதல், மிகையான அலங்காரங்களையும் தேவையற்ற அசைச் சொற்களையும் தவிர்த்தல் போன்ற உத்திகள் மூலம் யாப்போசையை மட்டுப்படுத்தி பேச்சோசையை செய்யுளில் இயல்பாக்குதல் சாத்தியமாயிற்று. எனது பிற்காலக் கவிதைகளின் அச்சமைப்பு யாப்பை இலகுவில் இனங்காண முடியாத வகையிலும் இருக்கும். தொடர்ச்சியற்ற முறையில் இருசீர், முச்சீர் யாப்படிகளையும் நான் பயன்படுத்தியிருக்கிறேன். முக்கியமான கவிஞர்கள் சிலர் எனது பிற்காலக் கவிதைகளைப் புதுக்கவிதை என்று கருதியதற்கு இந்த வடிவம் ஒரு காரணமாகலாம்.

நான் மரபுக்கவிதை, புதுக்கவிதை என்ற இரட்டை வகைப்பாட்டை ஏற்றுக்கொள்வதில்லை. செய்யுளிலும் செய்யுளை மீறியும் மிகச் சிறந்த கவிதைகளும் எழுதப்பட்டுள்ளன. அதுபோல், மிக மோசமான கவிதைகளும் எழுதப்பட்டுள்ளன. வடிவம் முக்கியம் அல்ல. கவிதைத்தன்மை அல்லது கவித்துவம்தான் முக்கியமானது. கவித்துவம் முற்றிலும் கவிதையின் உருவம் சார்ந்ததல்ல அதன் உள்ளடக்கம் – அதன் பொருள் உணர்வு, வெளிப்பாட்டுமுறை சார்ந்தது.

3

எனது கவிதைகளின் உள்ளடக்கம் பன்முகப்பட்டது. கவிதையின் வடிவம் போலவே கால மாற்றத்தினால் தீர்மானிக்கப்பட்டது. ஆரம்பகாலத்தில் இளமையில் எழுதத் தொடங்கும் எல்லோரையும் போலவே கவிதையின் உள்ளடக்கம் பற்றிய திட்டவட்டமான கொள்கைகள் எவையும் என்னிடம் இருந்ததில்லை. ஆரம்பத்தில் எனது முன்னோடிக் கவிஞர்கள் எனக்கு ஆதர்சமாக இருந்தார்கள். அன்றையக் கவிதைப் போக்குக்கு இசைவாக எனது இயல்புக்கும் திறனுக்கும் ஏற்ப நானும் கவிதைகள் எழுதினேன்.

நான் கவிதை எழுதத் தொடங்கிய 1960களில் இயற்கை, காதல் பற்றி எழுதுவது ஒரு முக்கிய போக்காக இருந்தது. எனது ஆரம்பகாலக் கவிதைகளில் இதன் செல்வாக்கை ஓரளவு காணலாம். 1960களின் பிற்பகுதி வரை மதமும், மதச்சார்பான ஆன்மீக மெய்ஞானமும் என் கவிதைகள் பலவற்றில் வெளிப்படக் காணலாம். மௌலானா றூமி, மகாகவி இக்பால் ஆகியோரின் சிந்தனைச் செல்வாக்கு இக்காலப் பகுதியில் என்னுள் ஆதிக்கம் செலுத்தியது எனலாம். மஸ்னவி மலர்கள் என்ற தலைப்பில் றூமியின் கவிதைகள் சிலவற்றையும் இக்பாலின் முறையீடு என்ற நெடுங்கவிதையையும் 1965ல் நான் தமிழாக்கியிருக்கிறேன். அக்காலப் பகுதியில் நான் எழுதிய மீட்சி, உட்பொருள், பக்தியும் பலமும், எனது நண்பரும் விரோதிகளும், வண்டுமனம், மதிப்பு, வினாத்தாள், மீண்டும் அழைப்பு போன்ற பல கவிதைகளில் இந்த ஆன்மீகச் சாயலைக் காணலாம். இன்றும் றூமி என்னைக் கவரும் ஆன்மீகக் கவிஞராகவே இருக்கிறார். 1960களின் பிற்பகுதியிலிருந்து மார்க்சிய, இடதுசாரி அரசியல் கருத்துநிலைச் சார்பு என் கவிதைகள் பலவற்றில் வெளிப்படக் காணலாம். நிலம்

என்னும் நல்லாள், அதிமானிடன், கோயிலின் வெளியே, தாத்தாமாரும் பேரர்களும் முதலிய நெடுங்கவிதைகளிலும் 1980க்குப் பிந்திய எனது அரசியல் கவிதைகளிலும் இதன் செல்வாக்கைக் காணலாம்.

இலக்கியம் தனிமனித உற்பத்தி மட்டுமல்ல அது ஒரு சமூக உற்பத்தியும்தான் என்பதையும், சமூக அரசியல் பிரச்சினைகளுக்கு இலக்கியத்தில் முக்கிய இடம் உண்டு என்பதையும் மார்க்சியத்தின் மூலமே நான் கற்றுக்கொண்டேன். ஆயினும், எனது கவிதைகள் உள்ளடக்க ரீதியில் ஒற்றைத் தன்மையுடன் வரையறுக்கப்பட்டவை அல்ல. இத்தொகுப்பில் உள்ள கவிதைகள் பொருள் அடிப்படையிலும் வடிவ அடிப்படையிலும் பன்முகப் பட்டிருப்பதைக் காணலாம்.

கவிதை முழு மொத்தமான வாழ்க்கை அனுபவத்தின் வெளிப்பாடாக அமைவது. அவ்வகையில் கவிதைக்குப் புறம்பான பொருள் என்று எதுவும் இல்லை. 1950, 60களில் தமிழகத்தில் இருந்து வெளிவந்த பெரும்பாலான கவிதைத் தொகுப்புகளில் இயற்கை, காதல், தமிழ், சமூகம் என்ற பிரிவுகளில் கவிதைகள் வகைப்படுத்தப்பட்டிருப்பதைக் காணலாம். அக்காலக் கவிதையின் பொருள் வரையறையையே அது காட்டுகின்றது. 1950களிலேயே நவீன ஈழத்துக் கவிஞர்கள் இந்தப் பொருள் வரையறைகளை மீறிவிட்டார்கள். ‘இன்னவைதாம் கவி எழுத ஏற்ற பொருள் என்று பிறர் சொன்னவற்றை நீர் திருப்பிச் சொல்லாதீர்’ என்று 1951ல் மஹாகவி எழுதினார்.

நான் அந்த வழியில் வந்தவன்தான். எனது எல்லா வகையான அனுபவங்களும், உணர்வுகளும், எண்ணங்களும், கருத்துகளும் கவிதையில் வடிவம் பெற்றுள்ளன. அவை எவ்வாறு வடிவம் பெற்றுள்ளன? அவை நல்ல கவிதைகளா? கவித்துவச் செறிவுடையனவா? என்ற கேள்விகள் உள்ளன. இக்கேள்விகளுக்கு ஒற்றைப்படையான விடை எதுவும் இல்லை. கவிதை என்றால் என்ன? என்ற புரிதலைப் பொறுத்து இதற்கான விடைகள் வேறுபடும்.

கவிதை பன்முகப்பட்டது என்றால் கவித்துவமும் பன்முகப்பட்டது என்றுதான் பொருள். சங்க காலம் முதல் இன்று வரையுள்ள சுமார் இரண்டாயிரம் வருட காலத் தமிழ்க் கவிதையை மேலோட்டமாகப் பார்த்தாலே இது புரியும். கவிதையும் கவித்துவமும் காலம்தோறும் வேறுபடுகின்றன. ஒரே காலத்திலேயே வெவ்வேறு வடிவங்களையும்

வகைகளையும் அவை பெறுகின்றன. அவ்வகையில் இதுதான் கவிதை என்று வரையறுக்க முடியாது. கவிதைக்குப் பல முகங்கள் உண்டு. ஒவ்வொருவருக்கு ஒவ்வொரு முகம் பிடிக்கும். தனக்குப் பிடித்த முகம்தான் கவிதையின் உண்மையான முகம் என்று ஒருவர் வாதிடக் கூடும். அப்படித்தான் இன்று பலரும் வாதிடுகிறார்கள். அது கவிதையின் பன்முகத் தன்மையை மறுப்பதாகவே அமையும்.

4

எனது கவிதைகள் பன்முகப்பட்டவை எனினும் இதுவரை வெளிவந்த எனது கவிதைத் தொகுதிகளில் நான் அந்தப் பன்முகத் தன்மையைப் பேணவில்லை என்பது இப்போது நினைத்துப் பார்க்கையில் ஒரு குறைபாடாகவே தோன்றுகின்றது. கவிதைகளைப் பொருள் அடிப்படையில் வகைப்படுத்தியே எனது முன்னைய தொகுதிகளை வெளியிட்டேன். நான் எழுதத் தொடங்கிப் பதினைந்து ஆண்டுகளின் பின்னர் 1977ல் வெளிவந்த தாத்தாமாரும் பேரர்களும் என்ற எனது முதலாவது தொகுப்பில் ஐந்து நெடுங்கவிதைகளை மட்டும் சேர்த்திருந்தேன். அதை அடுத்து 1982ல் வெளிவந்த அழியா நிழல்கள் தொகுப்பில் எனது சில தனி உணர்வு சார்ந்த கவிதைகளும், 1983ல் வெளிவந்த மழைநாட்கள் வரும் தொகுப்பில் சமூக அரசியல் பிரச்சினை சார்ந்த எனது சில கவிதைகளும் இடம்பெற்றன. அதன்பின் நாற்பது ஆண்டு நீண்ட இடைவெளியில் 2022ல் வெளிவந்த துப்பாக்கிக்கு மூளை இல்லை தொகுப்பில் எனது யுத்தகால அரசியல் கவிதைகள் மட்டும் இடம்பெற்றன. இத்தகைய பொருள் அடிப்படையிலான வகைப்பாட்டுத் தொகுப்புகளின் மூலம் எனது கவிதைகளின் பன்முகத்தன்மையை ஒருமித்து நுகரும் வாய்ப்பு வாசகர்களுக்குக் கிடைக்கவில்லை எனலாம். அந்த வாய்ப்பை வழங்கும் வகையில் கடந்த அறுபது ஆண்டுகளில் நான் எழுதிய கவிதைகளில் பெரும்பாலானவற்றை உள்ளடக்கி, உதயப் பொழுதும் அந்தி மாலையும் என்ற தலைப்பில் இப்போது வெளிவரும் இத்தொகுப்பு எனது கவிதைகளின் பன்முகப்பாட்டைப் புரிந்துகொள்வதற்கு வாசகர்களுக்கு உதவும் என்று நம்புகின்றேன்.

இத்தொகுப்பு எனது வயதை ஒட்டிய கால அடிப்படையில் ஐந்து பகுதிகளாகப் பிரிக்கப்பட்டுள்ளது. எனது பதினெட்டு வயது முதல் இருபது வயதுவரை (1962 – 1964) நான் எழுதிய எனது ஆரம்பகாலக்

கவிதைகளில் சில, உதயம் என்ற முதல் பகுதியில் அடங்குகின்றன. எனது இருபத்தொரு வயது முதல் இருபத்தைந்து வயதுவரை (1965 – 1969) நான் எழுதிய கவிதைகளில் பெரும்பாலானவை முற்பகல் என்ற இரண்டாவது பகுதியில் இடம்பெறுகின்றன. நண்பகல் என்ற மூன்றாவது பகுதியில் எனது இருபத்தாறு வயது முதல் முப்பத்தைந்து வயதுவரை (1970 – 1979) நான் எழுதிய கவிதைகளில் பெரும்பாலானவை இடம்பெறுகின்றன. பிற்பகல் என்ற நாலாவது பகுதியில் எனது முப்பத்தாறாவது வயதிலிருந்து ஐம்பத்தைந்தாவது வயதுவரை (1980 – 1999) நான் எழுதிய கவிதைகள் இடம்பெறுகின்றன. இறுதியாக எனது 56 வயதிலிருந்து 78 வயது வரை (2000 -2022) நான் எழுதிய கவிதைகள் அந்திமாலை என்ற ஐந்தாவது பகுதியில் இடம்பெறுகின்றன. உதயம் எனது தொடக்க காலம் என்றால், அந்திமாலை எனது இறுதிக் காலத்தைக் குறிக்கின்றது. நீண்ட இடைவெளியில் எழுதப்பட்ட என் கவிதைகளில் சில பொதுத் தன்மைகளும் பல வேறுபாடுகளும் இருப்பதை நான் உணர்கிறேன். அவற்றில் காலத்தின் சுவடுகளும் அவ்வக் காலத்தின் குரல்களும் பதிவாகி இருப்பதை நீங்களும் அவதானிக்கலாம்.

இடை நடு வழியில் தங்கள் வாழ்வை முடித்துக்கொண்ட பாரதி போன்றோ, அல்லது மஹாகவி, நீலாவணன் போன்றோ அன்றி, அதிர்ஷ்டவசமாக எனக்கு நீண்டகாலம் வாழக்கிடைத்திருக்கிறது. ஆயினும், அவர்கள்போல் ஆர்வத்தோடு எராளமாகவும் தரமாகவும் எழுதியவன் அல்ல நான். கவிதைத் துறையைப் பொறுத்தவரை 1960, 70கள்தான் எனது அதி உற்பத்திக் காலம் எனலாம். அந்த இரண்டு தசாப்தங்களில் நான் எழுதிய 100 கவிதைகள் இத்தொகுப்பில் உள்ளன. அடுத்து வந்த நாற்பது ஆண்டுகளில் எனது கவிதை ஆக்கம் இறங்கு வரிசையில்தான் உள்ளது. இந்த நீண்டகாலப் பகுதியில் நான் எழுதிய 56 கவிதைகள்தான் இத்தொகுப்பில் இடம்பெற்றுள்ளன. இக்காலப் பகுதியில் நான் கவிதைகள் அதிகம் எழுதாமைக்கு எனது ஆர்வம் ஆய்வு, விமர்சனம் என்று வேறு துறைகளுக்கு மாற்றம் அடைந்தது ஒரு காரணமாகலாம். வேறு காரணங்களும் இருக்கலாம். ஈழத்தில் நீடித்த இனவாதமும், வன்முறையும், யுத்தமும், படுகொலைகளும் அவைபற்றி அன்றி, வேறு எது பற்றியும் எழுதமுடியாத ஒரு மனத்தடையை ஏற்படுத்தியதும் அவற்றுள் ஒன்று என்று நினைக்கிறேன். எவ்வாறோ நான் கவிதை எழுதுவது

குறைந்துவிட்டது. அதனாலேயே என்னை ஒரு "முன்னாள் கவிஞன்" என்று அண்மையில் எழுதிய ஒரு கவிதையில் குறிப்பிட்டேன்.

5

ஒரு கவிஞனை மதிப்பிடுவதற்கு அவன் எழுதிய கவிதைகளின் எண்ணிக்கை அன்றி, தரமே முக்கியம் என்பது பலரும் ஏற்றுக்கொள்ளக்கூடிய கருத்து. ஆனால், தரம் என்பது என்ன? அதை எவ்வாறு தீர்மானிப்பது? என்பன எப்போதும் சர்ச்சைக்குரிய வினாக்கள்தான். இதுபற்றி நான் பல சந்தர்ப்பங்களில் சற்று விரிவாக எழுதியிருக்கிறேன். இந்த முன்னுரையில் அதுபற்றி மேலும் விபரிக்க நான் விரும்பவில்லை. எனது கவிதைகளின் முதல் விமர்சகன் நான்தான். எனது கவிதைகள் பற்றிய பிரமைகளோ பெருமிதங்களோ எனக்கு இல்லை. "நான் நரைத்த போதிலும் என் கவி நரைத்தல் இல்லையடா நண்பா" எனத் தொடங்கும் ஒரு கவிதையை எனது இளமைக்காலத்தில் நான் எழுதினேன். ஆனால், அன்றைய இளமைக்கால இறுமாப்பு இன்று என்னிடம் இல்லை. ஆயினும், தற்காலத் தமிழ்க் கவிதை வளர்ச்சிப் பாதையில் எனது கவிதைகளுக்கும் ஒரு சிறு இடம் இருக்கும் என்றே கருதுகிறேன். நவீன தமிழ்க் கவிதை வளர்ச்சியில் நுஃமான் பாணி என்று சொல்லக்கூடிய சில வித்தியாசமான கவிதைகளையேனும் நான் எழுதியிருக்கிறேன் என்பதை ஒரு விமர்சகன் என்ற வகையில் ஒப்புநோக்கில் என்னால் சொல்ல முடியும். ஆயினும் எந்தக் காலத்திலும் யாருடைய அங்கீகாரத்துக்காகவும் நான் ஆலாய்ப் பறந்ததில்லை என்பதையும் நான் சொல்லிவைக்க வேண்டும். எனினும், எனது தொடக்க காலத்திலேயே எனது முன்னோடி விமர்சகர்களும், கவிஞர்களும் எனது கவிதையைப் பாராட்டி அங்கீகரித்திருக்கிறார்கள் என்ற தகவலை நான் இங்கு பதிவு செய்ய விரும்புகிறேன்.

நான் எழுதத் தொடங்கிய காலத்திலேயே, 1963ல் என்னைப் பற்றி பத்திரிகையில் முதல்முதல் ஒரு விமர்சனக் குறிப்பு எழுதியவர் மு. தளையசிங்கம். 1963 ஆகஸ்டில் எஸ். பொன்னுத்துரை மட்டக்களப்பில் நடத்திய தமிழ்விழாக் கவியரங்கில் 'வாக்கினிலே ஒளி உண்டாகும்' என்ற தலைப்பில் நான் வாசித்த கவிதை பற்றிய ஒரு குறிப்பு அது. அக்கவிதையில் இடம்பெற்ற "பூனாவை முன்வைத்த பொன்மொழிகள்" என்ற தொடர் பற்றி ஒரு யாழ்ப்பாணத்து நண்பர்

கவியரங்கின் பின்னர் பேசிக்கொண்டிருந்தபோது தெரிவித்த ஒரு கருத்தை முன்வைத்து அக்குறிப்பு அமைந்திருந்தது. 'மட்டக்களப்புத் தமிழ்விழா ஒரு வெட்டுமுகம்' என்ற தலைப்பில் வீரகேசரியில் அவர் எழுதிய கட்டுரைத்தொடரில் அக்குறிப்பு உள்ளது. அதன் முதல் சில வரிகளை மட்டும் நான் இங்கு தருகிறேன். "கவிஞர் நுஃமானிடம் திறமை மட்டுமல்ல, செந்தளிப்பான முகம் மட்டுமல்ல, துணிவும் அபாரம். "பூனாவை முன்வைத்த பேச்சுக்கள்" என்று அவர் விகல்பம் இல்லாது கவிதை புனைந்தது எழுத்து ரூபத்தில் அதைக்கண்டு முகம் சுளிப்பவர்களைக் கூடச் சிரிக்க வைத்தது. சொல்பவர் சொன்னால் சுவைக்கும், களங்கமும் இருக்காது." தளையசிங்கம் குறிப்பிடும் கவிதை இத்தொகுப்பில் இல்லை. வெளிவர உள்ள எனது ஆரம்பகாலக் கவிதைகள் தொகுப்பில் அது இடம்பெறும். என் தொடக்க காலத்திலேயே நீலாவணன் என்னைப் பற்றிப் பெரும் எதிர்பார்ப்புகளுடன் இருந்தார் என்பது எனக்குத் தெரியும். நேரில் சந்திக்கும் முன்னரே மஹாகவிக்கு என்னையும் எனக்கு மஹாகவியையும் அறிமுகப்படுத்தியவர் அவர்தான். மஹாகவிக்கு என்மீது நம்பிக்கையும் பெருமதிப்பும் இருந்தது. 1964ல் நான் முளைவிடத் தொடங்கிய காலத்திலேயே எனக்கு எழுதிய ஒரு கடிதத்தில் "நீலாவணனுக்குப் பிறகு கிழக்கு நிலம் படைத்த மேலான அன்புக் கவிஞா" என்று அவர் என்னை விளித்திருந்தார். ஒருவகையில் அது எனக்கு மகிழ்ச்சியாகவும் பிறிதொருவகையில் சங்கடமாகவும் இருந்தது. ஒருமுறை எனது "நிலம் என்னும் நல்லாள்" கவிதையைப் பற்றிப் பேசிக்கொண்டிருந்தபோது வெண்பாவைத் தான்கூட இவ்வளவு சுகமாகவும் சரளமாகவும் எழுதியதில்லை என்று எந்த விதமான கல்மிசமும் இல்லாமல் அவர் குறிப்பிட்டார். அது அவருடைய பெருந்தன்மையின் வெளிப்பாடு என்றுதான் கொள்ள வேண்டும்.

முருகையனுக்கும் எனது கவிதைகள் பற்றிய நல்லபிப்பிராயம் இருந்தது. எனது தாத்தாமாரும் பேரர்களும் தொகுதிக்கு எழுதிய முன்னுரையில் அவர் இவ்வாறு குறிப்பிட்டுள்ளார் "நுஃமான் நல்ல கவிதைகளை நமக்குத் தருவாரென்று நம்பி இருக்கலாம். இது என் சொந்த அனுபவம். அவருடைய கவிதைகளில் மிகவும் தரங்குறைந்தன என எண்ணக்கூடியவைகூட, நமது சராசரிக் கவிதைகளைவிட உயர்ந்தனவாகவே உள்ளன. அவர் எட்டியுள்ள

உச்சங்களோ சில வேளைகளில் யாரும் இதுவரை சென்றடையாத உச்சங்களாக உள்ளன.”

இவர்கள் எல்லோரும் பழைய தலைமுறையைச் சேர்ந்த முன்னோடிகள். அவர்களுடைய கருத்துகள் அவர்கள் காலத்துக் கவிதைப்போக்கை அடிப்படையாகக் கொண்டவை என நாம் அமைதி காணலாம். அவர்களுக்குப் பிந்திய தலைமுறையைச் சேர்ந்த சில ஆய்வாளர்களும் விமர்சகர்களும்கூட எனது கவிதைகள் பற்றிச் சாதகமான மதிப்பீடுகளையே முன்வைத்துள்ளனர். முக்கியமான சிறுகதை எழுத்தாளரும் கவிஞருமான மருதூர்க்கொத்தன் 1975ல் என்னைப்பற்றி எழுதிய ஒரு குறிப்பை மட்டும் இங்கு பதிவுசெய்ய விரும்புகிறேன். “நுஃமானின் கன்னிப் பிரவேசமே கம்பீரமானது. அந்தக் காம்பீரியம் நாளும் பொழுதும் ஆரோகண கதியில் வளர்ச்சியடைந்து கொண்டே வந்தது. நுஃமான் முதிர்ந்த கவிஞராக எல்லா வட்டாரத்தாலும் ஏற்றுக்கொள்ளப்பட்டிருக்கிறார்”. அவருடைய இந்தக் குறிப்பு 1975ல் கல்முனையில் நடைபெற்ற தேசிய தமிழ் சாகித்திய விழாவை ஒட்டி வெளியிடப்பட்ட சாகித்திய விழா மலரில் அவர் எழுதிய “கல்முனைப் பிரதேச கலை இலக்கிய வெளிப்பாடுகள் – ஒரு மதிப்பீடு” என்ற கட்டுரையில் இடம்பெற்றுள்ளது. எனது கவிதைகளுக்கான நற்சான்றுப் பத்திரங்களாக நான் இவற்றை இங்கு குறிப்பிடவில்லை. நவீன ஈழத்துக் கவிதை மரபில் வந்தவர்களுக்கு, அதில் பரிச்சயம் உள்ளவர்களுக்கு எனது கவிதைகள் முக்கியமானவைகளாகத் தோன்றின என்பதைச் சொல்லவே நான் இவற்றைக் குறிப்பிடுகிறேன்.

ஆயினும் புதிய தலைமுறையைச் சேர்ந்த சிலருக்கு குறிப்பாகக் கவிதை பற்றிய மிகவும் இறுக்கமாக கருத்துடைய தூய கவிதைக் கோட்பாட்டாளர்களுக்கும், சில பின் நவீனவாதிகளுக்கும் எனது கவிதைகள் பிடிக்காது என்றே நினைக்கிறேன். எனது பெரும்பாலான கவிதைகளில் வெளிப்படும் அரசியல் முதன்மை, நேரடித்தன்மை, படிமச் சிக்கல்கள் இன்மை, புரிந்துகொள்வதற்கு எளிமையாய் இருத்தல் என்பன கவிதைக்குப் புறம்பானவை என்று அவர்கள் கருதுவது அதற்குக் காரணம் எனலாம். தமது தூய கவிதைக் கோட்பாட்டின் அடிப்படையில் பாரதியாரையே மஹாகவி என ஒப்புக்கொள்ளாதவர்களுக்கு எனது கவிதைகள் பொருட்படுத்தத்தக்கன அல்ல என்பதைப் புரிந்துகொள்ளலாம்.

எனது கவிதைகள் மகத்தானவை என்ற போலி நம்பிக்கை எதுவும் எனக்கில்லை. மகத்தான கவிதைகளைப் படைப்பது எனது நோக்கமும் அல்ல. இலக்கியம் ஒரு அழகியற் செயற்பாடு மட்டுமன்றி ஒரு சமூகச் செயற்பாடும்தான் என்று நம்புபவன் நான். அவ்வகையில் எனது சமூக அரசியல் உணர்வுகளுக்கும் விமர்சனங்களுக்கும் எனது கவிதையில் முக்கியத்துவம் கொடுக்கிறேன். அது வாசகருடன் நேரடியாகப் பேசவேண்டும் என்று நினைக்கிறேன். அவ்வகையிலேயே எனது பெரும்பாலான கவிதைகள் அமைந்திருக்கின்றன. அந்த வகையில், உலக அளவில் பேசப்படும் மூன்றாம் உலக – ஆசிய, ஆபிரிக்க, லத்தீன் அமெரிக்கக் – கவிஞர்களின் கவிதைகளுடன் ஏதோ ஒருவகையில் எனது பெரும்பாலான கவிதைகளும் ஒத்தியைகின்றன என்பதை இன்றைய மூன்றாம் உலகக் கவிதைகளுடன் பரிச்சயம் உடையவர்கள் அறிவர்.

இத்தொகுப்பு எனது நீண்ட கவிதைப் பயணத்தின் ஒரு வரலாற்றுப் பதிவு. பல ரகமான கவிதைகளைக் கொண்டது. அவற்றுள் நல்லவையும் உண்டு, நலிந்தவையும் உண்டு. ஆனால், பிற்போக்குத்தனமானவை, சமூக முன்னேற்றத்துக்கு எதிரானவை என்று எதுவும் இல்லை என்று நம்புகின்றேன். இன்று இருப்பதைவிட மனிதர்கள் நிம்மதியாக மகிழ்வுடன் வாழக்கூடிய ஒரு உலகத்தை, மோதலும் முரண்பாடுகளும் வன்மமும் போரும் அற்ற ஒரு உலகத்தை, நேர்மையும் அன்பும் கருணையும்மிக்க ஒரு உலகத்தைத்தான் நான் கனவு காண்கிறேன். அந்தக் கனவும் எதிர்பார்ப்பும் எனது பெரும்பாலான கவிதைகளில் வெளிப்படுகின்றன என்று நினைக்கின்றேன். அந்தக் கனவையும் எதிர்பார்ப்பையும் இக்கவிதைகள் வாசகரிடத்தும் கொண்டுசெல்லுமாயின் நான் திருப்தி அடைவேன். இவற்றை நான் எழுதியமைக்கான பயன் அதுதான். இத்தொகுப்பில் உள்ள கவிதைகள் பலவற்றை முதல்முதல் வெளியிட்ட பத்திரிகைகள், சஞ்சிகைகளுக்கும், சில கவிதைகளை ஏற்கனவே தொகுப்புகளாக வெளியிட்ட நர்மதா, அன்னம், மணற்கேணி, காலச்சுவடு ஆகிய பதிப்பகங்களுக்கும், இத்தொகுப்பை வெளியிடும் நண்பர் பௌசருக்கும், அவரது சமூகம் இயல் பதிப்பகத்துக்கும் எனது நன்றிகள்.

எம். ஏ. நுஃமான்
manuhman@gmail.com
30. 8. 2023

உள்ளடக்கம்

பகுதி 1 - உதயம்
1962 - 1964

1. நிலா - 29
2. வழிகாட்டி - 30
3. நின் புகழைச் சாற்றுகின்றோம் - 31
4. கவலை கழியும் - 33
5. நம்பிக்கை - 35
6. சிரிக்கின்றாள் - 37
7. உன் காலம் வரும்போது - 40
8. சிரி - 42
9. நெல்லும் பதரும் - 43
10. இடரைத் தருதல் முறையாமோ? - 45
11. ஊர்வளம் - கரைவாகு - 46
12. விளையாட்டு - 48
13. பெருநாள் அமளி - 50
14. இருமை - 51
15. சுவடு - 53
16. வெறும் பொய் - 55
17. போட்டி - 57
18. நிலவில் - 58
19. உட்பொருள் - 59
20. இயற்கையின் வரவேற்பு - 61
21. சாகாக் கவிஞன் - 63
22. மீட்சி - 65
23. நபி தந்த வழி - 67
24. மின்பொறி விளக்கு - 72

25. விதையும் நிலமும் - 73
26. வழமைப்படியே - 74
27. உறவு - 75
28. பிரிவு - 76
29. முகவரி மோகம் - 77
30. பாட்டும் பயனும் - 79

பகுதி 2 - முற்பகல்
1965 - 1969

31. நம்பிக்கை வேண்டும் நமக்கு - 83
32. புன்மை இருள் அகல - 85
33. அழகிய கவிதைகள் புனையலாம் - 89
34. கவிதை உள்ளம் - 90
35. பக்தியும் பலமும் - 92
36. கனவும் காரியமும் - 96
37. சுமைதாங்கி - 98
38. நான் நரைத்த போதிலும் - 100
39. நாணல் - 102
40. நிலவே உன்னிடத்து வந்தால்...? - 104
41. எனது நண்பரும் விரோதிகளும் - 106
42. வண்டு மனம் - 108
43. மதிப்பு - 110
44. ஒரு காதலனின் கீதம் - 112
45. அழகிய தீமை - 115
46. இன்னும் இன்னும் இழப்பதா? - 117
47. வீழ்ச்சியில் வேகம் - 118
48. உலகில் உள்ள மிக அழகிய பெண்கள் - 121
49. வினாத்தாள் - 123

50. மீண்டும் அழைப்பு - 125
51. காற்றாடியின் கர்வம் - 127
52. மழையில் நனைபவளுக்காக - 130
53. தோன்றா எழுவாய்கள் - 131
54. எமது தேவைகள் - 136
55. பாம்பும் தவளையும் - 142
56. குண்டூசி - 143
57. தாமரையும் தண்ணீரும் - 144
58. உலகப் பரப்பின் ஒவ்வொரு கணமும் - 145
59. அன்பின் அழைப்பு - 154
60. இறப்பில்லா இறந்த காலம் - 155
61. மழை நாட்கள் வரும் - 157
62. எங்கள் இலங்கை - 162
63. வைகறை நிலவு - 164
64. இரவுக்கு வாழ்த்து - 166
65. சுவர்க்கமும் நரகமும் - 170
66. நாங்கள் கோபமுற்று எழும்போது... - 175
67. இன்ப நாட்கள் தொலைவிலா உள்ளன - 180
68. மண்ணும் மனிதரும் - 182
69. உன் வரவுக்காக - 184
70. புகைவண்டிக்காகக் காத்திருக்கையில்... - 188
71. நிலம் என்னும் நல்லாள் - 190
72. இனி நாங்கள் பொழுதெல்லாம் மகிழ்ச்சி கொள்வோம் - 206
73. தூரத்து மின்னல் - 210
74. அழியா நிழல்கள் - 213
75. அரைக்கண நேரத்து மின்னல் எனினும்... - 217
76. அதி மானிடன் - 219
77. நிலவு பொழிந்த ஓர் இரவு வேளையில்... - 229
78. காலி வீதியில் - 231

79. கோயிலின் வெளியே - 232
80. ஹோசிமின் நினைவாக.. - 242

பகுதி 3 - நண்பகல்
1970 - 1979

81. இலைக்கறிக்காரி - 247
82. துயில் கலைந்தோர் - 250
83. தாத்தாமாரும் பேரர்களும் - 256
84. நான் வளர்ந்த கருப்பை - 266
85. புதிய குரல்கள் - 275
86. முறையீடு - 278
87. மே முதல் திகதி - 283
88. கண்விழித்திருங்கள் - 285
89. புதையல் எடுக்கப் போனவர்கள் - 287
90. மானிடம் வெல்ல - 300
91. எங்கள் கிராமத்து மண்ணும் வியட்நாம் குருதியும் - 307
92. நீலாவணன் நினைவாக - 310
93. அவர்களும் பூனைகளும் நாய்களும் - 313
94. எழிலே வாழி மலையகமே - 314
95. ஒரு தோழனின் மரணம் - 315
96. துப்பாக்கி அரக்கரும் மனிதனின் விதியும் - 317
97. நேற்றைய மாலையும் இன்றைய காலையும் - 319
98. நாகரீகத்தின் மரணம் - 321
99. ஒரு மஹாகவி பற்றி மற்றொரு கவிஞன் - 323
100. வாழ்வும் மரணமும் - 329

பகுதி 4 - பிற்பகல்
1980 - 1999

101. ஏர்பூட்டு விழா - 333
102. புத்தரின் படுகொலை - 335
103. பாரதியும் நானும் - 337
104. மனிதன் - 342
105. வித்தியர் அந்தாதி - 345
106. வரலாற்றுக் குருடர் - 346
107. காத்திருப்பு - 347
108. மனிதனின் அடையாளம் - 349
109. கடவுள் - 350
110. அடிமை - 351
111. ஜூலை நினைவுகள் - 352
112. துப்பாக்கிக்கு மூளை இல்லை - 356
113. பதிலீடு - 357
114. சுவர் உடைப்பு - 358
115. இனந்தெரியாத நபர் - 359
116. என் கடைசி வார்த்தைகள் - 361
117. சிறுவனின் தோளில் துப்பாக்கி - 362
118. துப்பாக்கி பற்றிய கனவு - 363
119. தௌர் ஒரு புகலிடம் - 364
120. பிணமலைப் பிரசங்கம் - 369
121. எப்போதும் உண்மையே பேசுவது பற்றி - 371
122. உனது போர் - 372
123. வானில் இருந்து மண்ணுக்கு - 373
124. இயேசுவும் நானும் - 374
125. நழுவிச் செல்லும் வாழ்க்கை - 375
126. பிறந்த நாள் - 376

127. வெண்புறாவின் வருகைக்காகக் காத்திருந்தபோது - 377
128. பயங்கரக் கனவு - 378
129. அவர்களும் நீயும் - 380
130. மழைத்துளி - 382
131. இருபது ஆண்டுகள்: நினைவில் ஒழுகும் குருதி - 383
132. யாருடைய தேசம் - 394
133. மண்புழு - 395
134. நான் விரும்பியவை - 396

பகுதி 5 - அந்திமாலை
2000 - 2022

135. நீ தூக்கிய துப்பாக்கி - 399
136. உன்னைப்போல் இல்லாத நான் - 400
137. காத்திருங்கள் - 401
138. நான் இறந்த பிறகும் - 402
139. ராணுவ வீரனின் குழந்தை - 403
140. என் கவிதை - 405
141. குற்றமும் தண்டனையும் - 406
142. மரித்தோரின் ஆன்மா - 408
143. நந்திக் கடல் அருகே - 409
144. இனி எப்போது? - 413
145. இனி புதிதாக - 414
146. முதலாவது கல் - 415
147. ஒரு பிரார்த்தனை - 417
148. மக்களும் மன்னரும் - 418
149. அதிகாரத்தின் பேராசை - 419
150. என் கவிதையின் மரணம் - 420
151. உயிர்த்த ஞாயிறு - 421

152. யாருக்காக ? - 422
153. கொரோணாவும் கவிஞனும் - 425
154. கொரோணா காலத்தில் அசரீரி கூறியவை - 426
155. நாளையச் சூரியன் - 429
156. சுதந்திரப் பிரஜை - 430
- குறிப்புகள் - 431
- பின்னிணைப்புகள் - 437

பகுதி 1

உதயம்

1962-1964

நிலா

மொட்டைத் தெங்கினை முட்டி நிற்குது
வட்ட மான நிலா – ஒளி
கொட்டும் வண்ண நிலா – கலை
சொட்டும் அழகினைக் குட்டை குளமெலாம்
கொட்டும் வெண்மை நிலா – உணர்வைத்
தட்டும் பெண்மை நிலா

– பறை
கொட்டும் கடலினைத் தொட்டுத் தடவுது
கட்டித் தங்க நிலா – இருளை
வெட்டிப் பொங்கும் நிலா – உடல்
கட்டுக் குமரிகள் சுட்டும் விழிகளில்
பட்டுத் தெறிக்கும் நிலா – அல்லி
மொட்டை அவிழ்க்கும் நிலா

பட்ட மரத்தினைக் கட்டித் தழுவுது
திட்டுகள் கொண்ட நிலா – வெள்ளிப்
பொட்டுகள் அண்டை நிலா – பால்
சொட்டும் முலைகளை ஒட்டும் இதழ்களின்
பட்டுப் போன்ற நிலா – முல்லை
மொட்டை ஆளும் நிலா

– கறை
பட்ட மனத்தினை ஒட்டி எடுக்குது
பித்தினைப் போக்கும் நிலா – புனித
புத்தனை ஏந்தும் நிலா – மண்ணில்
கெட்டதை நல்லதை விட்டுப் பிரிந்திட
இட்டம் அற்ற நிலா – வானத்
தட்டைச் சுற்றும் நிலா

20.7.1962

வழிகாட்டி

பொல்லா மக்களால் கல்லெறி பட்டாலும்
நல்லதைச் செய்யலையா ? – நபிகள்
நல்லதைச் சொல்லலையா ? – அவர்
சொல்லினை என்றுமே நல்லதென் றேற்றிடில்
தொல்புகழ் ஈட்டிடலாம் – புவியில்
நல்புகழ் ஏற்றிடலாம்

– உயிர்
கொல்லுவோம் என்றவர் சொல்லியும் எம் நபி
வில்லினைத் தொட்டனரா ? – பழி
சொல்லவும் விட்டனரா ? – அவர்
துல்லிய கொள்கையை நம்மவர் கொள்வரேல்
வல்லவ ராய்விடலாம் – மனத்
தொல்லைகள் போக்கிடலாம்

வறுமையின் வடிவமாம் குறுகிய குடிசையில்
பொறுமையைக் காட்டலையா ? – நபிகள்
சிறுமையை ஓட்டலையா ? – அந்த
நறுமலர் மனதினை வறியவர் பெறுவரேல்
தருமமும் செய்திடலாம் – உள்ளப்
பொருமலும் கொய்திடலாம்

– அன்று
சிறுமையில் சிக்கியே பெறுமதி இழந்தவர்
உரிமையைக் கொடுத்ததனால் – பெண்கள்
பெருமையை வளர்த்ததனால் – இன்று
துறுதுறு என அவர் அறிவினைத் தேடியே
பெருமையை ஈட்டுகிறார் – அறிவின்
வறுமையை ஓட்டுகிறார்.

28. 7. 1962

நின் புகழைச் சாற்றுகின்றோம்

வாழ்வென்னும் புயலினிலே வழிதவறும்
மனப்படகை வன்மையாக்கி
தாழ்வுமனப் பான்மையினால் தலைகுனிந்து
நிற்கின்ற தன்மை போக்கி
தாழ்வுற்ற சமுதாயக் கோட்பாட்டைத்
தனியோனாய்த் தகர்த்தெறிந்து
வாழ்வதற்கு வழிவகுத்த வல்லவனின்
தூதருமை வாழ்த்துகின்றோம்

அல்லாஹ்வின் அருளொன்றே அவனியிலே
வாழ்வதற்கு அர்த்தம் என்று
பொல்லாரும் நல்லவராய்ப் புகழுடனே
வாழ்வதற்குப் புத்தி சொல்லி
கல்லாமை இருளினிலே பலகாலம்
கிடந்தவரைக் கரையில் சேர்த்த
வல்லானின் தூதருமை வாழ்நாளில்
என்றென்றும் மறக்கப் போமோ?

உலகத்தின் உயிரெல்லாம் ஒன்றென்னும்
ஒப்பற்ற உண்மை காட்டி
கலகத்தின் புன்மையினால் கதியிழந்த
மக்களவர் கண்திறந்து
பலமிக்க சக்தியெனும் சமத்துவத்தை
அவர்மனதில் பதியச் செய்த
உலகத்தின் அன்பொளியே அருளொளியே
உம்வழியில் ஒருமிக் கின்றோம்

கங்குலினைக் கலைத்துவரும் பகலவனின்
ஒளிமிக்க கதிரைப் போலும்
மங்கையர்கள் மனத்துயரம் அகற்றவரும்
மணவாளன் மகிமை போலும்
எங்களது மனவிருளை இறைவனது
திருமறையால் எரித்து விட்ட
தங்கநிகர் திருமேனித் தண்ணொளியே
நின்புகழைச் சாற்று கின்றோம்

7.8.1962

கவலை கழியும்

பனியின் குளிரும் கனியின் ரசமும்
மொழியில் கலப்புடையாள்
தனிமை நிலையில் தமியேன் மனதில்
தணலின் கொதிப்புடையாள்
எனினும் அவளின் இதயக் கடலில்
எழுமின் உணர்வுடனே
இனிநான் பிணைவேன் இதயம் இணையும்
இருவர் இலை எனவே

மலரில் உறையும் மணமும் நறையும்
மதியின் பொலிவோடு
குலவிக் குழையும் குமரிக் கெதிரில்
குழலின் இசையோடு
உலவச் செல்லும் குமரன் எனையே
உருளும் விழியாலே
விலகிச் செல்ல விடையை நல்கா
விசயம் புதிராமோ?

அன்னப் புள்ளின் அழகை நடையின்
அசைவின் நிழலாலே
என்னை உணரச் செய்தென் எதிரில்
இசைவின் நிறைவோடு
கன்னப் புனலில் கழுநீர் மலரக்
கரஞ்செய் வினையாலே
பின்னல் சுழலப் பிணையின் விழியால்
பிரிவை வெட்டுகிறாள்

காதல் எனுமோர் கனவின் உணர்வில்
சுழலும் நினைவுகளை
கவியில் பொழியும் கவிஞன் மனதில்
விரியும் மகிழ்வுடனே
மாதுளை மலராம் இதழின் இனிமை
பருகும் நிலையினிலே
காதினில் நுழையும் கவலைக் குறிகள்
கழியும் புகையெனவே

26.8 1962

நம்பிக்கை

அதை எங்கே வைத்தேன் என் றெனக்கே தெரியாது
அதனாலே தேடுகிறேன் அயராது மீண்டும்

பழுவற்ற உயிர் மீதா ? பழுவுற்ற உடல் மீதா ?
பயணத்தில் நிலைகொண்ட பருவத்தின் எழில் மீதா ?
எழுகின்ற அலைபோலும் தணிகின்ற மறைகின்ற
எண்ணங்கள் செய்கைகள் என்பவைகளின் மீதா ?

அதை எங்கே வைத்தேன் என்றெனக்கே தெரியாது
அதனாலே தேடுகிறேன் அயராது மீண்டும்

ஆண்டவன் துணைமீதா ? அரிவையர் உடல் மீதா ?
அழகோடு பகைகொண்ட அந்தகன் விழி மீதா ?
மாண்டவர் செல்கின்ற மயானத்தின் கரை மீதா ?
மகிழ்வென்னும் உணர்வெய்த மதுசெய்யும் செயல் மீதா ?

அதை எங்கே வைத்தேன் என்றெனக்கே தெரியாது
அதனாலே தேடுகிறேன் அயராது மீண்டும்

மணம் என்று மறியலிடும் மனையாளின் மனம் மீதா ?
மக்கள் செய் மழலைகளில் மடிவில்லா ருசிகொண்ட
குணம்மீதா ? அவைகளையும் குழியிட்டு மறைக்கின்ற
குறைவில்லாப் பணம் மீதா ? குலமென்னும் நிலை மீதா ?

அதை எங்கே வைத்தேன் என்றெனக்கே தெரியாது
அதனாலே தேடுகிறேன் அயராது மீண்டும்

கிரகத்தை விலைபேச வழிசெய்து உலகத்தில்
கிளர்கின்ற பகைசெய்யும் விஞ்ஞானக் கலை மீதா?
நரகத்தில் உழல்கின்ற நலிவுற்ற நிலைகொல்ல
நயமான வழிசொல்லும் மெய்ஞானக் கதிர் மீதா?

அதை எங்கே வைத்தேன் என்றெனக்கே தெரியாது
அதனாலே தேடுகிறேன் அயராது மீண்டும்

இதயத்தை இழைபின்னி இறுகி அதை அசையாமல்
எண்ணங்கள் செய்கின்ற இருளாட்சி நீக்கி
உதயத்தின் ஒளிபோல உலகத்தில் நீ வாழ
உருவாகும் நம்பிக்கை உணர் என்று சொல்கின்றாய்

அதை எங்கே வைத்தேன் என்றெனக்கே தெரியாது
அதனாலே தேடுகிறேன் அயராது மீண்டும்

7.12.1962

சிரிக்கின்றாள்

என்றும் போலே
இன்றும் எனது இதயத்தில்
குன்றின் ஒளியாய்க்
குளிரும் நிலவாய்க் குழைவோடு
நின்று சிரிக்கும்
சுந்தரி அவளின் நினைவாலே
சென்றவை எல்லாம்
சிந்தனை ஆறாய்த் திரைமீழும்

குதிரை வால்போல்
கொண்டை கட்டிக் குதிகாலை
மிதியடி யாலே
மேலுக் குயரத்தி விலைகூடும்
புதியன வெல்லாம்
மேனிப் பூச்சாம் புனையட்டும்
விதியோ எனக்கு
வேண்டாம் என்று வெறுக்கின்றாள்

நெற்றிப் பொட்டு
நீண்ட பின்னல் நிலையாக
சுற்றிக் கொள்ளும்
கட்டா வொயிலாம் துணியோடு
கற்றுச் செல்லக்
கன்னி அவளும் கலாசாலை
பற்றுக் கொண்டு
பாடம் அனைத்தும் படிக்கின்றாள்

தொக்கை உருவம்
தொந்தி வளர்ந்த துரைசாமி
சக்கை போலும்
தள்ளி இருப்பான் தனிவாங்கில்
பக்கம் பக்கம்
இருந்து நாங்கள் படித்தாலும்
வெட்கத் தோடு
விலகி இருப்பாள் விழிபேசும்

தையல் பெட்டி
என்றால் அதுவோர் தனி வீடு
பையச் சென்று
அதனுள் எட்டிப் பார்க்கின்றேன்
கையால் தைத்த
கச்சுத் துண்டு கைலேஞ்சி
நொய்யக் கடித்த
மாவின் கனியும் நூலுண்டு

படுத்த படியே
கடித்துக் கிடந்த பழத்துண்டை
எடுக்கும் பேதே
அவளும் வந்தே எதிர்கின்றாள்
துடுக்குக் காரி
பறித்துவிடவும் துணிவாளோ ?
கொடுத்து விடுவேன்
கொவ்வை இதழின் குளிர்வுண்டேல்

பட்டுக் கன்னம்
பவள இதழின் பனிப்பேச்சு
மட்டும் போதும்
என்பவை எல்லாம் மயக்கத்தில்
கொட்டும் சொற்கள்
என்று இப்போ குறைகூற
இட்டம் இல்லை
என்றால் காதல் இதுபோதும்

எச்சிற் பட்ட
இடத்தின் சுவைதான் என்தேவை
கொச்சுப் பழஇதழ்
பதிந்த இடத்திதழ் குவித்துப் பின்
அச்சா இதுதான்
அமிர்தம் என்று அளக்கின்றேன்
சிச்சீ நரகல்
என்றே அவளும் சிரிக்கின்றாள்

10.12.1962

உன் காலம் வரும்போது

சீனவெடிச் சுட்டுச்
சிரித்துக் குதூகலமாய்ப்
பானம் அருந்திவிட்டாய் பாலகனே!
என்றாலும்
உன்வயதுப் பையன் உடுத்திருக்கும் கந்தலுடன்
முன்வீட்டில் குந்தி
முணுமுணுத்தல் கேட்டதுவோ?

ஏனோ அழுதானாம் என்றுமட்டும் கேட்காதே!
ஆனாலும், கொஞ்சம் அறிந்துகொண்டால் நல்லதுதான்!

அன்றைக்கு உன்வீட்டில் ஆட்களெல்லாம் வந்தார்கள்
நன்றாகப் பார்த்தாயே
நாலுவகைச் சேலைகளில்...!
கொண்டுவந்த சாமான் குறைவில்லை
கேக்குகளும்
வண்டப்பம், சோகி, வளையற் பணியாரம்....
வீட்டில் அதுவேறு..
வேண்டுமட்டும் தின்றதனால்
பாட்டும் பிறந்ததுவே

பாவம் அவனுக்கும்
அன்று பெருநாள்தான்!
ஆனாலும் உன்னைப்போல்
கொண்டாட யார் வந்து கொட்டியது?
வாப்பாவும்
சென்று ஒருவருடம், சின்னவர்கள் மூவருடன்

திண்டாடும் தாய்க்குச்
செலவு செய்ய யார் கொடுப்பார்...?

சக்காத்து நாள்முற்றும் தம்பியையும் சேர்த்தபடி
ஒக்க நடந்து ஒருபத்துச் சேர்த்தார்கள்
மூன்று நாள் செல்ல முழுதும் முடிந்ததுவாம்
மீண்டும் தரித்திரியம்
வேறென்ன செய்வார்கள் ..?
அந்தநாள் என்றால்
அரசுப் பொருட்களிலே
வந்த வறியவர்க்கு
வாரிக் கொடுப்பார்கள்
பெற்றவரும் அதனால் பெரிதாய்த் தொழில் செய்து
உற்ற குறை நீங்கி உல்லாசம் கொள்வார்கள்
என்று கதைகேள்வி!

இன்று தலைகீழாய்...?
சென்றதெல்லாம் ஏன் சும்மா?
சீமான் உன் வாப்பாவும்
சில்லறையாய் மாற்றித்தான் சிரமம் கழித்தாரே
எல்லாமாய்ச் சேர்த்து இரண்டொருவர் கைகளிலே
வைத்திருந்தால் ஏதும் வழிகள் பிறந்திருக்கும்
பைத்தியமா நான் சொல்ல
பாவம், அதைவிடுவோம்!

உன்னுடைய காலம் ஒருநாள் வரும்தானே
என்னத்தைச் செய்வாயோ
இப்போது யார்கண்டா...?
தம்பி எதிர்காலம் தங்கிநிற்கு உன்கையில்
நம்பிக்கை கொண்டு நட!

1963

சிரி

காதற் களஞ்சியமே கண்கொண்ட நாளாக
ஓதல் அறியேன் உணவறியேன்
காதல்வெறி
மூட்டி மறைந்தாய் முறையிதுவோ? மெல்விரலை
நீட்டுவது ஒன்றே நெறி

பன்னீர் மலர்த்தோடு பாவையுன் காதுகளில்
மின்னி அசைவதனால் மீன்போலும்
என்னுள்ளம்
துள்ளிச் சுழன்று சுனைதேடி ஓடுவதை
உள்ளம் இருந்தால் உணர்

முள்முருக்கின் பூவை முழுதாய் ரசிப்பதனால்
கள்ளூறும் உந்தன் கனி இதழை
நள்ளிரவில்
வண்ண நிலவொளியில் வைத்துச் சுவைத்தகதை
எண்ணுவதில் உண்டோ இதம்?

ஆல மரக்கிளையின் அப்பாலே தோன்றுபிறைக்
கோலம் எனை மிகவும் கொல்லுதடி
பாலைவனம்
போலும் என் நெஞ்சுள் புனலாக ஓடுகிறாய்
மேலும் ஏன் இந்த வினை?

முத்துச் சிதறியதை முன்னின்று நோக்கியதால்
பித்துப் பிடித்துப் பிதற்றுகிறேன்
அத்தானின்
செத்த உடல் மீண்டும் செழுமை பெறவேண்டில்
சித்தம் தெளியச் சிரி

03.03.1963

நெல்லும் பதரும்

வெண்ணிலவு கண்மலர விரிகின்ற
நிலவொளியில் விரியும் அல்லிப்
பெண்ணிவளின் மையலினால் பேதுற்ற
மனதினிலே பிணைந்த காதற்
பண்ணிசைத்துப் பளிங்கு இதழ் மதுவருந்தும்
வாஞ்சையினால் பறந்து சுற்றும்
வண்டுகளின் காதலிலே மனமிழந்து
நின்றுவிட்டால் வயதும் போமோ?

சலசலென ஒலி எழுப்பித் தாமரையின்
அடிவயிற்றைத் தடவிப் பார்த்து
உலரியினை மனதிருத்தி ஓடுகின்ற
ஆற்றுப்பெண் ஓரம் நின்று
பொலுபொலென விடிகின்ற பொழுதினிலே
மனையாட்டி புடவை தோய்த்துக்
கலகலென நகைசிந்திக் கதைக்கின்ற
கணமெல்லாம் கவலை உண்டா?

ஆற்றோர மாளிகையில் அருகினிலே
மனையிருக்க அகமகிழ்ந்து
பாற்கோவைப் பல்தெரிய பவள இதழ்
மலர்ந்தபடி பாலன் வந்து
சோற்றுக்கை யாற் தொட்டுச் சுவைமுத்தம்
பதிக்கையிலும் துயிலும் போது
காற்றுக்கும் மெல்லியலாள் கரமணைக்கும்
போதினிலும் கனவா தோன்றும்

இத்தனையும் விட்டுவந்து இருநூறு
சம்பளத்துக் கின்பம் விற்று
எத்தனையோ பொறிகளினால் இரைகின்ற

எம். ஏ. நுஃமான் • 43

தொழிற்சாலை இருந்து வேலை
அத்தனையும் செய்கின்ற அநியாய
வாழ்க்கையினை அடைந்த தெல்லாம்
புத்தகத்தைச் சப்பியதால் புரிகிறது
நான்மட்டும் புதிதா என்ன?

வேலையினை நேரமெனும் விலங்கிற்குப்
பலியிட்டு வெளியில் வந்து
காலைமுதல் மாலைவரை காராள்வோர்
செய்கின்ற கடும் உழைப்பால்
வாலையெனத் தலைசாய்த்து வணங்குகின்ற
பயிர் நிறையும் வயலினோரம்
போலிமன வேதனையைப் போக்குதற்கு
நடக்கின்ற பொழுதில் அங்கே..

கடகத்தைத் தலை ஏற்கக் கடைவாயில்
வெற்றிலையின் கனிந்த சாற்றைத்
துடைத்தபடி நடைபயிலும் தோகையவள்
இடையிருக்கும் துடுக்குப் பையல்
புடைக்கின்ற இளமுலையில் குளிரிதழைப்
புதைப்பதனால் புளகமுற்று
துடுக்காக நடக்கின்றாள் தோளிடிக்க
நடந்துவரும் துணைவன் பின்னால்

பகலெல்லாம் வெயிலோடு போராடிக்
களைத்தாலும் பக்கம் நின்று
சுகவார்த்தை மொழிகின்ற துணையாளின்
கரம்ஊட்டச் சுகித்த பின்னர்
அகலாத நிறைவோடு அவளோடு
செல்கின்ற அவனின் பார்வை
பகர்கிறது என்நெஞ்சில் படிப்பாளா
உன்வாழ்க்கை பதர்தான் என்றே

21.4.1963

இடரைத் தருதல் முறையாமோ?

நினைவுச் சுடரின் நிழலானாய்
நிறைவை அருளும் ஒளியானாய்
எனினும் கறைகள் படுமாறு
இடரைத் தருதல் முறையாமோ

அருளில் மழையின் பொருளானாய்
அமைதிச் சிசுவின் கருவானாய்
இருளில் இதயம் தடுமாற
இடரைத் தருதல் முறையாமோ

தளிர்கள் முற்றிச் சருகாகித்
தரையில் உதிரும் நிலைகண்டும்
இளமை என்றே இறுமாந்தேன்
இனியோய் அதை நீ எரியாயோ

தெளிவுச் சுனையில் சுழியோடி
திமிறும் உணர்வை வலைவீசி
களியின் நிறைவில் கரைசேரக்
கருணைக் கதிரோய் வழிசெய்வாய்

வெறுமை நிலையில் விளையாடி
விதமாய் உலகம் பலசெய்தோய்
மறுமை நினைவாய் மருள்கின்றேன்
மனதில் ஒளியும் அருளாயோ?

ஜூலை 1963

ஊர்வளம் - கரைவாகு

கீழ்த்திசையில் வெய்யோன் கிளம்பக் கடலெழுந்து
வாழ்த்தொலிகள் செய்வான் வலைஞருக்கு
நாள்தோறும்
தோணி செலுத்திச் சுமையோடு மீள்வார்கள்
வாணாளை நன்கு மதித்து

எட்டிப் பறித்த இளநீர்க்காய் மட்டைகளில்
எட்டுக்கால் நண்டும் இடறிவிழும்
கிட்டடியில்
கைதை நறும்பூக் கமழும் இதை எங்கள்
நெய்தலிலே காண்போம் நிதம்

நாணற்பூங் கொத்துக்கள் நம்மை இகழுமென
நாணிப் பறக்கின்ற நாரையினம்
வீணுக்குப்
பூத்தோமென் றெண்ணிப் புழுங்குங் கமலத்தைப்
பார்த்துப் பறக்கும் பழித்து

பச்சை வயலின் பசுமை அழகுதரும்
மச்சங்கள் பாய்ந்து வரம்புடைக்கும்
எச்சமயம்
பார்த்தாலும் நல்ல பளிங்கோ எனத் தோன்றும்
நீர்க்கால்வாய் ஓடும் நிலம்

பொன்னின் மணிகள் பொலிந்து சொரிவதுபோல்
செந்நெல் விளையும் திறங்கண்டு
கன்னியர்கள்
நாவசைத்து பாடுகின்ற நல்ல குரல்கேட்டால்
கூவாமல் ஓடும் குயில்

எல்லாம் இருக்கும் இனிய மனமிருக்கும்
கல்லாரும் பாடும் கவியிருக்கும்
எல்லாரும்
எங்கென்று கேட்பீர் இதுதான் கரைவாகு
பொங்கிவரும் இன்பப் பொழில்

1963

விளையாட்டு

நீண்ட நெடும்பாதை
நெஞ்சோ சுமை கனக்கும்
பாண்டம்
அதற்குப் பரிகாரம் தேடுதற்கு
வேண்டி நடக்கின்றேன்

வீதி அருகினிலே
காலம் கடந்து கழித்த சுவடுகளின்
கோலம் வரைந்து, குளிர்ந்த நிழலுக்கோர்
பாலம் அமைக்கும் பழைய மருதமரம்

மந்தி கொறித்து மகிழ்ந்த கனிகளினைச்
சிந்தும் கிளைகள் சிலிர்க்க
இனியவளை
முந்திப் பிடிக்க முனைந்த மகிழ்ச்சியிலே
கீச்சென்றும்,
இன்பக் கிளர்ச்சி தவழ்ந்தோடும்
பேச்சில் மகிழ்ந்தும், பிணைந்தும்
உணர்ச்சிகளை
மேய்ச்சல் புரியும் விருப்பில்
மனிதத்தின்
ஆதங்கம் இன்றி நடக்கும்
அணிற்பிள்ளைக்
காதல் விளையாட்டில்
கவலைக்கிடமுண்டோ?
வீதி கிடக்கும் வெறுமைக்கு, இது ஒன்று
போதாதோ இன்பப் பொலிவை விளைவிக்க?

மாதாள், கணவன் மனதை இழுத்து, இருண்ட
பாதை குறுக்காகப் பாய்ந்தாள்;
அணில் கூட ஆணன்றோ?
அந்த அணங்கைத் துரத்துவதும்
வீணாகிப் போமோ?
விரட்டிக் கொண்டோடுகையில்
வாணாளைப் போக்குதற்கு வந்ததுவே இவ்வண்டி

நீண்ட தெருவில்
நெரித்து கிடந்தாய் நீ
பேச்சிழந்து
அன்புப் பிணைப்பிழந்து
மண்மீது
மூச்சும் துறந்து முடிந்த உனைப் பார்த்துக்
'கீச்' சென்றாள்;
இன்பக் கிளர்ச்சி தவழ்ந்ததுவா?

ஆண்ட இனிமை
அனைத்தும் இழந்த உனைத்
தீண்டி எடுத்தேன்
திணித்தாய் எனது மனப்
பாண்டத்துள் மீண்டும் பழு.

24.01.1964

பெருநாள் அமளி

வெண்பிறை வாழி நீ வெண்பிறை வாழி நீ
தண்புனல் ஆடுவீர் ஷவ்வால் பிறந்ததென்
றின்புடன் நீ மொழித லால்

சேவலர் வாழ்க நீர் சேவலர் வாழ்க நீர்
நாவல் விழியினர் நாயக ரோடெழ
கூவிக் கதிரழைத்த லால்

ஆழ்கடல் வாழ்க நீ ஆழ்கடல் வாழ்க நீ
மூழ்கித் திளைத்தோர் முறுவலி னோடெழத்
தோளில் கதிர் சுமத்த லால்

பெண்கள் எழுந்தனர் பெண்கள் எழுந்தனர்
கொண்கண் புகழ்ந்துரை கூறிடத் தேன்சுவைப்
பண்டம் தர வேட்ட லால்

மற்றோர் எழுந்தனர் மற்றோர் எழுந்தனர்
கற்றைக் குழலியர் கைவளைப் பண்ணொலி
முற்றும் செவிகேட்ட லால்

வாணம் எழுந்தது வாணம் எழுந்தது
ஊணிற் சுரந்தே உறைந்து கிடந்த பொய்
ஆணவம் சென்றொழித்த லால்

புத்துடை பூண்டனர் புத்துடை பூண்டனர்
இத்தினம் பாவ இருளினை வென்றொளிர்
சித்தம் மகிழ் வெய்த லால்

பள்ளி விரைந்தனர் பள்ளி விரைந்தனர்
வள்ளல் கருணையை வாய்மலர்ந் தேற்றென
உள்ளம் உரைசெய்த லால்

04.2.1964

இருமை

கடகட வென்று கவலைகள் விட்டுக்
கடுகதி சென்றது ஓடி
உடலொரு பக்கம் ஒடிவதில் சற்றும்
உணர்விலை அதும் அதன் பாடும்
இடமெது மின்றி இடிநெருக் குண்டு
இருப்பவர் எத்தனை பேரோ?
'அட இதிற் சற்றும் அழகிலை' என்றால்
'அறிவிலி' என்பவர் உண்டோ!

வெற்றிலை மென்றோர் வெளியினில் துப்ப
வெள்ளைகள் முற்றுமே பாழாம்
'அற்பர்கள்' என்று அவர் பொரிகின்றார்,
அன்னவர் வாய்ச் சுருட்டூதும்
பொற்புறு சுகந்தம் புரிவது மட்டும்
புகழுறு செய்கையிற் பாதி
கற்றவர்க் கென்ன கையினிற் பேப்பர்
கதைத்திடில் அரசியல் மேதை!

பெண்களின் வெற்றுப் பேச்சொலி மேவும்
பிள்ளையின் அழுகுரல் ஓசை
உண்பது வேண்டி ஓங்குது என்று
உணர்ந்திடும் பெற்றவள் மண்டோ?
வெண்கலம் போன்று விம்மிடும் புதுமை,
வெளியினில் தெரிவதால் ஒன்றும்
பெண்களின் மானம் பின்கத வேகா,
பெற்றவட் கிதுதெரி யாதோ?

எத்தனை கண்கள் இடைக்கிடை மோதி
இனிமையைப் பருகிடும் காட்சி
அத்தனை கண்டும் அவட்கிது தோன்றா
அதிசயம், அடியனின் வீட்டுச்
செத்தையும் நன்கு தெரிவது கண்டு
தென்புடன் எழுந்தரு குள்ள
பித்தான் அழுத்தப் பெரிதொரு சத்தம்
பிறக்குது, நான் நடக்கின்றேன்

வீட்டினில் உள்ளோர் வெளியில் இருந்து
வேலைகள் செய்கையில் இந்தப்
பாட்டியின் காலப் பழங்கதை கேட்டுப்
பருகுதல் ஒருதனி இன்பம்
கேட்பதற் கண்டை வீட்டினள் சின்ன
மகனுடன் வருதலும் உண்டு
பாட்டொலி செய்யும் பையனை நீட்டிப்
பால்கொடு என்கிறாள் பாட்டி

பிடவையுள் மூடிப் பிள்ளையைத் தேற்றும்
பெண்ணவள் நிமிர்கையில் அங்கே
படலையுள் என்னைப் பார்த்ததும் உள்ளே
பாய்வதில் பொருளெதும் உண்டோ?
இடையினில் உணவைப் பறித்திட மகனார்
எழுப்பிய எறிவெடி ஓசை
சடுதியில் மீண்டும் தணியுது உள்ளே
சரிசரி இனியது வேண்டாம்

16.02.1964

சுவடு

குளிர் நிழல் வாகைக் கொழுங்கனி கொறிக்கும்
கிளிமுகம் மிகைக்கக் கிளர்வினைத் தருமோர்
மாதுளை மொக்கு மலர்ந்தது ஒருநாள்

காதலீ, நீ இதைக் காட்டி உணர்விடைப்
போதை விளைக்கும் புன்னகை புரிந்து
மொழிந்த கதையெலாம் அழிந்து முடிந்ததோ?

வாசல் முன்றலில் மலருடன் மதியம்
பேசிச் சிரிக்கையில் பிணைந்து, புலர்ந்ததும்
கூசிக் கரங்களில் குளிர்முகம் புதைத்ததைக்
கண்டு நான் மகிழ்ந்தது கனவெனக் கழிதலும்
உண்டுகொல்? எதையும் உரைப்பதற்கு
இன்று நீ இங்கு இருந்திலை பெண்ணே.

எங்கு சென்றனை? எதுவழிப் புகுந்தனை?
சங்கம் ஊர்ந்த தடமென மகனை நீ
தங்க விட்டுத் தனிவழிச் சென்றையோ
குளத்தினில் மழைத்துளி விழுந்ததும் குதிக்கும்
முத்து நீர்போல் முறுவலில்
தத்திய எனதுளம் தவித்திடும் இன்றே

மாதுளை ஏனோ மகிழ்ந்து சிரித்தது
மாதவள் பெண்மை மலர்ந்ததை ஒருநாள்
காதினில் மொழிந்த காட்சியும் காட்டுதோ

சோகம் வந்து சூழ்ந்தது என்னை
வேகம் கொண்டு விரைந்தனன் இல்லம்
வீட்டினில் இருளை விலக்கவும் இல்லை
கூட்டினில் அடைத்தால் குயிலும் கூவுமோ
தொட்டிலில் அழகாய்த் துயின்ற குழந்தையைக்
கட்டி அணைத்ததும் கனவிடைப் புகுந்து
கிடந்தனன், தினங்களும் பலவாய்
நடந்து சென்றதை நான் அறியேனே

பொந்து தோண்டப் பொசியும் நீர்போல்
செந்துவர் வாயின் சிரிப்பினைக் காட்டும்
பூவைப் பார்க்க ஓர் ஆவல் பிறந்தது

காலையில் கிழக்கே கதிரவன் வருமுன்
சோலை நோக்கிக் கால்கள் சென்றன

மலரே நீயும் வாழ்விழந் தனையோ
பலப்பல விதமாப் பனியுடன் கலந்து
நிலமிசைச் சிதைந்த நீ கிடக்கின்றாய்
கொஞ்ச நாளில் இக் கொடுமையும் நிகழ்ந்ததோ

முந்தி நீ இருந்து முறுவல் புரிந்த
கந்தினை நோக்கிக் கண்கள் சென்றன
சென்றதும் நெஞ்சம் சிலிர்த்திட
நின்றொரு பிஞ்சாய் நீ சிரித்தனையே

18.02.1964

வெறும் பொய்

பண்டைப் புலமைப் பசுமைகள்
முற்றும் படித்தவராம்
என்று பலரும் இசைத்தார்
அதனால் எனதுளமும்
சென்று கதைத்தல் சிறப்பென
எண்ணித் தெளிவுபெற
அன்றுதான் வந்தேன், அளித்தீர்
இருக்கவோர் ஆசனமே

சந்தோஷ மாகப் பழைய கதைகள்,
சனங்களது
மந்த நிலைக்கும் வருந்தி,
எமது வளம் நிறைந்த
சொந்த நிலையும் தொகுத்தோம்,
இடையில் சுவைப்பதற்கும்
தந்தீர்கள் பானம் அடடா
கவிதைத் தமிழுடனே !

கடைசியில் கேட்டீர் ஓர் கேள்வி,
அதுவும் என் கௌரவத்தை
உடைப்பதும் அன்றே, எனினும்
எதையோ உளறிவைத்தேன்
மடைப்பயல் பின்என் மகிழ்ச்சிகள்
எங்கு மறைந்ததுவோ
விடைபெறும் போதிலும் சிரித்தீர்கள்
துன்பம் விளைத்ததுவே

உம்மிடம் பொய்தான் உரைத்தேன்,
அதனால் உறுபயன்கள்
நம்மிடம் ஏதேனும் உண்டோ?
உலகில் நடப்பதுபோல்
சும்மாதான் வெற்றுச் சுவைக்காக
நான் அதைச் சொல்லியதால்
அம்மாடி! அன்றெல்லாம் பட்ட
அவஸ்த்தைக்கு அளவுளதோ?

இன்னும் ஒருநாள் வருதற்கும்
இஷ்டம், எனில் உமக்கு
முன்னர் மொழிந்த அப்பொய்யைப்
பிடித்து முடித்துவிட்டு
பின்னர் வரலாம் என எண்ணி உள்ளேன்,
பிடிப்பதற்கோ
என்னால் இயல விலையே
அதுவந் திகழ்கிறதே!

24.3.1964

போட்டி

பின்னால் வருகின்றாய், பின்னரும் நீயே என்
முன்னால் விரைந்து முகத்தைத் திருப்பாமல்
என்னை நகைத்தே இறுமாந்து செல்கின்றாய்

முன்னேறு முன்னேறு!
முன்னேறிச் செல்வதனால்
என்னைக் களத்தில் இழுக்க முனைகின்றாய்!
உன்னோடு போட்டியிடல் ஊழா?

எனினும் நீ
தப்பாக எண்ணல் சரியன்று
இந்த வெயில்
அப்பப்பா என்ன அநியாயம் செய்கிறது

கொப்பி தலைக்குக் குடையாக உன்னியுன்னிச்
சப்பாத்துக் கால்கள் இதன் சக்கரங்கள் சுற்றவைத்தல்
எப்போதும் உண்டே! இதற்குப்போய் நீ இந்தச்
செப்படிகள் செய்து சிரிக்காதே!

போட்டியில்தான்
வெல்லல் விழுதல் விளையும், இதில் எதுவும்
இல்லாமல் நீயாக ஏதோ கனவுகளின்
பல்லக்கில் ஏறிப் பவனி வருவதனால்
எல்லாம் எனக்கென்ன? என்றாலும் உன்வண்டி
கல்லில் இடறிக் கவிழ்ந்தால், உனது மணிப்
பல்லுடைதல் ஒன்றே பயன்.

29. 3. 1964

நிலவில்

புழுவின் நெளிவில் தவழும் அலைகள்
புரளும் கரையின் மடிமீது
குளுமை நினைவில் குதிரும் உணர்வில்
குலவும் இனிமைச் சுமைபோதும்
ஒழுகும் கதிரின் ஒளியில் நிகழும்
உருவப் பொலிவை இழைபின்னும்
முழுமை நிலவே, முகிலே அழிவீர்
முறுவல் புரிவாள் இனி ஓடீர்

பனியின் துமிகள் படியும் மணலும்
பருகும் அமுதின் நுரை வந்து
இனியும் இனியும் எனமெல் லடியின்
இதவில் மகிழும், இது கண்டு
தினமும் இவளின் குழலின் மணமும்
திருடும் இளமென் வளி, நீயும்
கனியின் சுளைகள் முறுவல் புரிமுன்
கடலின் அடியில் ஒளி, ஓடு

தெளிவின் கருவில் சிலநாள் அமைதிச்
சிசுவாய் உருவாய்ப் புவிமீது
பொழியும் கவிதைப் புலமை அதுபோல்
புரிவாள் முறுவல் அதுபோது
குழிகள் மலரும் அழகில் உலகேன்
சுழலா ததனால் மொழிகின்றேன்
ஒளியில் முயலின் விழியின் தணலாய்
ஒளிரும் சுடர்காள் அழிவீர்கள்

10.4.1964

உட்பொருள்

காலம் என்னும் களத்தை அமைத்ததில்
காணும் காட்சிகள் யாவையும் மெய்மையின்
பாலமாகப் பதித்து முடித்தனன்
பார்வை ஊடொரு பாசம் புகுத்தினன்

வேலை நெஞ்சில் விழிக்கும் கதிர்களின்
வீதமாகவும் வேட்கைகள் வைத்ததில்
சீலம் என்றொரு சீர்வழி வைத்தனன்
தேடல் விட்டுநீ தேம்புதல் ஏனடா?

ஆழ்கடல் அடி அற்புதம் கண்டனை
ஆங்கு சென்றதன் செல்வம் குவித்திட
மூழ்கி மூழ்கி முனைந்தும் இடைக்கிடை
முன்பு தோன்றும் சுறாக்களின் வாயினுள்
மாள்குவை, இதை மற்றவர் காண்கினும்
மாற்றம் ஏதும் நிகழ்ந்ததும் உண்டுமா?
பாழில் நின்று படைப்பைத் தொடங்கினன்
பார், அவர் அதன் பாதையில் போகிறார்

வண்ணம் ஏழு வரைந்தனன், நீயுமவ்
வான வில்லையோர் மாயமென்றாய், உன
தெண்ணம் மட்டும் இருந்து நிலைத்திடல்
ஏலுமாயின் எதற்குப் புரிந்தனன்?

கண்ணில் தோன்றும் இக் காட்சிகள் யாவையும்
கால வேகத்தின் சோகத் துடிப்பென
எண்ணு வாயெனில் ஏதும் புலப்படும்
இறைவன் மீதுமேன் குற்றம் படிக்கிறாய்?

உன்னில் நின்றும் ஒருத்தியைத் தோற்றினன்
ஊடல் காதல் உணர்ச்சிப் பெருக்கெனப்
பின்னர் நீங்கள் படித்துப் பிணைந்ததன்
பேறு கண்டு பெருமிதம் கொண்டனை

இன்னல் என்றோர் இருட்டின் மறைவினில்
எட்டடிக் குழி என்பதைக் கண்டு நீ
என்னை நோக்கி இரந்து கதறுதல்
ஏனடா? இதன் உட்பொருள் கேளடா?

பிள்ளை மீதினில் அன்பு சுரந்திடப்
பிரியமான பொருட்களைக் கைகளில்
அள்ளி வந்தே அவனடி போட்டதும்
ஆர் அளித்தனன் என்பதை அக்கணம்

துள்ளி மோதும் சுதந்திரச் சிக்கலின்
தூபம் கண்டு மறந்து களிக்கிறான்
தள்ளி நின்றவன் சாகசம் பார்க்கிறாய்
தகர்ந்து வீழ்தபின் தந்தையை நோக்குவான்

பொய்யிலர் தரும் புன்னகை போலொரு
பூமலர்ந்ததைக் கண்டு மகிழ்ந்தனை
நெய்யில் ஓர்மயிர் நீங்கும் விதத்தினில்
நீயும் அஃதே அழிதலும் கண்டனை

வையம் என்றொரு பந்தை உருட்டிட
வாழ்க்கை என்றொரு சூட்சுமம் செய்தனன்
மெய் உணர்வினை மீட்பதை விட்டு நீ
மேலும் ஏன் அதன் உட்பொருள் கேட்கிறாய்?

12.4 1964

இயற்கையின் வரவேற்பு

வருக, என் வாயில் உன் வரவுக்காகவே
திறந்திருக்கின்றது

திங்களும் பொன்னொளி
சொரிந்து வரைந்துள சொப்பனச் சித்திரம்
விரிந்து கிடப்பதை வீணாக்கிடுதலும்
முறையோ? ஆகையால் முனிவ,
உன் தவம்
கலைத்து என்பால் கடிது நீ வருக!

கலைக்கு நானொரு கணிகை, என் நடம்
கண்டதும் உனது காதல் உணர்வுகள்
கொண்ட கலசமும் குளிர்ந்து மலருதல்
காண்குவை, அதனால் கவலை இருளையும்
வெல்குவை,

இதோ நான் வீசும் சாமரம்
கொண்டு வரும் என் குளிர் மணம் சுவைக்குக,

என்
கொங்கையில் இருந்து குதிக்கும் தண்புனல்
சங்கீத விருந்தில் தழைந்து மயங்குக

பங்கய விருதுகள், பசுந்தளிர்ப் போர்வையுள்
பொங்கும் அமுதம் புலப்படும், இனி என்
செங்கண் சிமிட்டலில் சிறிது மகிழ்ந்து உன்
கங்குல் இருளைக் களைக,

அதோ என்
கவர்ச்சியில் சுருண்டு களிப்பவர் காண், தினம்
அவர்தரும் புதிய மலர்களை முகர்ந்து
சுவைத்தனையா?
எனில் சோகம் எதற்கு?

அவை
தவிர்க, உன் பயணத் தாகம் மிஞ்சிடப்
புலிவாழ் குகைக்குளேன் போகிறாய்?

உனது
நலிவகற்றிடும் என் நகை அருந்திட நீ
வருக!

என் வாயில் உன் வரவுக்காகவே
திறந்திருக் கின்றது, தினமும்
வருக என்று நான் வரவேற்பேனே!

25.04.1964

சாகாக் கவிஞன்

போனான் ஒருவன், புலம்புகிறாய் என்தாயே
நானும் கண்ணீரால் நனைகின்றேன்
கானல்
வெளியில் கிடந்துயிர் வேகும் புழுவாய்
நெளிகிறதே எங்கள் நெஞ்சு

கவிதையெனும் கோபுரத்தைக் கட்டி, அதில் உன்னைப்
புவிபோற்ற வைத்த மகன் போனான்
தவியாது
கொஞ்சிச் சிரிப்போமா கோமகளே? இன்றெமது
நெஞ்சும் அழுமே நெகிழ்ந்து

பண்டைப் புதுமைப் பசுமை முழுவதையும்
கண்டு படைத்த கவிமகனை
கொண்டோடிப்
சென்றானே அந்தச் சிறுமதியோன், இத்துயரை
என்று மறப்போம் இனி

என்றாலும் அந்த இனியோன் எமக்களித்த
துன்று சுவைப்பாச் சுளைகளினைத்
தின்று துயர்
கொஞ்சம் மறப்போம் கொழுந்தமிழே! நம்துயர்க்குச்
சஞ்சீவி அஃதொன்றே தான்

பாரதிக்குப் பின்னருனைப் பாலித் திடவந்த
தீரம் நிறைந்த செழுங்கவிஞன்
ஆரமாய்
சூட்டி மகிழ்ந்த சுடர்பொற் கவி ஒலியைக்
கேட்போமே அன்பால் கிளர்ந்து

பாரதியின் தாசனது பாடல்களால் நீ அடைந்த
சீர்கண்டு கொஞ்சம் சிரியாயோ
சூரியன்போல்
பூமியிலே அன்னோன் புகழ் என்றும் சாகாது
ஆம் அம்மா உண்மை அது

26.4.1964

மீட்சி

நீ ஒரு நாள், உன் நினைவுப்
பெட்டகத்தை என்பால்
நீட்டியதும் நான் அதற்குள்
நித்திரையில் ஆழ்ந்தேன்
வேய்ங்குழலின் மெல்லிசையாம்
மெத்தையிலே, கண்கள்
வீசுகின்ற அன்பின் இள
மென்வளியின் ஊடே
ஓய்வெடுக்க வேண்டுவதென்
உள்நினைவோ?
இல்லை
ஊறிவரும் தண்புனலில்
இன்கனவு காணப்
பாய்விரித்த ஓடத்தில்
பள்ளி கொள்ளுகின்றேன்
பாழ்வெளியில் ஓர் சுனையைப்
பார்த்து ரசிக்கின்றேன்

நம் இதயம் மாறியதை
நாம் அறிந்து கொண்டோம்
நள்ளிரவில், விண்வெளியில்
வெள்ளிகளை எண்ண
எம்மிடையே எண்ணளவு
இன்றுவரை இல்லை
என் கனவை எண்ணுவதும்
எண்ணரிய தொல்லை.

தம் உணர்வு பொய்கை, ஒரு
தாமரையின் கேணி,
தண்மணத்தைச் சிந்துதற்காய்
அங்கு முளைத்துள்ள
செம்முளரியின் முகையின்
மெல்லிதழ்கள் சேர்த்து
தெள்ளிய அவ் வோடையிலே
விட்டு மகிழ்கின்றேன்

வெண்முகிலை வீழ்த்துதற்காய்
வெள்ளிகளும் ஓடும்
வெள்ளிகளை வீழ்த்துதற்காய்
வெண்முகிலும் ஓடும்

தண்ணிலவு மெல்லொளியால்
சித்திரங்கள் தீட்டித்
தந்திருக்கும் இவ்வினிய
வேளையிலே, நான் என்
கண் இமைகள் மூடுகிறேன்.

காண்பதற்கு நல்ல
காட்சிகளாய் இல்லை எனும்
காரணத்தால் அல்ல.

விண்வெளியின் மெல்லமைதி
மெய்யுணர்வை மீட்க
மீண்டும் உளத் தண்புனலில்
இன்கனவு காண்பேன்

16.05.1964

நபி தந்த வழி

பூதலத்தவர் புண்ணியம் பெற்றிட
மேதினிக் கிறை மெய்யவன் தந்த எம்
சோதிகட்கொரு சோதி; நற் தூதரின்
பாதை பற்றியே பாட நான் வந்துளேன்

பொங்கி ஆர்ப்பரிகுங் கடல் நீரெலாம்
அங்கை கொண்டு நாம் அள்ளவும் கூடுமா?
திங்களிற் கறை தீர்ந்தவர் தந்த மெய்
தங்கு நல்வழி சாற்றவும் சாலுமா?

மெய்மை பூத்து மிதக்கும் நறுமணம்
கொய்து செல்வதற்கோ பெரு நன்மைகள்
பெய்து நிற்பதோ பேரருள்; நாம் இனி
உய்வ தற்கொரு உன்னத நல்வழி!

வள்ளல் தந்த அவ் வாழ்க்கை வழியினில்
உள்ள நற்பெரும் உண்மைகள் யாவையும்
சொல்லு தற்கெனில் சொற்ப நாள் போதுமா?
எள்ளு போல்சிறி திங்கு நான் சொல்லுவேன்

வீரம் என்பதே வேண்டுவீர்; அஃதெது?
சீரழிந்தவர் கண்டு சிரித்திடல்
பேரெடுத்தவர் பேரை இழித்திடல்
வீரம் என்பதா? சீ! விளல் என்பதா?

பேயன் என்றவன் பேசினான்; ஆகையால்
நாயே என்று நம் நாக்கின் நரம்புகள்
ஓயலின்றி உழத்தி; அடி உதை
காயம் மேனியிற் காட்டுதல் வீரமா?

வீரம் என்பதை மேனிப் பலம் எனக்
கூறு கின்றவர் கோழைகள்; ஆம், இரு
நூறு பேரை நொடியினில் சாய்த்திடல்
வீரம் என்று மெய் வீரர்கள் பேசிலர்

பேராண்மை யினைப் பேசிய வள்ளுவன்
நேரெ திர்த்தவர் சோர்ந்து முன் நிற்கையில்
ஊராண்மை அதன் எஃகென ஓதினான்
காருண்யக் கடல் வள்ளலோ காட்டினார்.

மாட்சி கொண்ட எம் வள்ளலின் வாழ்விலோர்
வீழ்ச்சி தந்த அவ்வேதனை நம்மெதிர்
காட்சியாகத் தோன்றுதல் காண்பம்; ஓர்
வீழ்ச்சி என்றே உகதினை விள்ளுவர்.

ஆற்றாமை உருக் கொண்ட குறைஷியர்
சீற்றத்தோடு போர் செய்த பதுறிலே
தோற்றே ஓடிய பின்னரும் தோல்வியால்
சீற்றம் கொண்டு போர் செய்யத் திரும்பினார்

பழிக்கு நேர்பழி என்றார்; பகைவரை
ஒழித்தல் ஒன்றே தம் கொள்கையென் றோதினார்;
செழித்தல், ஓங்குதல் செய்யும்இஸ் லாத்தினை
அழிப்போம் என்றவர் கெக்கலி கொட்டினார்

2

போரெழுந்தது; மாநபிக் கெதிர்ப் புறத்தார்
ஊரெழுந்ததோ என்ன மூவாயிரர் உகதில்
நேரெதிர்த்தனர்; நம்மவர் ஐயிரு நூறாய்
வீறு கொண்டனர்; வஞ்சக யூதரும் பிரிந்தார்

பிரிந்த போதிலும் பேடிகள் போலிறை தூதர்

வருந்த வில்லை; அம் மற்றையத் தோழரில் வன்மை
பொருந்து தோளுடை வீரர் உமர், அலிப் புலியும்
அருந் திறத்தவர் ஹம்சா எனப் பலர் ஆர்த்தார்

பாய்ந்து சென்றனர் பாதகர் மத்தியில், பழங்கள்
ஆய்ந்து வீழ்த்துதல் போலவர் சென்னிகள் அரிந்தார்
நீந்துகின்றன பொய்யுடல், வெற்றியை நினைத்தோர்
ஓய்ந்து போயினர், ஓடினர், உயிரினை உவந்து

ஆனபோதிலும் பாதகர் உட்புகா அரணாய்
மாநபீ யவர் செய்த ஏற்பாட்டினை மறந்து
போன வீரர்கள் புன்மையால் பின்புறம் புகுந்தார்
மானிலத் தொளிர் வள்ளலின் நண்பர்கள் மடிந்தார்

குழப்ப முற்றது யாவரும் எங்கணும் குவிந்தார்
விளக்க மற்றதாய் வெட்டினர்; மாண்டவர் மிகுந்தார்
உழக்க லுற்றனர் ஓடிய செஞ்சுரி யூடே
வழுக்கி வீழ்ந்தனர் நின்றவர் அக்கணம் மாய்ந்தார்

கல்மனத்தர் அக் காபிர்கள் வீசிய கற்கள்
எல்லை இல்லருள் சோதியாய் வந்த எம் ஏந்தல்
பல்லில் ஒன்றைப் பறித்தன, வாள்நுனி பாய்ந்து
செல்லரித்த மரமெனச் சாய்ந்தனர் சில்லோர்

சேதமுற்றனர் செம்மலின் பாதையைச் சேர்ந்தோர்
சூது கற்றிருள் சூழ்ந்தவர் வேந்தபூ சுபியான்
வாது செய்தனன், மாண்டவர் கண்டுளம் மகிழ்ந்த
பாதகர்க் குடிப் பாவையர் செய்தவை பகர்வாம்

மூக்கரிந்தனர்; போரிலே மாண்டுயிர் முடிந்தோர்
நாக்கரிந்தனர்; காதுகள் வெட்டினர்; நகைத்தார்
கூக்கு வென்றனர்; மாலையாய்ப் போட்டுடல் குதித்தார்
தீக்கொழுந் தெனச் சிந்தின கண்களிற் சீற்றம்

ஆர்ப்பரித்தனள் ஹிந்துவென்பாள்; அவள் ஆங்கு
போர்க்களத்தினில் வீழ்ந்தவர் மேனிகள் புரட்டி
சேர்த்து வைத்தவெஞ் சினமெலாம் ஒன்றுறத் திரட்டி
தீர்க்க வெம்பழி ஓடினள் ஒருடல் தேடி

அம்பு சல்லடை செய்தபோர் வீரர் எம் ஹம்சா
செம்புலத்திடை வீழ்ந்து கிடப்பதைத் தீமை
தம்பிறப்பெனத் தாங்கிய பேருடைத் தையல்
கண்புறத்தினில் சிந்திய தீயிடைக் கண்டாள்;

நெறுநெறுத்தனள் பற்களை; தன்பழி நினைந்து
உறுமு கின்றனள், ஓடினள், மேனியில் உதைத்தாள்
பரப ரத்தனள்; பதுறிலே நேர்ந்த அப் பழிக்காய்
வெறும் உடலிடைக் காட்டினள் தன்னுடை வீரம்

வெட்டி வீசினள் வீரரின் மேனியை; மீண்டும்
கொட்டுகின்ற செங் குருதியி னோடவர் குடலை
கிட்ட நின்னறவர் கெக்கலி கொட்டிடக் கிழித்து
இட்டனள் கரம் ஈரலைப் பிய்த்துடன் எடுத்தாள்

சப்பு கின்றனள் ஈரலைப் பெண்மகள்; சப்பித்
துப்பு கின்றனள்; தூற்றினள்; பின்பதைத் துப்பிக்
கொப்ப ளித்ததோ மாண்டவர் சிந்திய குருதி
இப்படிப் பல இன்னல்கள் நம்மவர்க் கிழைத்தார்.

போர் முடிந்தது புன்மைகள் செய்தவர் போனார்
சீர் குலைந்து சிதைந்த அத் தீரர்கள் தேகம்
ஆர் எனப் பெயர் காண்பதற் கரிதென ஆகப்
பார்த்திருந்தவர் யாவரும் நெஞ்சகம் பதைத்தார்

நாட்கள் சென்றன; நாயகர் பாதையை நாடி
ஆட்கள் சேர்ந்தனர் ஆயிரம் ஆயிரமாக

பூட்கை கொண்டனர் நம்மவர்; மானிலம் போற்ற
மாட்சி கொண்டது வல்லவன் தந்த அம் மார்க்கம்

வஞ்சமுற்றவர் யாவரும் கண்டுளம் வருந்த
விஞ்சு தோள்வலி கொண்ட எம் வள்ளலின் வீரர்
நெஞ்சுவந்து மக்காவினில் போயினர் நிறைந்தார்
பஞ்சை போலுமப் பாதகர் யாவரும் பணிந்தார்

கண்ட வாறெலாம் இன்னல்கள் செய்த அக் காபிர்
தொண்டை கட்டிய வாறு இப்போது மெய் சோர
கொண்டு வந்து நிறுத்தவும் தலை குனிந்தார்
கண்ட வர்களோ மாண்டனர் என்றுதான் கதைத்தார்

நடுநடுங்கினர் பாதகர்; நாசம் என் றெண்ணி
வெடுவெடுத்தனர்; விம்மினர்; சோர்ந்து மெய்விதிர்த்து
கொடியர் எம்மை நீர் மன்னியும் என்றனர் குழறி
முடிவில் அன்புடை வள்ளலோ நன்றென மொழிந்தார்.

26. 7. 1964

மின்பொறி விளக்கு

கண் இருள் அடைந்த கருக்கிருட் போதில்
மின்பொறி விளக்கில் வெளிச்சம் இல்லை
ஏன் என்றறிய இணைப்புகள் பிரித்துப்
பார்க்கையில் பழைய பல்புச் சுட்டதை
ஓர்ந்தேன், புதிதாய் ஒன்றை வாங்கி
மாட்டவும் ஒளிதர மாட்டேன் என்றது
பாட்டரி கூடப் பழுதாம்
போட்டனன் புதிதாய்ப் பொங்கிய தொளியே

2.9.1964

விதையும் நிலமும்

வயல் நிலம் கண்டோர் வாயூறு கின்றனர்
பயனை இன்றியே பயிர்கள் செழித்து
வளருமாம், ஆற்று வண்டல் நிறைந்த
கழனி என்றே கதைத்தனர், நானும்
விதைகளை அள்ளி வீசினேன், நாட்கள்
விரைந்தன முளைகள் வெளிவர வில்லை
ஏனிது என்றேன் எல்லாம் உழுத்த
தானியம் என்றே சாற்றினர்
நானிதை உணர்ந்தேன் நல்விதை பெறவே

2.9.1964

வழமைப்படியே

கடலில் அலை புரளும்
கவலைதனை அறியாப்
படகும் அதில் உலவும்
பயணம் தினம் நிகழும்

இடையிற் புயல் குமுறும்
இடறச் சுழல் எகிறும்
கடலுட் பலர் அமிழும்
கதையிற் சில பரவும்

இதயம் சில இளகும்
இணைகள் பல குலையும்
கதவில் தலை பொருதும்
கதறல் பல நிகழும்

புதினம் இது எனவும்
புகலும் தினசரிகள்
நிதிகள் கொடும் எனவும்
நிலவும் பலர் மொழிகள்

மறுநாள் பல புணைகள்
வழமைப்படி தவழும்
வெறுநாள் வரும்வரையும்
விடயம் பல நிகழும்

உறுநாள் வரும் எவையும்
உறையும் இடம் எமதே
சிறுநாண் பலம் இலையேல்
சிதையும் வழி உலவி

30.12.1964

உறவு

கைதை நறும்பூக் கமழ்மணம் பரப்பும்
நெய்தல் கண்டு நின்ற என் நினைவை
அளைந்து மெல்லென அசைந்தது தென்றல்
தளிர்ந்தே இன்பம் ததைந்தது நெஞ்சுள்
பள்ளித் தோழிகள் பலர்புடை சூழ
மெள்ள நடந்து விழிவலை சுழற்றி
திருகு கள்ளியின் சிறுமுகை நிமிர்த்தி
குருகு வெள்ளைக் குறுநகை உதிர்த்தி
பாங்கிய ருடனே மாங்காய் கடித்து
தீங்குரல் எழுப்பிச் சென்றமர்ந் திருந்து
கிளிஞ்சல் பொறுக்க நீழ் விரல் விடுத்து
விழியின் தணலை மேனியிற் செலுத்திக்
குறுமணலுடன் என் குருதியும் பிழிந்து
குறும்புகள் புரிந்த கோதாய், அன்றே
அடம்பன் கொடியாய் நெஞ்சினுள்
மிடைந்தனை அதனால் வேகுமென் நெஞ்சே

1964

பிரிவு

நினைவெனும் கழுவினில் நெரிபடும் மனதினை
இனியெனும் குறுநகைப் புனலிடை முழுகிட
விடுதியோ? செழுமையின் விளைவெனும் தளிரினை
சுடுமணல் கருக்கிடும் துயர் சிறு கடுகோ?
ஆதுரம் தணிக்க வேதனை கொடுக்கும்
போதுகள் வளைத்த பூங்கொம் பென்றனை
அணைத்ததும் கனவென அகன்றது கொல்லோ?
பிணக்கம் நீங்கிப் பெருமனம் கொண்டு
சுணங்கு போக்கத் துணைசெய் அன்றேல்
சுரியுழல் எருமைகள் முளரியின்
மிருதுவை அளவிடும் விதம் மிகக் கொடிதே

1964

முகவரி மோகம்

குங்குமப் பொட்டும், மாங்காய்க்
கொண்டையில் வலையும் சேலைத்
தொங்கலில் சரிகைக் குஞ்சம்
தூங்கவும், நகைக ளோடு
மங்களம் வீடு சென்ற
வனிதையை வழியில் கண்டு
தங்கத்தின் விலாசம் என்ன
சரஸ்வதி அக்கா என்றான்

கேட்டவன் யாரு மல்ல,
கிழவிக்கும் தெரியும், ஆனால்
நாட்டவர் போகும் பாதை
நடுவினில் வைத்துப் பெண்ணின்
வீட்டினை விசாரிக்கின்ற
வேலையில் கோபம் போலும்
ஆட்டினாள் தலையை என்ன
அவசரம் வந்த தென்றாள்

வேறொன்றும் இல்லை அங்கே
வேலைகள் உண்டு போனால்
வீரப்பன், தங்கம், பிள்ளை
விமலா மற்றோரைக் கண்டு
நேரத்தைப் போக்க லாமே
என்றுதான் நினைத்தேன் என்றான்
சூரண்டா தம்பி என்று
சொடுக்கினாள் தலையை வெட்டி

ஏனடா கேட்டோம் என்று
எண்ணினான்; மீண்டும் அந்த
மேனகை வேஷம் போட்ட
பேரிளம் பெண்ணோ வீம்பாய்
நானடா தம்பி உங்கள்
நடப்பெலாம் அறிந்தவள், பின்
ஏனடா இந்த சாலம்
என்றனள் சிரிக்க லுற்றாள்

பேப்பரில் பேனா நண்பர்
பேர்களுள் பெண்கள் நாமம்
ஆப்பிடும் போதே குந்தி
ஐந்தடிக் கடிதம் தீட்டும்
மாப்பிள்ளை மாரைக் கண்டால்
மனம் சுழிக்கின்ற பையன்;
ஆப்பிட்டான் இன்று, ஏதோ
அவரவர் கால கஷ்டம்

கூடவந் தோர்கள் பார்த்துக்
கொடுப்புக்குள் நகைத்தார்; கேட்ட
ஆடவன் முகத்தில் தோய்ந்த
அசடினைத் துடைத்தான்; அன்னாள்
போடாபோ, விலாச மாமே
பொடிசுகள் என்றாள்; காதல்
பாடலால் வரவேற் கின்ற
படலைக்குள் மறைந்து போனாள்

23.8.1964

பாட்டும் பயனும்

பாட்டெழுதி என்ன பயன் என்று நீ ஒருநாள்
கேட்டாயே!
ஆயின் கிளையின் குரங்குக்குப்
போட்டு மகிழ்வதற்கோ பூமாலை?
மெய்யுணர்வை
மீட்டி அதிலே விளையும் சுகமென்னும்
கூட்டத்துள் மூழ்கிக் குளிப்பாட்டி, ஜீவரசம்
ஊட்டி மனித உணர்வுகளைத் தாலாட்டும்
பாட்டுக்கோ கேட்டாய் பயன்?

வானம் பொழிந்து
வயல்சிறக்கும் சீர்மையைப்போல்
நானும் படைக்கின்ற நற்கவிகள்
உள்மனத்தின்
ஈனம் துடைத்தும்
இருண்ட குகைக்குள்ளே
போன ஒளிபோல் புகுந்தும்
பிறர் துன்ப
கானத்தைக் கேட்டுக்
கசிந்துருகும் உள்ளத்தைத்
தானம் வளங்கிச்
சமூகத்தின் உள்ளுடம்பின்
ஊனத்தைப் போக்க உதவாமற் போனால் பின்
ஏன் எழுதுகின்றேன் இதை?

கூட்டத்துள் நின்று குதித்துக் குரலில்கூக்
காட்டுவோர் தானோ கலைஞர்?
கவலையின்றி
வீட்டின் ஒதுக்கத்துள் வீற்றிருந்து
தம்முணர்வைப்
பாட்டாய் வடித்துப் பருகத் தருகையிலே
தோட்டி என்று சொன்னால்
துடைப்பானாய்ப் போவேனோ?
பாட்டைப் பழித்துப் பயன் என்ன?
வெங்காயக்
கூட்டுக்குள் நீர் மொள்ளும்
கோமாளிச் செய்கையினைக்
காட்டில் வருமோ களிப்பு?

கூடிச் சுவைக்கும் கொழுங்கரும்பு
சிற்றெறும்பைத்
தேடியதைக் கண்டீரோ?
தேனீக்கள் பூக்களினை
நாடாத போது
நறைகொண்ட மென்மலர் தேன்
கூடுகளை நாடிக் குறையிரந்த துண்டோ? நற்
பாடல்களைக் கண்டு
பயமுற்று நூறுமைல்
ஓடுகின்ற உன்னைத் துரத்தி உரைப்பதற்கு
வேடிக்கைக் கேனும் விழைவேனோ?
ஆண்மையில்லாப்
பேடிக்கும் வேண்டுவதோ பெண்?

03.09.1964

பகுதி 2

முற்பகல்

1965-1969

நம்பிக்கை வேண்டும் நமக்கு

கண்ணீர்த் துளியின் கருத்தென்ன
என் இனிய பெண்ணே?
வசந்தப் பெருநிலவில்
வெள்ளிகளை
நோக்கி எதற்கிந் நெடுமூச்சு?

நுண் உணர்வைத்
தேக்கும் உனது சிறுநகையில்
என் உயிரைக்
கட்டி இழுத்த அக் காலத்தை உன் நினைவு
வட்டமிடல் கூடும்
எனினும் மனம் வெதும்பித்
துன்பத்தில் கண்ணீர் உகுக்கும் துயர் எதையும்
அன்பே, அதில் நான் அறியேனே
உன்மீதென்
நெஞ்சில் விளைந்து
நிறைந்த முழு அன்பினையும்
துஞ்சும் பொழுதும் உறுதி தொலையாத
நம்பிக்கை யோடும் பிணைந்து,
நறுமலரின்
தும்பியாய்ப் பாடித் துதித்தேன்.
எனினும் நீ
எல்லாம் நடிப்பென்றே எண்ணுவையோ

இல்லையெனில்
சொல்லுக என் அன்பே
துயர்நிறைந்த, சந்தேகக்
கல்நிறைந்த பாதையில் நீ
கால் நோகச் செல்லாதே

மெல்லிய உன் பாதத்தில் வீழ்ந்து,
என் தனி இயல்பைக்
காணிக்கை செய்யென்று, அக்
கண்ணீரைக் காட்டாதே.
நாணம் நிறைந்த நறைவிழியில்
நம்பிக்கை
அங்குசமாய் நின்றால்
அடுத்துன் துயரெல்லாம்
எங்கோ மறையும்.

இருவர் இதயத்தும்
செம்பொன் சுடர்ந்து
செழுமை பெற வேண்டில்
நம்பிக்கை வேண்டும் நமக்கு.

16.01.1965

புன்மை இருள் அகல

வாழ்க்கையின் ஜீவ மலரை நுகர்கின்ற
வேட்கை நிறைந்த வெறியில்
பலகாலம்
காதலித்தும்
வாழ்வின் கவிதை இலக்கணத்தின்
ஆதரவுக் குள்ளே அணையாத காரணத்தால்
பூதலத்தின் ஆத்மா புகைந்து சிதைவுற்று
காதலிக்கத் தக்க கவின் இழந்து போனதனால்
காதல் சிதைந்த கனவாகி,
அத்துயரால்
பேதலித்து,
வாழ்வோர் பிதற்றல் என எண்ணி
ஆழ்ந்த துயரின் அடியில் சலிப்புற்று
வீழ்ந்து கிடக்கின்ற வேளை;

எனதகத்துள்
திங்கள் இருளின் திரையை அகற்றுதல்போல்
காதல் உணர்வைக்
கவிதை வடிவாக்கும்
கீதம் இசைத்ததனைக் கேட்டேன்;

கிளர்ந்துவரும்
உள்ளத் துணர்வே உருகி
ஒலிவடிவாய்
மெள்ள எனதுள்ளே
மிதக்கத் தொடங்கியது.

மூளை, குருதி முழுதும் பனித்துளியாய்
வீழும் வரைக்கும் வெறிகொண் டுழைக்கின்ற
மானிடனே,
நான் உன்னை வாழ்த்துகிறேன்;

பொய்மை எனும்
ஈனத் தனத்தின் இருப்பிடத்தைப் போக்குதற்காய்
அல்லும் பகலும் அயரா துழைத்தபடி
செல்லும் உனது செயலை வியக்கின்றேன்

மையிருட்டிற் செல்லும்
மனிதருக்கு வேண்டியதோர்
கைவிளக்குப் போல கடுகி நடக்கின்ற
உன்னுழைப்பு முற்றும் ஒழுகிக் கரைந்தாலும்
மின்னலாய் வாழ்ந்த விழுமம் உனதன்றோ
மின்னலாய் ஓர்கணத்தில் வீழ்தல்
பலகோடி
மின்மினியாய் வாழ்தல் விடவும்
விழுமியதே!

ஈதை உணர்ந்த இனியோய்!
உனதுழைப்பின்
காதலிலே மூழ்கிக் கரைந்து கவியாகு!

காதல் எனுமோர் கவிதை
புதைவுற்ற
மேதினியின் ஆத்மாவை மீட்டுக் கொடுக்காதோ?

மேதினியின் ஆத்மாவை மீட்க
உனதுழைப்பின்
காதலிலே நெஞ்சம் கனிந்து பொழிகின்ற
கண்ணீர்த் துளிகள் கனத்த நிலங்களினை
பண்படுத்த வேண்டும்
பசுமை தரவேண்டும்

விண்ணில் பரந்து
மிதக்கும் அழுக்கெல்லாம்
கண்ணீர் மழையில்
கரைந்து மறையாதோ?

பூக்களிலே தங்கும் புழுதி விழித்துளியின்
ஆக்கத்தில் தூய்மை அடையாதோ?

ஆகையினால்
கண்ணீரும் சிந்து!

கனிந்த இதயத்தின்
திண்மையிலே நின்றே தியாகம் பிறக்கிறது

மேகத்தின் விம்மல்
வெறுமை நிலங்களது
தேகத்தில் தாய்மைத் தினவை அளிக்கிறதே!
சொர்க்கத்தின் தூய தியாகப் பெறுபேறாய்
பொங்கும் நிலவு பொழிகிறது!

கண்ணீர் உன்
நெஞ்சைத் திறக்க, நினைவு கனிவாகி
விஞ்சும் தியாக விழுமம் அடைகிறது

ஓங்கும் உழைப்பு,
ஒழுகும் விழிநீரில்
தேங்கும் தியாகச் செழுமை,
இவைகொண்டு
போராடலே இப் புவியை மலர்விக்கும்
நீராகும்!

வாழ்வின் நிகழ்ச்சி முழுவதும் ஓர்
போராட்ட மன்றோ?

புறங்கண்டு வையகத்தின்
ஓரத்தில் வீழ்ந்தே
ஒதுங்கிக் கிடப்பதிலும்
போராடி மாழ்தல்
புகழ்ச்சிக் குரித்தாகும்

போராட்டம் நின்றே புரட்சி முகிழ்க்கிறது
காரிருள் இவ் வையகத்தைக் கவ்வியதும்
ஆழியின் கீழ்
போராட்டம் ஒன்று புகைந்து வெடிக்கிறது

செம்பருதி தன்புரட்சித் தீயின் கதிர்களினைப்
பம்பிப் படர்ந்த இருளிடையே பாயவிட்டுப்
புன்னகையைச் சிந்திப்
பொலிவோ டெழுகின்றான்

புன்மை இருளோ புகைந்து மறைகிறதே
புன்மை இருளோ புகைந்து மறைகிறதே!

கீதம் எனதுட் கிளர எழுச்சியுற்றேன்
ஏதும் புரியலாம் என்று

19.1.1965

அழகிய கவிதைகள் புனையலாம்

அழகிய கவிதைகள் புனையலாம்
அதில் நமதிரவுகள் கழியலாம்

முழுமையின் குறைவுகள் புரிபடல்
முறுவலில் உணர்வுகள் அலைவுறல்
வழுவிய விழைவுகள் நடைமுறை
வழமையின் துளி எனும் தெளிவுறல்
அழுகையின் பொருள் பிறர் துயரென
அமைதலும் உளதெனில் நிதமும் நாம்

அழகிய கவிதைகள் புனையலாம்
அதில் நமதிரவுகள் கழியலாம்

இருளிலோர் பெரும் ஒளி சிதறலாம்
இடையிடை இடிகளும் குமுறலாம்

கருகிமென் முகைகளும் உதிருதல்
கடவுளின் செயல் எனக் கருதுதல்
முருகொளிர் இரவுகள் முடிவுற
முகிலிடை இளமதி புதைவுறல்
குருவிகள் குளவிகள் இவையெலாம்
குறைவிலா ஒரு உளம் தருமெனில்

அழகிய கவிதைகள் புனையலாம்
அதில் நமதிரவுகள் கழியலாம்.

15.4.1965

கவிதை உள்ளம்

வெண்முகிலோடு நாமும்
மிதக்கலாம்; வீசுகின்ற
தண்ணிய தென்றலூடும்
தளிர்களின் மென்மையூடும்
பண்ணுடன் உணர்வைப் பெய்யும்
பசுங்கிளைக் குயில்களோடும்
தண்ணீரும் தண்ணீரும் போல்
கலந்துற வாடலாமே.

கொட்டைப் பாக்கன்ன சின்னக்
குருவிக ளோடு நாமும்
ஒட்டலாம்; அவற்றின் நீண்ட
ஊசி மூக்கோடு சேர்ந்து
மொட்டலர் மலரில் தேனை
முகரலாம்; இழைகள் பின்னும்
பட்டுநூற் பூச்சியோடும்
பலகதை பேசலாமே.

மல்லிகை பூவில் நெஞ்சம்
மகிழலாம்; மறுகால் அந்த
மெல்லிதட் செறிவில் தெய்வ
மேன்மையை உணரலாம்; செவ்
வல்லியின் அமைவில் தூய்மை
அடையலாம்; மணத்தைச் சிந்தும்
முல்லையில் காதற் பெண்ணின்
முறுவலைக் காணலாமே.

குழந்தையின் சிரிப்பில் நெஞ்சம்
குழையலாம்; புலரிப் போதில்
விழும்பனித் துளியில் புல்லின்
விளிம்பினில் தரையில் குந்தி
எழும் சிறு புள்ளின் வண்ண
இறக்கையின் துடிப்பில் நெஞ்சம்
தளம்பலாம்; அவற்றில் இன்பத்
தனிச்சுவை காணலாமே.

இயற்கையின் அசைவு தோறும்
இன்பத்தை நுகரலாம்; விண்
வயல்களில் உலக வாழ்வின்
மறைபொருள் தெளியலாம்; நம்
அயலவர் துயரில் பங்கும்
அடையலாம் எனிலோ, வாழ்வின்
கயமைகள் கழிய நாமோர்
காவியம் பாடலாமே.

10.06.1965

பக்தியும் பலமும்

சுத்த ஞானச் சுடரின் துணையினால்
தூய தாகிச் சுடரும் முழுநிலை
நித்தியத்தினை ஓர்ந்து தெளிந்த அந்
நேரம் நெஞ்சக் கருவில் நெளிந்த பொய்
வித்து முற்றி விளைந்து வளர்ந்த துர்
வேட்கை யாவும் கருவினில் வீழ்த்திய
மொத்தமான மகிழ்ச்சி முகிழ்த்ததால்
மோனமாகி அமைதி படர்ந்தது

கந்த மென்று புழுதிக் கமழ்வினைக்
காற்றினூடே முகர்ந்து மகிழ்வுறும்
விந்தையான இதயக் கதவுகள்
வீசி மூட வெளிக்கும் முகமெனும்
சந்திரன்; அதன் தண்ணொளி மின்னிடும்
சர்வ சக்தி மெய் ஞானச் செறிவுடன்
பந்தம் முற்றும் அகற்றி இருந்தனன்
பக்தன் அன்னவன் ஆத்மா பறந்தது

சுவர்க்க பூமியின் தண்ணெனும் ஓடையில்
சுந்தரப் பெரும் பொன்மணல் மேடையில்
இவர்ந்து செல்லும் பேரின்பம் எனும் வழி
இணை அணைப்பில் மயங்கிக் கிடந்தது
கவர்தல் இன்றியே கற்பகம் தன்மையில்
கனிபிழிந்தது, நித்திய கன்னியர்
உவந்து பெய்யும் இசையின் உணர்ச்சியில்
உண்மை ஞானச் சுவையை உணர்ந்தது

பேரிரைச்சல்கள் முற்றும் ஒழிந்த ஓர்
பெரிய மோன வெளியினில் மெய்மையின்
வீரியத்துடன் ஒன்றிப் பெருமையாய்
வீற்றிருந்தனன் பக்தன், திடீரென
ஓர்புதுக் குரல் கேட்டது, மென்மையாய்
ஒண்மையான விழிகள் முகைத்தன
ஆர் அழைத்ததென் றுண்மை புரிந்தனன்
அடுத்த வேளை விழிப்படை வுற்றனன்

யாது வேண்டும் உமக்கிவண்? பக்தனின்
நாவில் நின்றும் சொற்கள் உதிர்ந்தன
ஏதும் வேண்டி எழுந்தவன் அல்லன், உன்
இருண்ட நெஞ்சில் விளக்கினை வைப்பவன்
பேதை இங்கனம் கூறினன், ஞானியோ
பிழம்பு ஞாயிறு காட்டச் சிறு அகல்
போதும் என்னும் வியர்த்தன் நீ என்றனன்
பொய்மை கண்டவன் போல்முகம் காட்டினன்

இல்லை, உன்னிருள் ஞானம் அகற்றிடும்
இரவி நான், சுவை வாழ்க்கையின் இன்பியல்
நல்கும், வேனிலாம் நங்கையின் மென்மையை
நாசம் செய்யும் உன் மீதனுதாபி நான்
வெல்லும் வாழ்க்கையின் வேனில் இவை வெறும்
வீணர் வார்த்தை விடுக, குயவனின்
சில் உருள்வதைப் போலும், சிலைகளின்
சிறிய சோடனை போலும் அவையெலாம்.

பாழ்த்த சூனிய வெட்டையை நித்திய
பாணன் என்று கருதும் பிழையுடைச்
கீழ்மையான பழம்பெரும் சூத்திரம்
கேலிக்கே உரித்தாகும் நீ சொல்பவை

பாழ்த்த சூனியம் அன்று அதில் நின்றுமே
பஞ்ச பூதம் படைத்து முடித்தவன்
சூழ்ந்த ஜீவன் ஜடங்களின் காரணன்
சோதி, ஆம் அது இன்றிற் பிறிதிலை

ஒன்றிங்கின்றி வேறொன்றுமே இல்லை என்
றுண்மை யான ஓர் வார்த்தை மொழிந்தனை
நன்றே! ஆயின் அவ்வொன்றின் பிறப்பினை
நாட்டல் சாலுமா என்றனன், பக்தனின்
தொண்டை நின்றுமோர் வார்த்தை பிறந்தில
தொடர்ந்து நம்பலின் மண்ணில் இறுகிய
கொன்றை போலுமவ் வாத்மக் கொழுமரம்
குழைவு கண்டதும் சற்றே அசைந்தது.

அசக்த மான நிலையை மறைத்திட
அரிய தத்துவப் போர்வை ஏன் தேடுவாய்?
இசைந்து வந்து புகுந்தனையேல் இதோ
எனது சொர்க்கக் கதவினுள், என்றுமே
அசக்தி நீங்கிய சக்தனாய் மாறுதல்
ஆகும் என்றிரு கைகளில் ஏந்திய
பசியதான புதிய உலகினைப்
பக்தனின் எதிர் காட்ட உயர்த்தினன்

கங்குல் வண்ணப் பெருமலை, வெண்ணுரை
கக்கும் போதை கலந்த ஒளியுடன்
பொங்கி ஓடும் நதிகள், அதனிடை
புதிய மோகத் தசையின் உருவுடன்
மங்கையர் தரும் ஆடல், அவர்களை
மருவி நிற்கும் மனிதப் பெருந்தொகை
மங்கலாய் இவை தோன்றின, பக்தனோ
மயங்கி வீழ்ந்ததால் நித்திரை யாயினான்

பளிங்கு நீர்நிறை பொய்கை, அதனிடை
படர்ந்த பொன்மயத் தாமரை மென்மலர்
எழுந்த மான்மதச் சாந்தின் நறுமணம்
இனியதாகி உணர்வை அளைந்தது
ஒளிர்ந்த தோர் கிரீடம் அதன் மத்தியில்
உயர்ந்து வானிற் பெரும் ஒளி பெய்தது
கிளர்ந்த ஆசையின் உந்தலில் பக்தன் அக்
கிரீடம் பெற்றிட நீருள் இறங்கினான்

காலில் ஏதோ இடறக் குனிந்தனன்
கையில் ஓர்சிறு கல்லை எடுத்தனன்
நீலம் என்றதைப் பத்திரம் செய்துபின்
நிமிர்ந்த போதவன் முன்னிலை தோன்றிய
கோலம் முற்றும் அழிந்து மறைந்தது
கொடுந்துயர்தனை ஏந்தி விரக்தியில்
ஆலம் உண்டவன் ஆயினன், பொய்யுடல்
ஆன தன்னையும் தானே புதைத்தனன்

செத்த தன்னுடல் பார்த்துச் சிரித்தனன்
சிரித்த வாறுதன் கண்விழிப் புற்றனன்
பித்தனை எதிர்கண்டு நகைத்தனன்
பேதையோ கடைகட்டி நடந்தனன்
சத்தியத்தின் பலத்தை உணர்ந்தவன்
சபல சக்தி அடைதல் துறந்ததால்
மொத்தமான மகிழ்ச்சி முகிழ்த்தது
மோனமாகி அமைதி படர்ந்தது

23.6.1965

கனவும் காரியமும்

கூந்தலைக் கையால் பற்றிக்
கோதினாள் கோதை; தூணிற்
சாய்ந்தனள்; மேசைமீது
சரிந்தனள்; இருந்தாள்; கையில்
ஆய்ந்தமென் பூங்கொத்தைப்போல்
ஆடினாள்; பின்னல் செய்தே
வேய்ந்தனள் நெஞ்சிற் காதல்
வேட்கையை; எழுந்து சென்றாள்

துடைப்பத்தைக் கொண்டு முற்றம்
துலக்கினாள்; இடுப்பில் கையை
மடக்கியவாறு நின்றாள்;
மறுபுறம் திரும்பிச் சென்றாள்
கிடைத்ததை எல்லாம் சற்றே
கிழிக்கிறாள்; கசக்குகின்றாள்
இடைக்கிடை முகத்தில் வேர்வை
கசிவதைத் துடைத்தல் செய்தாள்

செயல்களின் பொருள் யாதென்றும்
தெரிகிலாள்; விழியின் உள்ளே
புயல்வரும் போல் ஓர் தோற்றம்
புதைக்கிறாள் எனினும் வெட்டை
வயல்வெளி போல் ஓர் தோற்றம்
வதனத்தில் காட்டுகின்றாள்
மயல்கொளும் மார்க்கம் ஒவ்வோர்
அசைவிலும் வரைந்தே உள்ளாள்.

குடத்துடன் நடந்து சென்றாள்
குளிர்ந்த நீர் மொண்டு வண்ண
நுடக்குடன் அசைந்தசைந்து
நொசிகிறாள்; வருகிறாள், பின்
அடுப்படி சென்று குந்தி,
அதரங்கள் குவித்துத் தீயை
முடுக்கினாள்; நிலவை மேகம்
மூடுதல் காட்டுகின்றாள்.

கண்களை விரல்கள் கொண்டு
கசக்கினாள்; முகத்தில் வீழும்
விண்களை கொள்ள வந்த
மேகத்தை ஓதுக்கி, எல்லாப்
பெண்களைப் போலும் சேலை
பின்புறம் செருகிக் குந்தி
உண்கலம் அனைத்தும் தேய்த்து
உரசியே கழுவு கின்றாள்

உணவினை முடித்தாள் போலும்
உளத்திடை உருளுகின்ற
நினைவினை விழியிற் கூட
நிகழ்த்தினாள்; இளமை காணும்
கனவுகள் இடையில் வீட்டுக்
காரியம் வந்தால் என்ன?
தினமும்போல் உணர்வின் இன்பச்
சிலிர்ப்பினில் தளம்புகின்றாள்.

06.07.1965

சுமைதாங்கி

தார் உருகி ஓடத் தகிக்கும் நெடும்பாதை
ஊரார் புழுங்கி ஒதுங்கும் நடுவெயிலில்
வேர்வை பொசிகின்ற மேனியளாய்,
பிள்ளையுடன்
ஊருகின்றாள்,
நெஞ்சில் உரசும் மகவோ அம்
முந்தானை நீக்க முனகி அழுகிறது

பின்னால் ஒரு பெண்;
பிறந்த உடலோடு
தன்கால் தகித்தல் பொறுக்காள்,
அழும் அவளைத்
தன்னோடு சேர்த்துத் தளம்பி நடக்கின்றாள்.

ஓங்கி வளர்ந்த மரத்தின் கிளை உசும்ப
தூங்கியதோர் மந்தி துடித்துத் துயில்கலைந்த
பாங்கில் மனது பறிபோகும்.
ஆனாலும்,
ஈங்கும் இவளின் எளிய பெருமையிலோர்
இன்பம் பெறுதல் இயலாதோ?

ஆம், அவளோர்
பெண்பால், அதனால் பெருமை உடையாளே

தன்கை இரண்டினிலும்
தாங்கும் சுமைமுன்பு
துன்பம் சிறிய துரும்பாம்,
அதோ உடம்பு
வேகும் வெயிலில்
வியர்வை வழிந்தோட
காகங்கள் கூடக் கரந்துறையும் இந்நேரம்
ஏக நினைவாய்
இரைதேடிச் செல்கின்ற
தாகம் உடையாள் அத் தாய்

7.7.1965

நான் நரைத்த போதிலும்

நான் நரைத்த போதிலும் என் கவி நரைத்தல்
இல்லையடா நண்பா,
என்றன்
ஊன் நிலைப்ப தில்லை எனல் முழு உண்மை
ஆயினும் என் உளத்தில் நின்றும்
தேன் நனைந்த உணர்வுகளாய்த்
தெளிந்துவரும்
கவிதைகளோ சில ஆண்டின்பின்
கூன்விழுந்து நான் நடந்த போதினிலும்
குனியாது குதித்தே செல்லும்

இன்றெனது இறுகியுள உடலாலும்
சிலவேளை இதயத்தாலும்
நன்றல்ல நிகழ்கையிலே நானுன்னைத்
தேற்றுகிறேன்,
எனினும் ஓர் நாள்
பொன்றியுடல் மறைதலுண்டே,
அதன்பிறகும்
உன்துயரைப் போக்கல் வேண்டி
தென்றல் தரு சுகம்போன்ற சில கவிதை
நான் எழுதிச் சேமிக்கின்றேன்

கண்களினைக் காதுகளைக் காலமெல்லாம்
திறப்பதிலும்
கடவுள் தந்த
உன்சிறிய இதயத்தை ஒருநிமிடம்
திறந்தாயேல்

உனது வாழ்வின்
பின்புறத்தில் படுகுழிகள் பிறப்பெடுத்தல்
எவ்வாறென் பிரிய நண்பா?
என்கவிதை ஒவ்வொன்றும் இதயங்கள்
திறப்பதற்கே எழுதுகின்றேன்

தேய்நிலவின் சோகத்தில்
திரள்நிலவின்
இன்பத்தில் திளைத்தல் சாலும்
வேய்ங்குழலின் நாதத்தை வெறிகொண்டு
கேட்பதும் உன் வேட்கை,
ஆயின்
நாய்குரலை இடுவதிலும் நயங்காண
வெண்டுமடா நண்பா,
காணின்
தேய்ந்தழிந்து போம் இதயம் செழுமைகொளும்
ஆம், கவிதை சிறப்பே கொள்ளும்

கான்வெளியில், கடல் அலையில், கனவுகளில்
கங்குல்தொறும் ககனம் தோன்றும்
மீன்கணத்தில், வெறுவெளியில், விடிபொழுதில்
மன்பதையின் வினைகள் தோறும்
மேன்மைதரும் உண்மைகளைத் தெரிந்தெடுத்து;
மினுக்குகின்றேன்
அதனால் என்றும்
நான் நரைத்த போதிலும்
என் கவிநரைத்தல்
இல்லையடா இனிய நண்பா

13.7.1965

நாணல்

காற்றுச் சற்றே கனஉருக் கொண்டது
சீற்றம் கொண்டு திரண்டு சுழன்றது
கானகம் எங்கும் கலகம் மூண்டது
வானகம் கூட மலைத்து நின்றது
சிறுசிறு முகில்கள் சிதைந்து பறந்தன
ஓங்கி வளர்ந்த உயர்மரப் பொந்தினுள்
தூங்கிய பறவைகள் சுகமாய் இருந்தன

கடுமை கொண்டு கனத்தது காற்று
தடித்துத் திரண்டு சடைத்த மரங்களின்
அடியினைச் சற்றே அசைத்துப் பார்த்தது
முடிந்த வாறெலாம் முடுகிப் பார்த்தது
தலையினைப் பின்னர் தடவிப் பார்த்தது
இசைந்த வாறு இப்படி அப்படி
அசைந்த கிளைகளே அறுந்து விழுந்தன

ஆணவம் சற்றே அசைய, அடுத்ததாய்
நாணற் புதர்களை நாடிச் சென்றது
யானைகள் புகுந்த பானைக் கடையென
ஈனம் கண்ட இளகிய நெஞ்சென
நாணல் யாவும் நடுங்கிச் சுழன்றன
அலறி அலறி ஆடிச் சுழன்றன
உலர்ந்தவை உலர்ந்ததை உரசிச் சுழன்றன

தீ எழுந்தது, சிரித்தது காற்று
பேயின் பசியே பிறந்தது தீக்கும்
நாக்கை நீட்டி நக்கி நக்கி
நாணற் காட்டையே நாசம் செய்தது
கானான் கோழிகள் கதறிப் பறந்தன
பொரித்த குஞ்சுகள் பொரிந்தே போயின
சிரித்தது காற்று சிரித்தே சென்றது

பக்கம் எங்கும் படர்ந்தது நெருப்பு
நக்கி நக்கி நடந்து சென்றது
பெரிய மரங்களும் கருகிப் போயின
சிரித்தது காற்று சிரித்தே சென்றது

நாணற் புற்களின் நாசம்
காணக் காணக் கனத்ததென் நெஞ்சே

15. 7. 1965

நிலவே உன்னிடத்து வந்தால்...?

நிலவே உன்னிடத்து வந்தால்
நினைதொறும் மகிழ்ச்சி கொண்டிவ்
வுலகினோர் போற்றும் உன்றன்
உருவெழில் காண லுண்டோ?

மலைகளும் பிளந்து நீண்ட
மடுக்களும் அனலும் அன்றிக்
குலவிடற் கினிய தான
குளிர்ச்சியை நுகர்வேனோ நான்?

ஒளிதரும் விளக்கே உன்றன்
ஒண்மையில் மயக்கம் கொண்ட
களியினில் அணைத்திடற்கு
கரங்களை நீட்டு வேனேல்
துளியெனும் சுகம் காண் பேனோ?

சுடரினில் கருக லன்றி
முழுமையின் ஒளியில் தோன்றும்
முறையல காண்கு வேனோ?

வண்ணங்கள் காட்டுகின்ற
வான் தவழ் முகிலே உன்னில்
என் உடல் கலந்திடற்கு
எழுந்துவந் தேனேல், உன்றன்
திண்ணிய புகையில் மூச்சுத்
திணறிடல் அன்றிக் காதல்
பெண்ணுக்குத் தூது சொல்லும்
பெற்றியை உணர்தல் உண்டோ?

எண்ணரும் நிறங்கள் காட்டி
இருசிற கசைத்துச் செல்லும்
வண்ணத்துப் பூச்சியே, உன்
வடிவினில் மயங்கித் தூய
மென்மையை எனது கைக்குள்
வெறியுடன் அணைத்தால், நீ அப்
புன்மையால் மடித லன்றிப்
புதுமையைக் காணல் உண்டோ?

ஆதலால் உம்மை விட்டும்
அகன்றுளேன், அழகில் நெஞ்சம்
மோதலால் புதுமை செய்ய
முனைகிறேன்; உம்மிற் கொண்ட
காதலால் கலந்து நிற்கக்
கருதுவே னாகில் ஓர்நாள்
வேதனை பெருக லன்றி
வேறெதைக் காணல் கூடும்?

20.07.1965

எனது நண்பரும் விரோதிகளும்

என் புலன்கள் ஐந்தும் எனது விரோதிகளா?
அன்றேல், அவை என் அருமைச் சிநேகிதரா?
ஆராய்ந்து பார்த்தேன்

அவையே மனிதத்தின்
சீரைச் சிறப்பைச் சிறுமைகளை உண்டாக்கும்
பெற்றியினைக் கொண்ட பிறவிகளாய் என்னுடனே
உற்பத்தி யாகி, உலக நடப்புகளின்
உண்மைகளைப் பொய்யை
உயிரில் கலந்துவிடும்
திண்ணியவாய் உள்ள திறன் அறிந்தேன்,

என் உயிரின்
வேட்கை வெறுப்பு வினைகள் இவைகளது
ஆட்சிக்குள் நின்றே அலுவல் புரிகின்ற
ஆத்மாவின் கண்கள் அவை
என்னும் இப்புதிய
சூத்திரமும் தேர்ந்தேன்,

அதனால் துணைசெய்யும்
நண்பன், விரோதி நடத்தை அவற்றின் இயல்(பு)
அன்றென்னும் உண்மை அறிந்தேன்,

என் ஆத்மாவின்
வண்ணத்துக் கேற்ப வழிநடத்தும் பண்புள்ள
கண்ணாடியாம் இப் பொறிகள் படுகுழியுள்
தள்ளும் துரோகத் தகைமை பெறாவாறென்
உள்ளத்தின் உள்ளே உறைந்திருக்கும் ஆத்மாவை
மெள்ள எழுப்பி
வெறுமைக் கவர்ச்சிகளை
தள்ளும் படிக்குத் தணிக்கை புரிந்தேனேல்

என் புலன்கள் ஐந்தும்
எனது சிநேகிதரே
பின்பெனது வாழ்க்கைப் பெருவயலில்
தானியங்கள்
கோடிக் கணக்கில் குவியும்,

எனக்கென்றோர்
வீடும் கிடைத்து விடும்

23.8.1965

வண்டு மனம்

வண்டு சுழன்று சுழன்று பறந்தது
வாசப் பூக்களில் ஆழ்ந்து திளைத்தது
கண்ட கண்ட மலர்களின் காட்சியில்
கற்பனை தரும் அற்புதப் பாடலைக்
கொண்டு கொண்டு கொடுத்து, மிகுந்துள
கொள்ளை இன்ப நறையை நுகர்ந்த அவ்
வண்டு விண்ணில் சுழன்று பறந்தது
வாசப் பூக்களில் ஆழ்ந்து திளைத்தது

வெள்ளை நீலம் சிகப்பிவை போலவே
வேறு வேறு நிறங்களின் ஈர்ப்பினில்
உள்ளம் தோய்ந்து குழைந்து கலங்கிய
ஓர் உணர்ச்சியின் உந்தலில், தேங்கிய
கள்ளருந்தி மகிழ்ந்து களைத்தபின்
கானம் ஒன்றினைப் பாடிய வாறது
மெள்ள மெள்ள எழுந்து விரைந்தது
வேக மாகப் பறந்து மறைந்தது

வீடு தேடியே அவ்வழிச் சென்றது
வீதி தோறும் அலைந்து பறந்தது
காடு முற்றையும் சுற்றிய பின், அதன்
கண்ணில் தன் இடம் தோன்றியதோ? முனம்
கூடு விட்டுப் பறந்து திரும்பவும்
குறியிடத்தினை நேரே அடைகுதல்
பாடலோதுமவ் வண்டின் நினைவினில்
பாவவில்லை ஏன் என்றே அறிகிலேன்.

நாணற் குச்சிகள் நட்டு வரைந்தபின்
நன்கு பிசைந்த மண் எடுத் தப்பிய
கோணலான சுவர், அதன் பொந்தினுள்
குடியிருந்ததவ் வண்டு, குறியிடம்
காணலே பெரு நோக்கெனக் கொண்ட அக்
கரிய வண்டு தன் சொந்தத் தொளையினை
காணலின்றிப் பலமுறை ஆங்கனே
காய்ந்து போன சுவரில் அலைந்தது

முன்பிருந்து தான் சென்ற இடத்தையே
மோதி மோதித் தடவியதவ் வளி
மென் சிறகுகள் சோர்ந்து துயரினால்
விம்மி விம்மித் தடவியதவ் வளி
தேன்தரும் புதுத் தேன்மலர்க் கூட்டத்தைத்
திட்டித் திட்டித் தடவியதவ் வளி
இன்னும் எத்தனை நாளிகை இப்படி
ஏங்கி ஏங்கித் தவித்திட வேண்டுமோ?

5.9.1965

மதிப்பு

பாரில் உள்ள பல் ஞானத்தின் வாடையே
பட்டி ராத மனிதர் உறைகிற
சேரி ஓரத்துச் சாக்கடை மூலையில்
செறிந்த காரிருளோடு தன் வாழ்வெலாம்
போரிடும் ஒரு மாணிக்கக் கல்லை அப்
புனித யாத்திரை செய்பவன் கண்டனன்
நேரில் லாத ஒளியும் கவர்ச்சியும்
நெஞ்சை ஈர்த்தே அவனை ஆட் கொண்டன

அரசியின் கிரீடத்தினைச் சேர்ந்ததை
அலங்கரித்திட வேண்டிய இப்பொருள்
இருளிலே புலைச் சாக்கடை மூலையில்
ஏன் கிடக்கிற தென்றவன் எண்ணினான்
ஒருகணம், இந்தச் சேரிவாழ் மக்களின்
ஒண்மையாம் சுக ஜீவிய மீட்சியைக்
கருதியே இதை இவ்விடம் ஆண்டவன்
கனல விட்டனனோ எனத் தேறினான்.

ஆகையால் அதைக் கொண்டுபோம் சிந்தனை
அகற்றினான், சிறு சேரிவாழ் மக்களுக்
காகவே அதை அர்ப்பணிக் கின்றதோர்
ஆசை மீதுர, அம்மணி தர்களைத்
தாகத் தோடொரு கூட்டமாய்க் கூட்டி அச்
சபையின் மத்தியில் அம்மணி காட்டியே
ஏக சிந்தையனாய் இதை உங்களுக்
கென்ன வென்று தெரியுமா என்றனன்.

சிவந்த கண்ணாடித் துண்டெனும் இச்சிறு
சேதி கூடவா தேர்ந்திலாய் என்றவண்
குவிந்து ளோரிலோர் மூத்தவன் கூறினான்;

கூட்டமோ நகைசெய்து களிக்கையில்
கவிழ்ந்த தன் தலை சற்றே நிமிர்த்தி அக்
கல்லின் மேன்மையின் உட்பொருள் பற்றி வான்
கவிந்த கார்முகில் பெய்வதுபோல் செழுங்
கவி நயத்துடன் சொற்பெருக் காற்றினான்.

ஈற்றில் இச்சிறு சேரியை விட்டுமை
இரட்சிக் கின்றதற் காகவே ஆண்டவன்
போற்றத் தக்க இம் மாணிக்கக் கல்லை இப்
புறத்திலே அருள் செய்துளான்; ஆகையால்
ஏற்றுக்கொள்ளுக என்றவன் வேண்டினான்
இறைஞ்சினான், எனினும் அந்த மக்கள் அப்
பேற்றை உண்மை என் றெண்ணிலர், ஆகையால்
பிரதி கூலமே கண்டு வருந்தினான்.

நீ புகல்வது போல மகத்துவம்
நிறைந்ததேல், அது இத்தனை காலமாய்
பாவி போல இருளிற் கிடந்ததன்
பான்மை என்? அது கண்ணாடி அன்றெனில்
தீ புகுந்த தணலாய் இருக்கலாம்
தெருவில் மண்டிய குப்பையை எங்களின்
தீபம் என்னும் பைத்தியர் அன்று நாம்
செப்பினர் இதைப் பின்னர் கலைந்தனர்.

மாரிகால மழையினைப் போல ஓர்
வண்மை மிக்க இக் கல்லின் மகிமையை
ஓரரும் யுகவாழ்க்கையை வீணடித்(து)
ஓய்ந்த பின்னர் நிகழும் புதைபொருள்
ஆய்வா ளர்கள் சொல்லிய பின்னரே
அறிய வேண்டுமோ என்றவன் போயினான்
சேரி மூலை இருளில் வழமைபோல்
தேடரும் மணி வீழ்ந்து கிடந்தது

23.9.1965

ஒரு காதலனின் கீதம்

நீ அழகி இலை என்று
நினையேன் நான் ஒருபோதும்

வாய் அழகாய் இலை எனினும்
வளைந்த நுதல் இலை எனினும்
ஆய் இழைகள் எனக்கூறும்
அவை ஒன்றும் இலை எனினும்
நீ அழகி இலை என்று
நினையேன் நான் ஒருபோதும்

கண் கயல்கள் இலை எனினும்
கவர்ச்சியினை உணர்கின்றேன்
செண்பகத்தின் குரல் எனினும்
செழிய இசை நுகர்கின்றேன்
நண்பகலின் இடையேயும்
நறுமாலைப் பொழுதுணர்த்தும்

கண் கயல்கள் இலை எனினும்
கவர்ச்சியினை நுகர்கின்றேன்

இடை சிறிதாய் இலை எனினும்
இழுத்திழுத்துச் செல்கின்ற
நடை அழகாய் இலை எனினும்
நறுங் கவிதைச் சுவைபோல
உடல் அமையவிலை எனினும்
உளம் அழகு பொழிவதனால்

கடைசிவரை அழகி எனக்
கவிதைகளில் வரைவேனே

சாயல் மயில் இலை எனினும்
தகைமையினை உணர்கின்றேன்
பாயவரும் புலி என்னும்
பயம் களைந்து மகிழ்கின்றேன்
தீயழகு சுடும் என்னும்
திறமையினை அறிந்துளதால்

நீ அழகி இலை என்று
நினையேன் நான் ஒருபோதும்

காவியத்தின் தலைமகளிர்
கவிதைகளால் அழகானார்
ஓவியத்தின் அணங்கு நிற
உதிரிகளால் உருவானார்

சீவியத்து நடைமுறையின்
செழுமைகளால் உயிருற்ற
நீ வியப்புக் குரியள், அதால்
நினைக்கின்றேன் அழகியென

விண்முகில்கள் வினாடிக்குள்
விதம்விதமாய் உருமாறும்
தன்மையின எனும் இந்தச்
சரித்திரங்கள் அறிந்திருந்தும்
நண்பர் எனக் கனுதாபம்
நவின்றபடி அட இந்தப்
பெண் அழகி இலை எனினும்
பெண்மை அழகானதினால்

எம். ஏ. நுஃமான்

நீ அழகி இலை என்று
நினையேன் நான் ஒருபோதும்

தீ அழகு சுடும் என்னும்
திறமையினை அறிந்துளதால்
நீ அழகி இலை என்று
நினையேன் நான் ஒருபோதும்

29.11.1965

அழகிய தீமை

மையிருட்போதில், வானில்
மலர்ந்துள பூக்களின்கீழ்
வையகம் உறங்கும்போது
வழியிலும் இருள் தூங்கிற்று,
கையில் ஓர் விளக்கை ஏந்தி
கவிந்துள இருளினூடு
பைய, என் இல்லம் நோக்கிப்
பாதையில் நடந்து சென்றேன்;

காட்டிடை மலர்ந்த பூக்கள்
கமழ்ந்தன; நுகர்ந்ததால், ஓர்
பாட்டென துள்ளத் துள்ளே
பதுங்கிப் பின் வெளியேறிற்று.
நாட்டிய விழியிற் பாதை
நடுவிலே, சிறிது தள்ளி
காட்டிய விளக்கில் ஏதோ
கவினுற ஒளிரக் கண்டேன்

பெருகிய ஒளியில் நீலம்
பிறந்தது; கறுப்பு வெள்ளை
மரகத நிறங்கள் சேர்ந்த
வரிகளால், மணியின் கோவைச்
சுருளெனச் சுருண்ட சின்னச்
சுடர் உருக் கண்டேன்; ஆம் ஓர்
இருதலை நாகம் கண்டவ்
வெழிலிலே கவர்ச்சி கொண்டேன்.

ஒளிர்கிற அதனை நெஞ்சம்
உவந்தது; தோளில் மார்பில்
தழுவலாம் என என் நெஞ்சுட்
தாபமும் மேலோங்கிற்று
தழுவலாம், ஆயின் நச்சுத்
தன்மை உண்டன்றோ? ஆம், ஓர்
அழகிய தீமை போன்ற
அதனை நான் அடித்தே கொன்றேன்.

26.02.1966

இன்னும் இன்னும் இழப்பதா?

எட்டுமட்டும் உயரத்தில் ஏறுதற்(கு)
ஏணி ஒன்றினை நூலெடுத்தாக்குவேம்
கொட்டுகின்ற நிலவின் குளிர்ச்சியை
குனிந்து நோக்கி நுகர்ந்திடல் சாலுமே

தட்டுப்பட்டுத் தளர்ந்து சரிதலும்
சாலும், ஆயினும் ஏறுதல் சோர்வதா?
கட்டெறும்பு கடித்த கடுப்பிலும்
கவிதை ஒன்று பிறந்திடல் சாலுமே

ஏறுகின்றவர் யாவரும் ஏறுவோம்
இற்று வீழ்கையில் பூமியில் ஆங்கொரு
பாறை இன்றிப் பசுந்தழை மேவிய
பான்மை கண்டொரு தேறுதல் கொள்ளுவோம்

சூறைக் காற்றுச் சுழல்கிற வேளையில்
சுக்கலாகச் சிதறலும் உண்டு, பின்
ஆறி ஆறி அணைகிற தென்றலின்
அணைவினுட் சுக ஆழியும் உள்ளதே!

சொர்க்கத் திற்கொரு போட்டியாய் வேறொரு
சொர்க்கமாக இப் பூமியைப் பெற்றனம்
சொர்க்கம் எங்கும் கொழிக்கும் அழகினை
சொந்த மாக்கிச் சுகம்பெறல் கூடுமே

தர்க்கம் செய்தும் சலித்தும் கிடப்பதால்
ஷைத்தானுக் கெமதின்பம் இழப்பதா
இருக்கும் போதே இழந்தனம் ஒன்றினை
இன்னும் இன்னும் இழப்பது நல்லதா?

21.5.1966

வீழ்ச்சியில் வேகம்

அவள்

அருமையான நிலவில் – நாம்
அன்பு கொண்டு சேர்ந்தோம்
கருமையான மேகம் – வந்து
கறைபடுத்த லாமோ

அவன்

அருமையான நிலவில் – நாம்
அன்பு கொள்ளும் போது
கருமையான மேகம் – வந்து
கறைபடுத்தல் கூடும்

அவள்

வீசுகின்ற காற்றில் – நாம்
வேட்கை கொண்டு சேர்ந்தோம்
தூசு வந்து மோதி – நமைத்
துன்புறுத்த லாமோ

அவன்

வீசுகின்ற காற்றில் – நாம்
வேட்கை கொள்ளும் போது
தூசுவந்து மோதி – நமைத்
துன்புறுத்தல் கூடும்

அவள்

மலைகள் அருவி நீரைக் – கீழே
வாரி வீசும் போது
சலசலத்த கீதம் – அவை
தந்து செல்லுமன்றோ

அவன்

பாறை நின்று மோதும் – பெரும்
பள்ளம் வந்து சூழும்
நூறு நூறு துன்பம் – எனின்
நொறுங்கிப் போவ துண்டோ

அவள்

அன்பு கொள்ளும் போதும் – நாம்
ஆசை கொள்ளும் போதும்
துன்பம் வந்து சூழ்ந்தால் – நாம்
சோர்ந்து போக லாமோ

அவர்கள்

உன்னை வீழ்த்து கின்றோம் – நாம்
உயர்ந்து செல்லு கின்றேம்
எம்மை வீழ்த்த மாட்டாய் – நீ
எழுச்சி கொள்ள மாட்டாய்

அவள்

வாழ்க்கை பெரிய ஆறு – தன்
வழியில் செல்லும் போது
வீழ்ச்சி நேரும் போதே – பெரும்
வேகத் தேடு போகும்

அவர்கள்

வருக வருக துன்பம் – எம்
வாழ்க்கை அதில் பொங்கும்
அருமையான துன்பம்- நீ
அணைக எம்மை வந்து

3. 6. 1966

உலகில் உள்ள மிக அழகிய பெண்கள்

உலகில் உள்ள மிக அழகிய பெண்கள்
ஒருவர் ஒருவராய் சபை எதிர் நின்றார்

விலகி நின்றனர் திரையினில் அவர்கள்
விழிகளில் பல விளைவுகள் புரிவார்
முலைகளாம் மலை முகடுகள் சிறிதாய்
முகில்களுள் மறை முறைகளும் புரிவார்

கலகலத்தன சபைஞரின் இதயம்
கவனம் முற்றும் அத் திரையினில் புதையும்

உடைகளைச் சிலர் உதறுதல் புரிய
உடலிலும் பல உதறுதல் நிகழ
இடைகளிற் பலர் இருபுறம் சுழல
இணைமுலைக் குடம் பலபுறம் சுழல
நடைகளிற் புது நளினமும் புரிவார்
நடனமும் பலமுறை அவர் புரிவார்
உடைபடும் பழமுறைமைகள்! எனினும்
உடலினுட் குளிர் பரவுதல் முறையா?

பான்மையிற் பல பழுதுகள் நிகழ
பழமையிற் பல குறைவுகள் தெரிய
நோன்மையிற் பெரும் நொடிவுகள் நிகழும்
நொடிவுகள் சில எதுவரை முடியும்?
வீண்மையில் நமர் விழுவது தெரியார்
வெறிகளை அவர் கலை என மகிழ்வார்

ஆண்மையைச் சிலர் அறுவடை புரிய
அமைதியிற் பலர் கனவிடை அமிழ்வார்

அரிவை யர்களின் அழகினை வாங்கி
அடிசில் இட அவர் இவர்களின் கீழ்மை
நரம்பின் உளைவுகள் நலிவுகள் என்னும்
நடை முறைகளின் சிறுமைகள் முழுதும்
திரையில் நின்றவா றவர்களின் எதிரே
தெரியும் படி பல நெளிவுடன்

ஆடை
உரிகிறார்கள் ஆம், உண்மையில் அவர்கள்
உலகில் உள்ள மிக அழகிய பெண்கள்

08.08.1966

வினாத்தாள்

உன்னுடைய வினாத்தாளில் வினவியுள்ள தெல்லாம்
உன்னுடைய புத்தகத்தில் உள்ளவையே யாகும்
பின்னெதற்காய் உன்னுடைய பேனையினை மூடிப்
பெருமூச்சு விடுகின்றாய், வியர்வை கசிகின்ற
கன்னத்தைத் தடவுவதும் கைகளினைத் தூக்கிக்
காதுகளைச் சுரண்டுவதுமாக இருக்கின்றாய்?
என்னுடைய மாணவனே என் இனிய தோழா
எழுதுகின்ற தாளெடுத்து எழுதுவதற் கென்ன?

கற்பனைகள் செய்வதிலே காலமழித் தோமா?
காரியங்கள் ஆற்றுவதில் காலமிணைத் தோமா?
அற்புதங்கள் ஆற்றுவதாய்ப் பகற்கனவு கண்டு
ஆற்றலற்ற இதயத்தைச் சாந்திசெய்த துண்டா?
சிற்சிறிய செய்கையெனும் தேர்ந்தெடுத்துக் கற்றோம்
சிந்தனையின் நரம்புகளைச் சினைசினைக்க வைத்தோம்
கற்றவைகள் அத்தனையும் மறந்துவிட்ட தென்றால்
கற்றோம் நாம் என்பதிலே பொருளெதுவும் உண்டா?

ஆராய்ந்து கற்றவைகள் அத்தனையும் சேர்த்து
ஆறியிருந் தெழுதுகின்ற இத்தனிமை நேரம்
கூரையிலே கண்களினை மேயவிடு கின்றாய்
கோடுகளைக் கீறி அரும் நேரம் இழக் கின்றாய்!
பாராதே பக்கத்து மேசைகளை அங்கும்
பாசாங்கு செய்பவர்கள் கூடியிருக் கின்றார்
ஆராய்ந்து கற்கையிலே கலந்திருத்தல் சாலும்
ஆனாலும் விடை எழுதல் தனிமையிலே அன்றோ?

புத்தகமும் தந்துவைத்துக் குறிப்புகளும் சொல்லிப்
புதுப் புதிதாய் விளக்கவுரை எழுதி அளித்தாலும்
எத்தனை நாள், எத்தனை நாள் நான் திணறுமாறு
எண்ணிறந்த கேள்விகளை அள்ளி எறிந்தீர்கள்
அத்தனைக்கும் நான் சிறிதும் ஆத்திரப்பட்டேனா?
அன்புகனிந் துங்களுக்குப் பதில் உரைத்ததுண்டே
இத்தினத்தில் நான் கேட்டேன் கேள்விகளை, ஆனால்,
ஏன் உனது கண்களிலே நீர் சுரத்தல் வேண்டும்?

கற்பதுபோல் எத்தனைபேர் பாவனைகள் செய்தார்
காலம் முழுதும் அவர்கள் பாவனைகள் செய்த
அற்புதத்தை இத்தினத்தில் ஒப்புதல் செய்கின்றார்
அன்னவரின் மண்டலத்துள் நீயுமிருக் கின்றாய்
சிற்சிறிய செய்கையெனும் தேர்ந்தெடுத்துக் கற்றால்
சிந்தனையின் நரம்புகளைச் சினைசினைக்க வைத்தால்
இத்தினத்தில் இவ்வழுகை புன்னகையாய் மாறும்
என்னுடைய மாணவனே என் இனிய தோழா!

10.8.1966

மீண்டும் அழைப்பு

வருவாய் என் காதலி உன் வரவை எதிர்பார்த்து என்
வாசலிலே புதிய நறும் பூச்செடிகள் நட்டேன்
சருகுகளால் நிறைந்திருந்த பழைய மணல் அகற்றி
சந்தணத்தைப் போல் கமழும் மணல்பரப்பி வைத்தேன்

ஒருநாள் நாம் ஒன்றாக வாழ்ந்திருந்த காலை
இருந்தபடி ஒவ்வொன்றாய் ஒழுங்குறவைத் துள்ளேன்
வருவாய் என்காதலி உன்வரவை எதிர்பார்த்து என்
வாசலிலே கால்கடுக்க நின்றுவர வேற்பேன்.

வீட்டின் உள் அறையெங்கும் ஒட்டடைகள் போக்கி
விழுந்து நிறைந்திருந்த பழங் குப்பைகளை எல்லாம்
கூட்டி எடுத்தே நெருப்பில் எரித்தழித்து விட்டுடேன்
குளிர்ந்த விழிப் பார்வை எதிர் நோக்கி இருக்கின்றேன்

வீட்டுக்குள் பார் உன்றன் விழிச் சுடரைப்போல
விளங்கும் அருள் நிறைந்த ஒளி விளக்குகளும் வைத்தேன்
ஆட்சிசெய்ய வந்தருள்க என் இனிய பெண்ணே
அன்பினிலே தோய்ந்துன்னில் கரைந்துவிடு கின்றேன்

தோட்டத்தில் உன்கரங்கள் நட்ட பழ மரங்கள்
சொரிந்த கனி உண்டுண்டு சுகித்திருந்த காலை
நாட்டார்கள் எத்தனைபேர் பொறாமையுடன் நோக்கி
நாவூறி நின்றார்கள்,

இன்றவர்கள் கையில்
தோட்டத்தை விற்றுவிட்டு வறிய நிலை எய்தித்
துன்புற்று நிற்கின்றேன், இத்தனையும் உன்னை
வீட்டைவிட்டு நீக்கியதால் வந்தவினை அன்றோ
வேதனைகள் போதும் இனி, வந்து கரை சேர்ப்பாய்!

எம். ஏ. நுஹ்மான்

மாற்றாளின் பார்வையிலே மயங்கியதால் உன்றன்
வண்மையினைக் காலடியில் வீசி எறிந்தேன், ஓர்
காற்றாடி வானத்தில் ஆடுகையில் அந்தக்
கயிற்றை ஒரு துச்சம் என மதித்த கதைபோல
தோற்றேன் நீ என் கையில் தந்த முதல் எல்லாம்.
சுந்தரி உன் திருவதனம் புன்முறுவல் காட்டித்
தேற்றாயோ ? உன்னுடைய சிறப்பை உணராது
கிடக்கையிலும் கனிவோடு சிரிக்கும் இனியாளோ

இப்போதப் பழையபெரும் தோட்டங்கள் வேண்டாம்
என்னுடைய வாசலிலே உன்வரவை மட்டும்
அப்போது போல் இன்றும் ஆவலுடன் நோக்கி
அன்பை இரு கண்களிலே வாரவிடுகின்றேன்

தப்பாது நாம் வாழ்ந்த தனி அறையை நோக்கி
தையல், உன் அருட்பார்வை யோடெழுந்து வருக
இப்போதும் நான் உன்னில் இணைந்து மகிழ் வெய்த
இடைக்கால வாழ்க்கையினை மறந்து வரவேற்பேன்

25.8.1966

காற்றாடியின் கர்வம்

காற்றை எதிர்த்துக் ககனத்தில் நிற்கிறதக்
காற்றாடி! சின்னக் கயிறு வளர்ந்துவர
விண்ணில் எழுந்து விளையாடி, நம்முடைய
கண்ணில் மறையக் கருதியது போல் மிகவும்
சின்னஞ் சிறிதாகி மென்மேலும் செல்கிறது

விண்ணில் சுழன்று மிதந்து விளையாடி
எண்ணம் இனித்த இனிமை மயக்கத்தில்
கண்ணைத் திறந்து ககனத்தை நோக்குகையில்

ஆகாகா! என்னே அழகு! விளையாடிப்
போகும் வழியில் புதிய முகிற் படுக்கை
அந்தமில்லாத அழகுப் பெருவெளியில்
எந்தச் சிறுதடையும் இன்றிச் சுகித்திருத்தல்
கூடுமே என்ற குதூகலத்தில், வால்சுழற்றி
ஆடியதே அந்த அழகான காற்றாடி!

காற்றும் அதன் காதுக்குள் வந்து கதைகதையாய்
ஏற்றுகிறேன் நீ இன்னும் எட்டாத தூரத்தில்
ஏறிக்கொள் என்னில் இனிமைசுகிப் போம் என்று
கூறி அதற் கின்னும் குதூகலத்தைக் கூட்டியது

ஆனாலும் என்ன அநியாயம்! சீ! இந்த
ஈனச் சிறு கயிறென் இன்பம் குலைப்பதுவா?
நான்போகும் பாதை நடுவில் தடையாக
ஏன்வந்து நின்றென்னை ஈர்த்துப் பிடிக்கிறதென்
றெண்ணியது போலும்,
எரிச்சலினால் வால் சுழற்றி
"சின்னக் கயிறே சிநேகத்தை விட்டுவிடு
நான்போகும் பாதை நடுவில் தடையாக
ஈனன் போல் வந்து இழுத்துப் பிடிக்காதே
உல்லாசமாக உலவும் வழியில் ஒரு
பொல்லாப்பாய் நில்லாதே போ"
என்று கத்தியது.

ஆனாலும், நூல்சற் றமைதியுடன் சிந்தித்து
"ஈனன் நான் என்றே இகழ்ந்தாலும் உன்னுடைய
வீதியிலே ஏதும் விபத்து நிகழாமல்
ஆதரவு செய்யும் அரும்பொறுப்பை ஏற்றுள்ளேன்

ஏற்றித் திரிந்தே இனிமை தருகின்ற
காற்றுன்னை வீசிக் கவிழ்த்துவிடல் கூடும், அதால்
எங்கு நீ சென்றாலும் என்னைப் பிடித்துக்கொள்
அங்கு நான் உனக்கோர் ஆதாரமாய் இருப்பேன்"
என்று கூறிற்றே!
எனினும் அக் காற்றாடி

சென்ற இடத்தில் சிறப்படைதல் நானன்றோ?
எல்லையற்ற இன்பம் இருக்கையில் இங்குன்னுடைய
சொல்லுக்குள் ஏதும் சுவையிருத்தல் சாலுமோ?
விட்டுவிட்டுப் போமையா வேறுபுறம்!
என்றபடி

கெட்டித் தனமாகக் கீழாகி மேலாகி
சுற்றொன்று சுற்றிச் சுழன்று சிறு கயிற்றின்
பற்றுதலை முண்டிப் பறித்தே அறுத்தவுடன்

காதுக்குள் வந்து கதைகதைத்த காற்றோ இங்
கேது நிகழ்ந்ததென எண்ணி முடிக்குமுனம்
பார்க்க இனித்த பழைய உரு பிய்ந்தழிய
தூக்கி எறிந்து சுழற்றி வெகுதொலைவில்
வீசிற்றே!

ஐயோ விழுந்தேன் எனக் கதறி
ஆசை அழிந்த அவலக் குரலோடு
மேற்குப் புறத்தில் ஒரு மின்சாரக் கம்பத்தில்
காற்றாடி வீழ்ந்து கனகாலம் ஆயிற்றே

26.8.1966

மழையில் நனைபவளுக்காக

செருப்புப் போடாது செல்லும்
சேயிழாய், சற்று நில்; இச்
சுருப்புக்குள் உனது பாதம்
தோய்கிறதே, ஐயோ, என்
விருப்புக்கும் உரிய பெண்ணே,
வீதியில் மழை பெய்யுங்கால்
குருத்துப்போல் உனது மென்கால்
சேற்றிலே குமையலாமோ?

குடைப்பிடித்துள்ளாய்; ஆனால்
கொட்டுமிப் பெருமழை உன்
உடைகளை நனைத்தால் உன்றன்
உள்ளாடை தெரியுமன்றோ?
நடைதவிர்; சற்று நில், நீ
நனைதலைத் தவிர்த்த பின்னர்
விடை தருகிறேன், இன்னும்
வேகமாய்ப் போகலாமே.

மழையிலே நனையும் பெண்ணே
வா, சற்றே ஒதுங்கி நிற்போம்
வழி எங்கும் சகதியேல், எவ்
வாறு நீ மட்டும் சொந்த
அழகுடன் போதல் கூடும்,
ஆதலால் மழை ஓயட்டும்
மழையிலே நனையும் பெண்ணே
வா, சற்றே ஒதுங்கி நிற்போம்

04.10.1966

தோன்றா எழுவாய்கள்

காகம் எழுந்து கரைவதற்காகவும்
சேவல் விழித்துக் கூவுதற்காகவும்
வானில் வெள்ளிகள் மங்கி மங்கிப்
போகும் பொழுதில்
பொட்டுப் பொட்டென
இலைகளின் நுனியில் இழிந்து தேங்கிய
சில பனித் துளிகள் சிந்தின.
கிழக்கில்
இரவின் கூந்தலில் இளநரை சிறிதாய்
பரவத் தொடங்கி... படுக்கையின் இன்பம்
தெரியத் தொடங்கும் சிற்றிளம் காலை.

வீதி எங்கும் விறைத்துக் கிடந்தது
கூதற்காற்றின் குளிர்ச்சியில் கிறங்கி
ஆலையின் இலைகள் அசைந்து சிலிர்தன.

ஆலமரத்தின் அடிவாரத்தே
கட்டாக் காலிகள் கண்துயில்தற்காய்
கட்டியிருக்கும் கொட்டகைக்குள்ளே
காலை நீட்டிக் கவிழ்ந்து துங்கிய
பெண் ஒருத்தி புரண்டெழுந்திருந்தாள்
கண்களை விரல்களால் கசக்கி நிமிர்ந்தாள்
சாண் அளவாக நீண்டிருக்கின்ற
கூந்தலைக் கைகளால் கோதிக் கோதி
கொண்டைபோடச் சண்டை பிடித்தும்
ஏலாதாகிப் போனதன் பின்னர்
சேலை களைந்து திருத்தி உடுத்தினாள்
ஏலும்வரைக்கும் கிழிந்திருக்கின்ற
சட்டைத் தொங்கலைக் கட்டி முடிந்தாள்.

அலங்காரங்கள் ஆகிய பின்னர்
உலாக்கோல் தூக்கி ஓங்கி ஓங்கி
ஆல மரத்தின் அடியில் பலமுறை
விட்டு விட்டு விடிந்ததை உணர்த்தத்
தட்டினாள்.
உயரே சயனித்திருந்த
காக்கைகள் பலமாய்க் கரைந்து பறந்தன.
காக்கைகள் பலமாய்க் கரைந்து பறத்தலைப்
பார்த்துப் பார்த்தவள் பலமாய்ச் சிரித்தாள்.

இந்தமாதிரி எந்த நாளும்
அந்தப் பெண்ணின் அற்புதுச் செயல்கள்
ஆலையின் அடியில் காலையில் நிகழும்.

பின்னர் தனது பெரும் பயணத்தை
எந்நாளும்போல் இயற்றத் தொடங்குவாள்.
அழகின் கவர்ச்சி அழைத்ததால் அன்றி
பழக்கச் செயல்கள் பற்றிக் கொண்டதால்
சந்தாங் கேணியின் முந்தையில் வந்து
அரச மரத்தின் அடியிலே குந்தி
பரவிக் கிடக்கும் வயற்பரப்புக்குள்
புலரிப் பொழுதின் பொன்னிறக் கதிர்களால்
நிலவும் அழகையும்
நின்றும் நடந்தும்
மேயும் மாடுகள் வெள்ளைக் கொக்குகள்
ஆய அனைத்தையும் அவள் பார்த்திருந்தாள்.

பின்னர் தனது பெருஞ்சிரிப்போடு
மின் நிலையத்து வீதியில் நடந்து
பெண்கள் பள்ளிப் பின்புறம் வந்து
வைத்திய சாலை வளவினைச் சுற்றி
சத்தம் செய்யும் சாதனங்களினால்
மெள்ள மெள்ள விழிக்கத் தொடங்கிய

கல்முனை நகரக் கடைத் தெருக்களையும்
சந்தை முழுதையும் சல்லடை போட்டு
அந்தக் கால அரசரைப் போலவும்
பிந்திய காலப் பிரதம் போலவும்
இல்லாவாறாய் எளிய தன் உலாவை
நல்லபடியாய் நடத்தி முடித்து
மேற்குப் புறத்து விளைநிலத்திருந்து
காற்று வீசிக் கவின் அளிக்கின்ற
வம்மியின் கீழே வழியும் நிழலில்
சும்மா இருக்கும் சுகத்தினில் ஆழ்ந்து
பொறுக்கிப் பொறுக்கிப் புடவையுள் சேர்த்து
நிறைத்து வைத்த நெருப்புப் பெட்டிகள்
எரிந்த குச்சிகள் இலந்தைப் பழங்கள்
அழுகிய வாழை ஆணிகள் தாள்கள்
பழுதாய்ப்போன பற்பல பொருட்கள்
எல்லாவற்றையும் எடுத்துப் பரப்பி
செல்லம் கொஞ்சிச் சிரித்து மகிழ்ந்தாள்.

அவள் யார் என்றும் அறிந்தோர் இல்லை
அவள் பெயர் எதுவோ அவள் ஊர் எதுவோ
இப்படியாகப் பற்பலவாறு
வினாக்களை எழுப்பி விடைதேடற்குச்
சினிமாக் காரியின் தகுதிகள் சிலதெனும்
இருக்க வேண்டுமே

இவைகளில் எதுவும்
இருக்கவில்லை இவளுக்கு
ஆதலால்
தந்தித் தூணில் சாய்ந்து நிற்றல்
குந்திக் குந்திக் குலுங்கி நகைத்தல்
வெறித்துப் பார்த்தல் வீதியிற் கிடத்தல்
ஆகியவற்றை அவதானித்து
மோகினி என்று முடிவுகட்டிப்
பேய்ச்சி என்றொரு பெயரிட்டார்கள்.

பேய்ச்சி என்பாள் பேரழகுள்ள
காவிய நாயகி ஆகாவிடினும்
சீவி முடிக்காச் சிறிய கூந்தல்
தென்னந் தும்பாய்த் திரண்டிருந்தாலும்
கன்னம் வெளிறிக் காட்சி தந்தாலும்
வெற்றிலைக் காவியின் அற்புதத்தாலே
பற்கள் நன்றாய்ப் பழுத்திருந்தாலும்
இரத்தக் கறைகள் இருந்தபடியினால்
துரத்தத் துரத்தத் தொடர்ந்து வந்து
பூச்சிகள் பலப்பல புடவையில் மொய்ப்பினும்
இப்படிப் பற்பல இருப்பினும் இன்னும்
முப்பது வருடம் முடிந்த பின்புதான்
பேச்சி என்ற பெயருடையாள் ஓர்
ஆச்சியாக ஆகுதல் கூடும்.

இவ்வாறான எழிலரசாக
ஒவ்வோர் நாளும் உலாவி வருகையில்
ஓர் இளம் காலை உட்கார்ந்திருந்து
மார்பைத் தடவி வாந்தி எடுத்தாள்
வாந்தி எடுத்த மறுமாதங்களில்
சோர்ந்து சோர்ந்து சுற்றுலாச் செல்கையில்
தகடு போன்று சமனாய் இருந்த
அகடு சற்றே அகலமாகி
உள்ளுக்குள்ளே உயிர் புகுந்ததனால்
மெள்ள மெள்ள விரியத் தொடங்கவும்
சந்தியில் இருக்கும் தந்தித் தூணில்
வந்து சாய்ந்து வாடிய முகமும்
தள்ளிய வயிறும் சுள்ளித் தேகமும்
உள்ளவளாக உட்கார்ந்திருந்தாள்

தள்ளிய வயிறும் சுள்ளித் தேகமும்
உள்ளவளாக உட்கார்ந்திருக்கும்
பேய்ச்சியைக் கண்ட பிறர் பலவாறாய்

பேச்சுகள் பேசிப் பிரிந்து போயினர்.
அதிசயப் பட்டும் அருவருப்புற்றும்
தகுதிக்கேற்ப சர்ச்சைகள் செய்தார்
ஆக அவளை அவதானித்து
மோகினி என்று முடிவுகட்டியோர்
மிகுதியாயகக் கரிசனை கொண்டு
காரண காரியம் ஆராய்ந்தார்கள்
பாதையில் இதனைப் பார்த்து நின்ற
இலக்கணம் கற்ற எவரோ ஒருவர்
பயனிலை எதுவெனப் பார்த்தால் உடனே
எழுவாய் காணல் எளிதெனச் சொல்லித்
தோன்றா எழுவாய் என்று முடித்தார்.

தோன்றா எழுவாய் தோன்றிய பிறகு
தன்மை முன்னிலை என்பன தவிர்த்துப்
படர்க்கையில் அதனைப் பார்த்த போது
யாரோ ஒருவனாய் மாறிப் போன
காரிய வாதியைக் காறி உமிழ்ந்தார்

இவ்வாறாக இருக்கும் நாளில்
காகம் எழுந்து கரைவதற்காகவும்
சேவல் விழித்துக் கூவுதற்காகவும்
வானில் வெள்ளிகள் மங்கும் பொழுதில்
ஆலையின் அடியில் வேலைகள் நிகழ்த்தும்
பேய்ச்சி என்ற பெயருக்குரியவள்
தாயாகியதைத் தானறியாமலே
செத்துப்போன செய்தி
கத்தும் பிள்ளையால் கதையாகியதே

15.10.1966

எமது தேவைகள்

உனக்காக என்ன செய்வேன்
உள்ளத்தில் நிறைந்த பெண்ணே
தன்னகாகத் தனக்கேயாகச்
சர்வமும் இயங்கும் போதில்
எனக்காக இருக்கும் தேவை
எவை என்றும் அறியாப் போதில்
உனக்காக என்ன செய்வேன்
உள்ளத்தில் நிறைந்த பெண்ணே

துன்புற்று நொந்தாயேல் என்
சொற்களால் அமைதி செய்வேன்
அன்புற்ற நெஞ்சில் ஊறும்
அமுகையை அர்ப்பணிப்பேன்
தென்பற்ற நெஞ்சை என்றன்
சேர்க்கையால் தேற்றுவேன் ஓ
அன்புற்றோய் உனது தேவை
அதற்குள்ளே அடங்கிப் போமா?

வறுமையில் வீழ்ந்துபோனால்
வாழ்க்கையே சோர்ந்துபோனால்
சிறுமையில் சிக்கி உன்றன்
சீர்மைகள் சிதறிப்போனால்
நறுமையே உனை என் நெஞ்சின்
நடுவிலே பேணிக்காக்க
உறுதிகொண்டுள்ளேன் ஆயின்
உன்தேவை அவ்வளவேயா?

ஆடையை இழந்தால் என் உள்
ஆடையைக் கூட ஈவேன்
கோடைகள் வந்து வந்து
கொடுமைகள் செய்தால் அன்பே
ஓடையின் குளிர்போல் என்றன்
உறவினால் குளிர்ச்சி பெய்வேன்
ஓடரிக் கண்ணாய் ஆயின்
உன்தேவை இவ்வளவேயா?

பனிக்காலக் காற்றில் மேனி
படுங்குளிர் ஆற்றாய் ஆயின்
இனிக்கின்ற எனதன் பென்னும்
இளவெப்பப் போர்வையால் உன்
பனிக்குளிர் போக்கும் வேளை
பார்த்திருக்கின்றேன்; ஆயின்
உனக்கிவை போதுமா என்
உள்ளத்தில் நிறைந்த பெண்ணே?

போதாது போதா தென்ற
புறுபுறுப் பொன்றே இன்றெம்
காதிலே வந்து மோதிக்
கலங்குதல் கேட்டேன்; ஆம் இன்று
ஈது நம்தேவை என்றாய்ந்து
இயம்பவும் சக்தியற்ற
சோதனைக் குள்ளே வீழ்ந்தோம்
தொடர்ந் தெங்கோ தேடுகின்றோம்

வாழ்க்கையின் தேவை மேலும்
வளர்வதைக் கண்டோம் ஆயின்
பாழ்ங்கிணற்றுள் வளர்ந்த
பசுந்தளிர் போல எங்கள்
வாழ்க்கையின் தேவை எங்கோ
மறைந்திருக் கின்ற தன்றோ?
வாழ்க்கையின் வெளியைக் கண்டோம்
மறைந்ததை நாம் கண்டோமா?

இயந்திர யுகத்தில் நாங்கள்
இருக்கிறோம் எமது வாழ்வை
இயந்திர உருளையோடும்
இணைத்துளோம் நானும் நீயும்
அயர்ந்திருக்கின்றோம் அந்த
அயர்ச்சியில் எமது வாழ்வின்
முயற்சியின் போக்கை வேறோர்
மூலையில் திருப்பிவிட்டோம்

அண்மையில் வருக பெண்ணே!
அதோ எங்கள் தேவைக்கான
எண்ணரும் சாதனங்கள்
இணக்கிவைத்துள்ளோம் இன்னும்
இன்னும் பல்லாயிரங்கள்
இணக்கிக்கொண்டுள்ளோம் ஆயின்
உண்மையில் எமது தேவை
ஒளிந்ததை மறந்துபோனோம்

சாதனம் நூறு நூறாய்ச்
சரிபண்ணிக் கொண்டிருக்கும்
போதினில் எமது வாழ்வின்
புறம் வேறோர் புறமாயிற்று
ஆதலால் எமது தேவை
அதிகரித்திற்று மேலும்
சாதனம் தேவைக்கான
சந்தர்ப்பம் உண்டாயிற்று

தேவைகள் பெருகும் போதில்
தேவையை நிறைவு செய்தோம்
தேவையை நிறைவுசெய்யத்
தேவைகள் பெருகக் கண்டோம்
தேவையின் தேவை என்ற

தெருவிலே இறங்கி எங்கள்
சீவியம் வேறோர் திக்கில்
செலக்கண்டு திகைத்துவிட்டோம்

வாழ்க்கையின் தேவைதேடி
வழிச் செல்லும் போதில் வேறு
வாழ்க்கையின் தேவைகள்
எம் வழியினை மறித்தல் கண்டோம்
வாழ்க்கையின் தேவை என்று அம்
மறிப்பையே பற்றி எங்கு
நோக்கினும் திருப்தியற்ற
நூதன வாழ்க்கை பெற்றோம்

திருப்தியை நல்க ஆற்றாத்
தேவை உன் தேவையாயின்
நெருப்பிலே குளிர்ச்சி காட்டும்
நின் இதழ் திறக்கும் முன்பே
திருப்திகள் நல்கா அந்தத்
தேவைகள் தீர்த்துவைப்பேன்
இருப்பினும் பின்னர் உன்றன்
ஏக்கத்தைப் பொறுக்கலாற்றேன்

ஆதலால் அன்பே எங்கள்
அலைச்சலைத் தவிர்த்துக்கொள்வோம்
காதலால் அன்பென்கின்ற
கடலிலே குளித்து மீழ்வோம்
ஈது நம் எல்லை என்றே
இன்புற்று வாழ்வோம் எங்கள்
காதலின் பிணைப்புக்குள்ளே
கட்டுண்டு மயங்கிப் போவோம்

முடியுமா பெண்ணே இந்த
மொழிகளை நிறைவு செய்ய?

தடதடத் தோடுகின்ற
இயந்திரச் சக்கரத்துள்
முடியாத எமதெண்ணங்கள்
மோதுண்டு சிதறக் கண்டோம்
விடியுமா எனப் பார்க்கின்றோம்
விடியாமை காணுகின்றோம்

எங்குசெல்கின்றோம் என்று
எண்ணினோம்; அறிந்தோமில்லை
தங்குதற்கோர் இடத்தைத்
தடவினோம்; கண்டோமில்லை
கங்குலில் இருந்தோர் ஆந்தை
கத்திய சத்தம் கேட்டோம்
மங்கை; நீ இரும்பைத் தீயில்
காட்டினால் பறந்துபோமா?

போகிறோம்... எமக்கு முன்பும்
பூமியில் நாகரீக
மேகங்கள் நூறு நூறாய்
மிதந்ததை அறிவோம் அந்த
மேகங்கள் எங்கோ சென்று
வீழ்ந்தன; அவற்றின் தூர்ந்த
தேகத்தின் எலும்பைத் தேடி
வரலாறு சேர்க்கின்றோம் நாம்

பூமியும் பிறவும் என்றும்
போலவே சுழலக் கண்டோம்
ஆம் அவை போனபாதை
அதிலேயே மீண்டும் மீண்டும்
சேமமாய் வழமைபோலச்
செல்வதைக் காணுகின்றோம்
நாமும் நம் தொடங்கிடத்தை
நாடுவோம் நாளையோர் நாள்

வாழ்க்கையின் தேவை மேலும்
வளர்வதும் வளரும் போதே
வாழ்க்கையில் பிரச்சினைகள்
மலிவதும் மலியும் போதில்
வாழ்க்கையின் நோக்கில் தோன்றும்
மாற்றமும் மாற்றத் தூடு
வாழ்க்கையில் போராட்டங்கள்
வளர்வதும் தவிர்க்கலாற்றோம்

இனிஎன்ன செய்வதென்ற
எண்ணத்தில் சிக்கியுள்ளோம்
தனித்தனியாக எங்கள்
தளைகளுள் தளைந்துபோனோம்
எனைமீட்க என்ன செய்வேன்
என்பதை அறியாப் போதில்
உனைமீட்க என்ன செய்வேன்
உள்ளத்தில் நிறைந்த பெண்ணே.

18. 10. 1966

பாம்பும் தவளையும்

பாம்பு தவளையைப் பற்றும் போது
நான் பார்த்திருந்தேன்
நடுங்கிய குரலில்
கத்திக் கத்திக் களைத்தது தவளை
கத்திய தவளையைக் காப்பாற்றாமல்
நெஞ்சு கலங்கி நின்றிருந்தேன்
ஓர் பாம்பே ஆயினும் பற்றிய இரையை
நான் விடுவித்தல் நன்மையாகுமா
இனையன நினைகையில் பாம்பு
அனுங்க அனுங்க அதை விழுங்கியதே

1966

குண்டூசி

சட்டையில் இருந்த பொத்தான்
அறுந்து விட்டதால்
என் மேனி தெரிந்தது
அலுவலகத்தின் அலுவலுக்கான
குண்டூசியினைக் குத்தினேன்
சண்டை பிடித்துத் தடுத்ததென் நெஞ்சே

1966

தாமரையும் தண்ணீரும்

தாமரை இலையில் தண்ணீர் போல
நாம் வாழ்வதுவே நன்றென மொழிந்து
ஆம், அதுபோலவே
அவர் வாழ்ந்தாராம்!
எப்படி என்றால் இப்படியாகும் –
செப்புவதெல்லாம் தாமரையாகவும்
செய்வினை எல்லாம் தண்ணீராகவும்
நெய்யும் நீரும் போல
மெய்யர் என்ற மேன்மை விளங்கவே

1966

உலகப் பரப்பின் ஒவ்வொரு கணமும்

குளத்தங் கரையில்
குந்தி இருக்கிறேன்
ஆழகழகாக அந்தி மாலையில்
குளத்து நீருள் கொட்டிய நிறமெலாம்
கரைந்து கரைந்து
கறுப்பாகின்றன.
விரைந்து செல்கின்றன பறவைக் கூட்டம்
எருமைகள் கூட எழுந்து செல்கின்றன
தவளை ஒன்றும் சப்திக் கின்றது

குளத்தங் கரையின் குளிர்ந்த புற்களைப்
பச்சைக் கம்பளப் படுக்கையாய் நினைத்துச்
சாய்ந்து கிடக்கிறேன்.
சரிவில் மாடுகள்
மேய்ந்து மேய்ந்து வீடு செல்கின்றன.

ஆயினும் நான் இங்கு அமைதியாக
ஓய்வு தேடி உட்கார்ந் திருக்கிறேன்.

எம். ஏ. நுஹ்மான்

யாரோ ஒருவன்
அமைதியாக
ஓய்வுதேடி உட்கார்ந்து இருக்கவா
புற்கள் இங்கு புதிதாய் முளைத்தன?

புற்களின் ஊடே புகுந்து திரியும்
சிற்றெறும் பிதனைச் சிந்தனை செய்யுமா
என்பதைப் பற்றி ஏதும் அறியேன்.

ஆயினும் நான் இங்கு அமர்ந்திருக்கின்றேன்.
மேய்ந்து மேய்ந்து வீடுசெல்கின்ற
மாடுகள் பற்றியும்
வயல் வரம்புகளிற்
குந்தி இருக்கும் கொக்குகள் பற்றியும்
சத்த மிட்ட தவளை பற்றியும்
புத்தி போன போக்கில்
எதையோ
நினைந்து நினைந்து
நெடுமூச் செறிகிறேன்.

இனையவை பற்றி நான் எண்ணுதல் போல
இந்த மனிதன் ஏன் இங்கிருக்கிறான்?
இந்த மனிதன் யார்? என இவைகள்
என்னைப் பற்றியும்
எண்ணுதல் கூடுமா?

என்னைப் பற்றி எண்ணா விடினும்
புதியதாய் வளர்ந்த புற்களில் அமர்ந்து
நான்
எதை எதைப் பற்றியோ எண்ணுதல் போல
எதை எதைப் பற்றியோ
இவைகளும் எண்ணிச்
செல்லுதல் கூடுமா?

திரும்பிப் பார்க்கிறேன்.

வீதியில் கார்கள் விரைந்து செல்கின்றன.
வீதியில் மனிதர்கள் மிகுந்து செல்கின்றனர்.
எங்கெங்கேயோ இவர் செல்கின்றனர் !

எங்கெங் கேயோ ஏகும் இவர்களுள்
துன்ப நினைவுத் தொல்லைகள் உடனும்
இன்ப நினைவின் இனிமைகள் உடனும்
செல்லுகின்றவர்கள் சிலர் இருப்பார்கள்
இல்லை என்று நான் எப்படிச் சொல்லுவேன் ?

அவசரமான ஆயிரம் வேலைகள்
இவர்களுக் கிருக்கலாம் !

ஆயினும் இங்குநான்
இவர்களைப் பற்றி எண்ணுதல் போல
இவர், எனைப் பற்றியும் எண்ணுதல் கூடுமா ?
என்பதைப் பற்றியும் ஏதும் அறியேன்.

இந்நேரத்தில் எதை எதைப் பற்றியோ
இங்கிருந்து நான் எண்ணுதல் போல
எங்கெங்கேயோ
எத்தனை பேரோ
எதை எதைப் பற்றியோ எண்ணுதல் கூடுமே !

இதோ, என் நாட்டின் இனிய சூரியன்
அஸ்தமிக்கின்றது.
ஆயின் இந்நேரம்
வேறொரு நாட்டில் விடிந்துகொண்டிருக்குமே!

இங்கே பறவைகள் இல்லம் செல்கின்றன
அங்கே பறவைகள் அணியணி யாக
இரைதேடற்காய் எழுந்து செல்லுமே !

இரவுணவுக்காய் இவர்கள் செல்கையில்
காலைப் பானம் கைகளில் ஏந்தி
அங்கே அவர்கள் அருந்தலாம் அன்றோ !

யாரோ ஒருவன் நீராடற்காய்
நீருட் துள்ளி நீந்தத் தொடங்கலாம்
யாரோ ஒருத்தி தன் மார்புக் கச்சையை
அணிந்து கொள்ள ஆரம்பிக்கலாம்

இந்நேரத்தில் எதை எதைப் பற்றியோ
இங்கிருந்து நான் எண்ணுதல் போல
எங்கெங்கேயோ
எத்தனை பேரோ
எதை எதைப் பற்றியோ எண்ணுதல் கூடுமே !

இதோ,
நான் கிழக்கில் என்முகம் திருப்பிக்
கிழக்கில் இருண்டு கிடப்பதைக் காண்கிறேன்.
கிழக்குத் திசையின் கிழக்கில் இந்நேரம்
நள்ளிரவாகி நாடுகள் உறங்குமே
வெள்ளிகள் வானில் மினுங்கிக் கிடக்குமே
சந்திரன் எழுந்து தண்ணொளி சிந்துமே.

சந்திரன் எழுந்து தண்ணொளி சிந்துமா ?
அன்றேல் மேகம் அணைத்துக் கிடக்குமா ?
என்பதைப பற்றியும் ஏதும் அறியேன்.

ஆயினும் வீதியில் ஆட்கள் செல்லலாம்.
எங்கோ ஒருவனின் இல்லத் திருந்து

குறட்டைச் சத்தமும் கொஞ்சம் கேட்கலாம்
எங்கோ ஒருவனின் இல்லத் திருந்து
குழந்தையின் அழுகுரல் கேட்கவும் கூடும்.

இனிய உணர்வுடன் எவனோ ஒருவன்
மனைவியை அணைத்து மகிழவும் கூடும்.
இன்னும் ஒருவன் தன் காதலியின்
கன்னம் வருடிக்
கதைக்கவும் கூடும்.

இரவு விடுதியில் எவளோ ஒருத்தி
ஆடை களைந்தே ஆடவும் கூடும்.
வேத நூலை விரித்து வைத்தே
ஓதி ஒருவன் உருகவும் கூடும்
குடியானவனின் குடிசையில் யாரும்
இருமிக் கொண்டும் இருக்கலாம் அன்றோ?

இந்நேரத்தில் எதை எதைப் பற்றியோ
இங்கிருந்து நான் எண்ணுதல் போல
எங்கெங் கேயோ
எத்தனை பேரோ
எதை எதைப் பற்றியோ எண்ணுதல் கூடுமே!

இதோ, இந்நேரம் எத்தனை பேரோ
மரணாவஸ்தையில் வருந்துதல் கூடும்
பிரசவ வேதனை கொண்ட பெண்கள்
எத்தனை யோரோ இரங்குதல் கூடும்.
எத்தனை எத்தனை இடத்தில் இந்நேரம்
மரண ஊர்வலங்கள் வருதல் கூடுமோ?
இந்நேரத்தில் இங்கிருந்து நான்
எதை எதை பற்றியோ எண்ணுதல் போல
எங்கெங்கேயோ
எத்தனை பேரோ

எதை எதைப் பற்றியோ
எண்ணுதல் கூடுமே
இந்த மாதிரி எண்ணிச் செல்கையில்
இந்த உலகுதான் எத்தனை பெரியது!

மேற்கை நோக்கி விரைந்து சென்றால்
மேற்கோ மேற்கிலே விரைந்து செல்கின்றது.
வடக்கை நோக்கி வடக்கே சென்றால்
வடக்கு வடக்கிலே வழிச்செல் கின்றது.
கிழக்கை நோக்கி கிழக்கே சென்றால்
கிழக்கு கிழக்கெனக் கிழக்கே போகிறேன்
தெற்கை நோக்கித் தெற்கே சென்றால்
தெற்கு தெற்கிலே செல்லக் காண்கிறேன்.

இப்படி யாக
என்னைச் சுற்றிய
இந்த உலகுதான் எத்தனை பெரியது!
என்னைச் சுற்றிய இப்பெரும் உலகைச்
சின்னஞ் சிறியதாய்ச் சிருஷ்டித்திருந்தேன்.

இதோ என் கிழக்கென
எட்டிப் பிடித்தேன்.
இதோ என் மேற்கென
எண்ணிக் கொண்டேன்.

இந்த மாதிரி
எண்ணும் போதில்
இந்த உலகுதான் எத்தனை சிறியது!

மற்றவைகளை மறந்துவிட்டு
என்னைப் பற்றியே எண்ணும் போதில்
இந்த உலகுதான்
எத்தனை சிறியது!

குளத்தங் கரையின் குளிர்ந்த புற்களைப்
பச்சைக் கம்பளப் படுக்கையாய் நினைத்து
ஓய்வுக்காகச் சாய்ந்திருக்கின்ற
இந்நேரத்தில்
இந்நேரத்தில்
இந்த உலகின் சந்தையில் நிகழும்
நிகழ்ச்சிகள் பற்றி நினைத்துப் பார்க்கையில்
அக உலகத்தின் ஆழத்தே, நான்
எதை உணர்கின்றேன் என்பதைத்
தெளிவாய்
எடுத்துச் சொல்ல இயல வில்லையே!

எறும்பொன்று எனது எழுதும் தாளில்
உலாவி உலாவி
ஊர்ந்து திரிந்தது.
ஏன் அவ் எறும்பு என் எழுதும் தாளில்
ஊர்ந்து திரிந்ததோ?

ஒவ்வொன்றாக
என்ன எழுதினேன்
என்பதை அறியவா..........?

சின்ன எறும்பு செல்லும் வழியிலே
எனது தாளும் எதிர்ப்பட்டதனால்
தனது கால்களால் தாண்டித் தாண்டிச்
செல்லற் காகவே திரிகிற தன்றோ?
இல்லை என்று நான்
எப்படிச் சொல்லுவேன்!

ஒவ்வோர் உயிரும்
ஒவ்வோர் உலகாய்ச்
சுற்றிச் சுற்றிச் சுழல்கிற வழியில்
மற்றவற்றையும் வந்து காண்கின்றன.

தனியே செல்லும் தங்கள் பாதையில்
துணைநிற்பவற்றுடன் துணையாய் நின்றும்
எதிர்த்து நிற்பதை எதிர்த்து நின்றும்
சுற்றிச் சுற்றிச் சுழன்று செல்கின்றன.

சுற்றிச் சுற்றிச் சுழலும் உயிர்களின்
வழியிலே நானும் வந்து நிற்கிறேன்.
இதனை விட்டு நான் எங்குதான் செல்வேன்
பாழ் வெளிக் கப்பால்
தனித்த பாதையில்
சுற்றிச் சுற்றி நான் சுழலவும் கூடுமா?

யார் என் நண்பர்?
யார் என் பகைவர்?
எனது சுழற்சியில் இவர்களைக் காண்பேன்

மற்றவை எனது
வழியிலே வருக!
மற்றவை எனது வழியிலே வருங்கால்
சுற்றலின் முடிவு
சோபனமாகுக!

இருட்டு வந்தெனை எழுப்பி விட்டது.
மரங்கள் அசைந்து மகிழும் படியாய்க்
காற்று வீசிக் கடந்து சென்றது.
மேற்கில் இருந்தோர் வெள்ளி வீழ்ந்தது.
குவளை பூத்த குளத்தில் இருந்து
தவளை ஒன்றும் சத்தம் இட்டது.

ஆட்கள் யாரோ
யாரையோ நோக்கிக்
கூக்குரல் இட்டுக் கூப்பிடு கின்றார்.

ஆலையின் இலைகளில்
அணைந்தும் ஒளிர்ந்தும்
மின்மினிப் பூச்சிகள் மினுங்கு கின்றன.

இன்னும் இன்னும்
இப்படி இப்படி
எல்லா உயிர்களும் இயங்கு கின்றன.

போய்க் கொண்டிருக்கும் போதில்
சேய்மை அண்மையில்
செல்வதைக் கண்டேன்.

19.11.1966

அன்பின் அழைப்பு

ஐந்து நாள் வாழ்வென் றாலும்
அகத்திலே அன்பு வேண்டும்
தொய்ந்துள வாழ்வுப் பையின்
சுருக்கங்கள் அன்பின் ஊற்றில்
பந்துபோல் திரண்டு காற்றில்
பறந்து மேல் செல்லல் வேண்டும்
சந்திரன் போல் என் நெஞ்சும்
தண்ணொளி சிந்தல் வேண்டும்

ஆண்டவன் சிருஷ்டித் தென்னை
அனுப்பினான், அன்பு செய்தால்
மீண்டும் அச் சந்நிதான
மேன்மையைக் காணல் கூடும்
வேண்டிய மட்டும் அன்பை
வேண்டுவேன், அன்பே உன்றன்
பாண்டத்தைத் தருக, அன்பைப்
பரிமாற்றம் செய்து கொள்வோம்

வருக என் தோழி என்றன்
வாழ்க்கையில் பங்குகொள்க
வருக என் தோழி என்றன்
வாழ்க்கையில் வனப்பைச் சேர்க்க
தருகிறேன் எனது நெஞ்சின்
தளிர்களைக் கொய்து கொய்து
பெருகிய அன்பில் நாங்கள்
பேசாது மௌனி யாவோம்

13. 12. 1966

இறப்பில்லா இறந்த காலம்

வீதியில் போகும்போது உன்
விழிகளைப் பார்த்தேன்,
என்றன் காதலி,
நீயோ என்னைக்
காணாது போல் செல்கின்றாய்,
மாதங்கள் சிலமுன், அன்பால்
மகிழ்ந்து நாம் கலந்திருந்தோம்
பேதங்கள் அற்றோம் என்று
பேசினோம்; பிணைந்து நின்றோம்

புன்னகை ஒன்று செய்தேன்
பூவை நீ வருதல் கண்டு
என்னகை மலரைக் கண்டாய்
எனினும் நீ திரும்பிச் சென்றாய்
முன்னெலாம் அன்பில் நாங்கள்
முழுகினோம்; நினைக்கும் போதே
இன்புற்றோம், முறுவல் பூத்தோம்
இதயத்தில் மலர்ச்சி கொண்டோம்

இன்று நீ அவற்றையெல்லாம்
ஏன் அழிக்கின்றாய்?
நாங்கள்
சென்றநாள் வாழ்ந்ததெல்லாம்
செயற்கையா?
பொய்யா? என்றே
இன்று எனது இதயத்துள்ளே
எழுந்தன வினாக்கள்;
உண்மை ஒன்று
பின் பொய்யாய் மாறில்
ஓ, அது பெரிய துன்பம்!

எம். ஏ. நுஃமான்

வெறுப்புற்று வாழ்தல்
அன்பே
இயற்கைக்கு விரோதமாகும்.
வெறுப்புறும் போதே நாங்கள்
துன்பத்தில் வீழுகின்றோம்.
விருப்புறல், அன்பு செய்தல்
இயல்பான வேட்கையாகும்
விருப்பினை, அன்பைக் கொன்றால்
துன்பமே மிகுந்துபோகும்.

என் விழிகளினைக் காண
இயலாது திரும்புமாறும்
என் முறுவலினை ஏந்த
இயலாது குனியுமாறும்
உன் உளம் பலம் குன்றிற்றா?
உண்மையில் அன்பு செய்த
முன்னைய நிலையை மூட
முனைந்தனையா இப்போது?

இறப்புற்ற கணங்களெல்லாம்
உண்மையில் இறப்பதில்லை
பிறப்புற்று எம் வாழ்க்கை ஏட்டின்
பின்புறம் தொடர்ந்து நிற்கும்
மறப்புற்று வாழ்தல் பொய்
அம் மணித் துகள்களினை.
நாங்கள்
இறப்புற்ற போதும்
அந்தக் கணங்களோ
இறப்பதில்லை.

09.03.1967

மழை நாட்கள் வரும்

அது ஒரு கொடு வெயில் நாள்
ஆறுகள் வற்றினவே!
கொதிதணல் எனும் வெயிலின்
கொடுமைகள் முற்றினவே!
விதி இது என் அவர்கள்
வீழ்ந்து கிடந்திலரே!
எதுவரை என்னும் அவர்
எழுந்து நடந்தனரே.

சென்று சென்றொரு செம்புலம் எய்தினார்
ஒன்றி ஒன்றி உயிர், உடல் ஊக்கினார்
வென்றி வென்றி, என அவர் வேண்டினார்
நின்று வேலை நிகழ்த்தத் தொடங்கினார்.

வெயில் எரித்துப் பொசுக்கிய போதிலும்
வீழ்ந்து சோம்பிக் கிடத்தல் தவிர்த்தவர்
பயிர் விளைத்துப் படைத்தல் தொடங்கினார்
பாரிலே புது மேன்மை இயற்றினார்.

வெயிலின் வெய்ய கதிர்களினால்
வெப்பமான பூமியிலே
அயர்வை நீக்கி உழைத்தார்கள்
அல்லும் பகலும் உழைத்தார்கள்
வியர்வை நீரை அப்பயிரின்
வேரின் மீது பெய்தார்கள்
அயர்வை நீக்கி உழைத்தார்கள்
அல்லும் பகலும் உழைத்தார்கள்.

உப்பு நீரே ஆனாலும்
உழைப்பு நீரே ஆகையினால்

வெப்பமான பூமியிலே
மெல்லப் பயிர்கள் தோன்றினவே.

தோற்றிய பயிர்களுக்கும்
துன்பத்தைச் செய்தான் வெய்யோன்
காற்றிலும் அனலைச் சேர்த்துக்
கருக்கினான்; கடவுள் மீது
போற்றுதல் பாடினார்கள்
புதுப் பயிர் செய்தார்; நல்ல
மாற்றத்தை வேண்டி அன்னார்
மறுதரம் உழைக்க லானார்.

வேரின் மீது மென்மேலும்
வியர்வை நீரைப் பெய்தார்கள்
சோர்தல் இன்றி அன்னோர்கள்
தொடர்ந்து பாடு பட்டார்கள்
காரின் வருகை எதிர் நோக்கிக்
கடினமாக உழைத்தார்கள்
வேரின் மீது மென்மேலும்
வியர்வை நீரைப் பெய்தார்கள்.

இன்றும் இனியும் எப்போதும்
எரிக்கும் வெயிலே எறித்தாலும்
என்றோ ஒருநாள் மழை பெய்யும்
என்றே அவர்கள் உழைத்தார்கள்

வாழ்க்கை வற்றிப் போம் வரையும்
வழியில் நாங்கள் செல்வோமே
வீழ்ந்து போகும் முன், ஓர்நாள்
விடியும் என்றே உழைத்தார்கள்.

விடிவை நோக்கி உழைப்போரின்
வியர்வை பட்டு மண் கசிந்து

மடியும் வரையும் பாடுபடும்
மனிதர் உழைப்பை வாழ்த்தியது.

வாழ்த்திய வாழ்த்தில் வானம் கனிந்தது
வண்மை யான உழைப்பிற் சிலிர்த்தது
வீழ்த்தி வெப்பம் பொசுக்கிய அவ்வெயில்
வெட்கி வானத்தின் உட்புறம் சென்றது.

வியர்வை பெய்து பயிர்விளை விக்கும் அவ்
வெற்றியாளரின் மேனியைப் போலவே
உயரமாக மிதந்த அம் மேகங்கள்
ஒவ்வொன்றாகக் கனிந்து கறுத்தன.

இது ஒரு புது மழைநாள்
இருள்கிறதே பெருவான் !
அதோ ஒரு பெரும் இடியும்
அதிர்கிறதே, பலநாள்
கொதி தணல் எனும் வெயிலின்
கொடுமையின் நலி வகல
இது ஒரு புது மழை நாள்
இருள்கிறதே பெருவான்.

காற்றுப் பெரிதாய் அசைகிறது
கறுத்த முகிலோ கவிகிறது

நேற்றும் முன்பும் அதன் முன்பும்
நீண்ட நாட்களாய், வெய்யில்
சீற்றத் தோடே எரித்துவே
தீய்த்துத் தீய்த்துக் கருக்கியதே
ஆற்றுவோம் நாம் நும் துயரை
ஆற்றுவோம் நாம் என்பது போல்
காற்றுப் பெரிதாய் அசைகிறதே
கறுத்த முகிலோ கவிகிறதே.

மின்னல் ஒன்று மின்னி மறைந்தது
வினாடியின் அரைவாசியுள்; நம்பிக்கைச்
சின்னம் ஒன்று தெரிந்து மகிழ்ச்சியைச்
செய்தல்போல் அதன் தேசு பொலிந்தது
இன்னும் இன்னும் இருள் கவிகின்றதே
இறுக்கமாக முகில் கவிகின்றதே
மின்னல் ஒன்று மிளிர்ந்து மறைந்தது
மீண்டும்; மீண்டும் ஓர் மின்னல் ஒளிர்ந்தது.

கறுத்த மேகம் கருக்கொண்ட
கனத்த முத்துத் துளியெல்லாம்
இறுக்க முற்றுக் கிடக்கின்ற
இந்த மண்ணில் வீழ்கிறது.

முறுகிக் காற்றுச் சுழல்கிறது
மூசி மூசிச் சுழல்கிறது
இறுகிப் போன தரை மீது
நீரை அள்ளி இறைக்கிறது.

சடசட என மழை பொழிகிறது
தரையின் மேனி நனைகிறது
சடசட என மழை பொழிகிறது
தரையின் மேனி குளிர்கிறது
திடுதிடு எனும் இடி ஒலியுடனே
சில் எனும் கூதற் சுவையுடனே
சடசட என மழை பொழிகிறது
தரையின் நெஞ்சம் குளிர்கிறது.

புழுதி மூடிக் கிடந்த அவ் வானமும்
புழுதி மூடிக் கிடந்த இப் பூமியும்
புழுதி மூடிக் கிடந்த மரஞ்செடி
புழுதி மூடிக்கிடந்த புற்பூண்டுகள்

கழுவிக் கொண்டு பெருமழை பெய்தது
காற்றி னூடு கலந்திரை கின்றது
புழுதி மூடிக் கிடந்த மனங்களைப்
புதுக்கல் போல மழை பொழிகின்றது.

நேற்றும் முன்பும் அதன் முன்பும்
நீண்ட நாட்களாய், வெய்யில்
சீற்றத் தோடே எரிக்கையிலே
தீய்ந்து போன வயலெங்கும்
ஊற்றிக் கொண்டு செல்கிறது.
ஓயலின்றிப் பெய்கிறது.
நேற்றும் முன்பும் அதன் முன்பும்
நிகழ்ந்த துன்பம் அகல்கிறது.

நாளை மீண்டும் வெயில் வீழும்
நனைந்த பூமி தழலாகும்
வாழ்க்கை வற்றிப் போம் வரையும்
வழியில் அன்னோர் செல்வார்கள்
வீழ்ந்து போகும் முன் ஓர்நாள்
விடியும் என்றே செல்வார்கள்
நாளை மறுநாள் மழை பெய்யும்
நாளுக்காக உழைப்பார்கள்.

18.08.1967

எங்கள் இலங்கை

எங்கள் இலங்கை எங்கள் இலங்கை
ஈது புகழ்பெறு நாடு -இதன்
தீதை அகற்றிட நாடு

எங்களின் தாய் இந்த நாடு
இங்கிவள் கொங்கை மலைகளை மூடித்
தங்கிப் புரள்கிற மேகம்
தான் அவள் நீண்ட கருங்குழலாகும்
எங்கள் இலங்கை

எங்களின் மீதவள் நேசம்
எல்லையிலாது விரிந்தது பேசும்
சங்கீத மெல்லொலி போல
தாய்முலை பொங்கிச் சுரப்பதனாலே
கங்கைகள் பாய்வது கண்டோம்
காடுகள் ஓங்கி வளர்வது கண்டோம்
எங்கள் இலங்கை

வண்ணக் குருவிகள் பாடும்
வாழ்த்தியவாறே அவைபறந் தோடும்
தண்ணென்ற தென்றலும் வீசும்
தா மணம் என்றே மலருடன் பேசும்
விண்ணிற் பலமுகில் சூழும்
மெள்ளக் கனிந்து மழையென வீழும்
மண்ணிற் பசுமையே கண்டோம்
மாதம் முழுதும் மகிழ்ச்சியே கொண்டோம்
எங்கள் இலங்கை

சுற்றிக் கடல்அலை வீசும்
சோபனம் கூறியே வாழ்திசை பேசும்

சற்றுட் புறத்திலே சென்றால்
தென்றலில் நெற்பயிர் சாய்ந்தலை வீசும்
எத்திக்கு மக்களும் போற்றும்
எங்கள்தே யிலையினைக் கொஞ்சுது காற்றும்
முற்றாத் தளிர்களில் குந்தும்
முத்துப் பனித்துளி பூமியிற் சிந்தும்
எங்கள் இலங்கை

நான்குபெரும் மதங்களிங்கே உண்டு
நல்லவற்றை நம் நெஞ்சுட் கொண்டு
ஓங்குக நம் வாழ்முறைகள்
ஒளிருக நம் நாட்டு நெறி
தீங்குகளை நன்நெறிகள் கொண்டு
செத்துவிடச் செய்வதுவே தொண்டு
எங்கள் இலங்கை

சிங்களமும் எங்கள் மொழியாகும்
செந்தமிழும் எங்கள் மொழியாகும்
இங்கிலிசும் எங்கள் மொழியாகும்
எம்மொழியும் நம்மொழியே யாகும்
இங்கிவற்றை நாம்படித்த லாகும்
எம் அறிவை நாம் வளர்க்க லாகும்

எங்கள் இலங்கை எங்கள் இலங்கை
ஈது புகழ்பெறு நாடு –இதன்
தீதை அகற்றிட நாடு

1967

வைகறை நிலவு

வைகறை நிலவு வாசலில் விழுந்தது,
நெய் உறைந்தது போல்;
நீண்ட வானில்
மேற்கே கவிழ்ந்து விழப்பார்க்கிறது.

மேகக் கூட்டம் மிதந்து சென்றது
போகப் போகப்
புதைந்து புதைந்து
வெள்ளிப் பூக்கள் மிளிர்ந்தன மங்கி

வெள்ளிப் பூக்கள்
மேகக் கூட்டம்
தள்ளித் தெரியும்
தனித்தனி மரங்கள்
வைகறை நிலவு வரைந்த நிழல்கள் ....

வைகறை நிலவு வாசலில் விழுந்து
இலைகளுக் கூடே நிலவு வழிந்தது
நிலவுத் துளிகள் நெளிந்தன மண்ணில்

வைகறை நிலவு....
மணக்கும் பூக்கள்.....
பனிக்குளிர் சுமந்து
பரவும் காற்று......
அமைதி அழகை
அணைத்துப் புணர்ந்தது.

அடுத்த அறையில்
குறட்டைச் சத்தம்
இடைக்கிடை கேட்கும்,
எனினும்
வைகறை நிலவு வாசலில் விழுமே!

07.01.1968

இரவுக்கு வாழ்த்து

இரவே, நீ வாழி!
இளமைக் கனவு
தரவந்து நிற்கின்றாய்
தழுவும் கரும் போர்வை
போர்த்துவந் துள்ளாய்
பொழுது புலர்வதன்முன்
சேர்ந்து முயங்கச்
சிறிதே துகில் களைந்தோம்

எங்கள் துயரை எரித்துப் பொசுக்க
இதோ, கங்குற் பொழுதே, நீ
காதல் நெருப்பேற்றி
இங்கு வந்துள்ளாய்

இளமை கனிகையில், நாம்
மூச்சோடு மூச்சை உரசி
முயங்குகிறோம்
ஆழ்ந்த இரவின் அமைதி
இளம் கனவைச்
சூழ்ந்து கிடக்கும் சுகம் பெரிது
நீ வாழி.

இரவே நீ வாழி!
இனிய உறக்கம்
தரவந்து நிற்கின்றாய்
தழுவும் கரும்போர்வை
போர்த்துவந் துள்ளாய்
பொழுது புலர்வதன் முன்
நூர்ந்த அடுப்பை எரிக்க
இனி மீண்டும்

வேர்த்துக் களைத்து
வெறி கொண்டு போராடிச்
சேர்த்து வருதற்காய்
சிறிது களைப்பாற
நீ வந்து நிற்கின்றாய்
நீண்ட பகற் பொழுது
காய்ச்சி எடுத்த
கனலைத் தணிக்கின்றாய்.

இரவே நீ வாழி!
இனிய அமைதி பரவ வருகின்றாய்.
அமைதி பரவுகையில்....
பல்லி ஒலி செய்யும்
'பக்கிள்' ஒன்று ஓர் மரத்தில்
குந்தி இருந்து குரல் கொடுக்கும்
அவ்வோசை
விட்டு விட்டுக் கேட்கிறது.

வீதிகளில் நீள்வெறுமை
ஒட்டித் துயில்கிறது.
எங்கோ ஒரு நாயின்
சத்தம் எழவும்,
தொடர்ந்து சிலசத்தம்
கேட்டு மறைகிறது

நெஞ்சில் கிளர்ந்துவரும்
பாட்டை மெதுவாய்ப் படிக்கும்
இனந்தெரியாச்
சிற்றுயிர்கள் செய்யும்
சிறுசத்தம் கேட்கிறது.

உற்றுணர்ந்தால்
நெஞ்சம் உவக்கும் இவைதவிர

பற்றி எரியும் பகற் பொழுதின்
அல்லோலம்
சற்றேனும் அற்ற இரவு
தரும் கரிய
போர்வைக்குள் நாங்கள் புகந்து
எம் துயர் மறப்போம்
வேர்வை தணிய
விழிமூடி நாம் துயில்வோம்.

பூக்கள் துயிலும்
புழுதி மணலோடு
தூக்கத்தில் ஆழ்ந்து கிடக்கும்
பனிக்கசிவில்
சில்லிட்டுப் போன சிறுபுல் நுனிமீதும்
காற்றுத் துயில் செய்யும்
நாங்கள் கனவுகளை ஏற்றுத் துயில்வோம்
இரவும் துயில் செய்யும்......

இரவே நீ வாழி
இனிய உறக்கம்
தரவந்து நிற்கின்றாய்
தழுவும் கரும்போர்வை
போர்த்துவந்துள்ளாய்

பொழுது புலர்வதன்முன்
இற்றைப் பகலில் இழந்தவற்றை
நாம் மீட்கும்
வெற்றிப் பொழுதாய் விடிய
உனது கரும்
போர்வைக்குள் நாங்கள் புகுந்து
பலம் பெறுவோம்

எங்கள் துயரங்கள்
எங்கள் உளக்குமுறல்
எங்கள் பொறாமை
எங்கள் குரோதங்கள்

எங்கள் சபலங்கள்
எங்கள் உணர்ச்சிவெறி
இத்தனையும் சற்றே இழந்து
நாம்
உன்வரவால்
புத்தம் புது உலகுள் போய் புகுந்து
காலைவரை
எம்மை மறந்து கிடப்போம்
அதனால்...... ஆ!
இரவே நீ வாழி இனிது.

25.03.1968

சுவர்க்கமும் நரகமும்

பள்ளிவாயிலின் உள்ளறை எங்கும்
விரித்த பாய்களின் மீதெல்லாம்
நெற்றி
உராய்ந்த தழும்புகள்
நிறைந்திருக்கின்றன

ஆயினும் இறைவா,
அவர்களுக் கெல்லாம்
உனது சுவர்க்கக் கதவுகள் திறந்து
தூய வாழ்த்துச் சோபனம் கூறக்
காத்திருப்பாய் எனக்
கனவிலும் நம்பேன்.

உனது சொர்க்கத் தருக்களின் நிழலில்
சாய்ந்த வாறு சயனித்தற்கும்
உனது சொர்க்க நிலவொளி சுமந்து
நுழையும் தென்றலை நுகர்தற் காகவும்
உனது சொர்க்கக் கன்னியர் நெஞ்சில்
துயிலும் இன்பம் துய்ப்பதற்காகவும்
இந்த மனிதர் ஏங்காவிடினும்

பயம்தரும் உனது நரகப் படுக்கையின்
நெருப்பு மெத்தையை நினைத்தற் கஞ்சியே
உனது பள்ளியின் உள்ளே வந்தனர்.
மக்களுட் புனித மனிதர் தாம் எனச்
செப்புதற் காகவே தினமும் வந்தனர்.
அதிகாரத்தைத் தங்கள் கைகளில்
ஆட்சிப் படுத்தவும் அவர்கள் வந்தனர்.

உதயப் பொழுதும் அந்தி மாலையும்

ஓ, என திறைவா,
உனது பள்ளியின் பாய்கள்,
இவர்கள் பாதம் பட்டுத்
தேய்ந்து போயின.

தினமும் இவர்கள்
உன் அடியார் என உறுதிப் படுத்த
மொழி புரியாது முணுமுணுக்கின்றார்
வாழ்க்கையை விட்டும்
நின் மார்க்கத்தைப்
பள்ளி வாயிலின்
உள்ளடைத்துள்ளார்.

பாறையை நீருட்
பதித்தெடுத் தாலும்
உட்புறம் ஈரம்
ஊறுவதில்லை.

ஆயினும் இறைவா,
அவர்களே உனது
அடியார் என்பதாய் அறிவித்தார்கள்.

எனினும், அவர்கள் இதயமோ,
நீண்ட
பாலைவனம்போல்
காய்ந்திருக்கின்றது.

அவர்கள் மூச்சுப் பட்டதும்
அன்றே
மலர்ந்த பூக்களும் வாடி விட்டன.
அவர்கள் பாதம் அண்மியவுடனே
பசும்புல் நுனியும் பொசுங்கி விட்டது.
அவர்கள் கரங்கள் அணைத்த போதில்
ஏழையின் தேகம் எரிந்து விட்டது.

ஆயினும் இறைவா
அவர்களே உனது
அடியார் என்பதாய் அறிவித்தார்கள்.

ஒவ்வோர் அணுவின்
உயிர் மூச்சினையும்
அறிந்து கொண்டிருக்கும் ஆண்டவா!
அங்கே,
உனது சொர்க்கக் கதவுகள் ஊடே
இவர் நுழைவுற்றால்...
ஈரமுள்ளோர்க்காய்
இணக்கிய எனது
சுவர்க்க எழிலே
அழிவுறும் என்பதை
நீ அறியாயா?

என் இதயத்தின்
ஈரக்கசிவை
என்றும் போல இன்றும் நீ அறிவாய்!
இதய ஈரம் இரத்தத் தோடு
ஒவ்வோர் அணுவிலும் ஓடிக் கலந்தது.

ஆகையால்
எனது அங்கம் தோறும்
ஈரம் உள்ளதை
இறைவா நீ அறிவாய்.

எனது பார்வையில் ஈரம் உள்ளதால்
பார்த்த பொருளெலாம் ஈரம் படிந்தது.

எனது விரல்களில் ஈரம் உள்ளதால்
தொட்ட பொருளெலாம்

துளிர்த்து விட்டன.
எனது பாதத்தில் ஈரம் உள்ளதால்
நசுங்கிய புற்களும் நன்கு தளிர்த்தன.
எனது சுவாசம் தடவிய போதில்
அரும்புகள் எல்லாம்
அலர்ந்து விட்டன.

ஆயினும் இறைவா,
நீ எனக்காகச்
சொந்தமாக எந்தக் கதவைத்
திறந்துவைத்துளாய் எனச்
சிறிதும் அறியேன்.
உனது சொர்க்கம் ஆயினும் ஒன்றே
உனது நரகம் ஆயினும் ஒன்றே

எந்தக் கதவைச் சொந்த மாக்கினும்
நான் அதன் உள்ளே
போய் நுழைதற்குச்
சித்தமாய் உள்ளேன்.

ஏனெனில் இறைவா,
நித்தமும் மனித நேய உணர்வினால்
என்னுள் ஈரம் கசிகையில்
அந்த ஈரம்;
எங்கு படிந்ததோ
அங்கங்கெல்லாம்
எனது சுவர்க்கம் மலர்ந்ததைக் கண்டேன்
நான் அதன் உள்ளே போய் மகிழ்வுற்றேன்.
வாழ்க்கையைச் சுவர்க்க மாளிகை ஆக்கினேன்;

ஆகையால்
இந்த உலகுக் கப்பால்
நீ அமைத்துள்ள

சுவர்க்கக் கதவுகள்
நான் நுழையாது மூடிக் கொள்ளினும்
இறைவா,
அதற்காய்க் குறைபட மாட்டேன்.

ஈரமில்லாமல் இரவும் பகலும்
உனது பள்ளியின் உள்ளே வந்து
பாய்களில் நெற்றியைத் தேய்த்துச் செல்லும்
இவர்களுக் காகவே சுவர்க்கம் என்றால்
ஆண்டவா
அதை நான் வேண்டுதல் செய்யேன்.

அவர்கள் புகுந்த சுவர்க்கம் விடவும்
நரகே எனக்கு
நன்றெனக் கொள்வேன்.

01.04.1968

நாங்கள் கோபமுற்று எழும்போது...

எங்கள் அடுப்பில் எரியா நெருப்பு
எங்கள் வயிற்றில் எரிந்துகொண்டுள்ளதை
நீ அறியாயா?

நிதமும் நிதமும்
எங்கள் வயிற்றில் எரியும் நெருப்புத்
தணலில் நாங்கள் சாம்பராவதை
நீ அறியாயா?

நீர்ப்பாத்திரத்தை ஏந்திய இவர்கள்,
எம்மைக் கடந்து
பாராததுபோல் தூரச் செல்வதை
நீ காண்கிலையா?

நிதமும்
அவர்கள் நீர்ப்பாத்திரத்துள் நீர் நிறைவதையும்
எங்கள் வயிற்றில் எரியும் நெருப்போ
கொழுந்துவிட்டெரிந்து கொண்டிருப்பதையும்
அழும்போ தெமது கண்ணீர்த் துளிகள்
பழுக்கக் காய்ச்சிய
விழிகளில் இருந்து
வெந்நீர்த் துளிகளாய்
வீழுகின்றதையும்
நிதமும் நிதமும் நீ அறியாயா?

ஆயினும் ஏன் நீ
அமைதியோடுள்ளாய்?

வசந்தகாலப் பசும் நினைவுகளை
வைகறைப் பொழுதில் மலரும் உணர்வினை
மாலைப் பொழுதின் கோலச் செறிவை
மெல்லிராப் போதின் வேட்கையை எல்லாம்
ஏந்திவரும் உன் இன்னறும் தென்றல்
எங்கள் நெருப்பை
அணைப்பதே இல்லை!
வானில் பூத்த மீன்மலர் தானும்
தண்ணொளி தெளிக்கும் வெண்ணிலா தானும்
மிதந்து செல்லும் வெண்முகில் தானும்
எங்கள் நெருப்பை
அணைப்பதே இல்லை!

எரியும் நெருப்புள்
இருந்து கொண்டே
இசைக்காய்த் தலையை
அசைத்தல் கூடுமா....?

எங்கள் சொந்தம் இல்லாப் பூமியில்
எங்கள் சொந்தம் இல்லா ஆலையில்
எங்கள் வேர்வை பொங்கி வழிகையில்
பொங்கிய எங்கள் வேர்வை நீரும்
எங்கள் நெருப்பை
அணைப்பதே இல்லை!

எங்கள் வயிற்றில் எரியும் நெருப்போ
நெய்யுண்டது போல் நீண்டெரி கின்றது
ஆயினும்
ஏன் நீ
அமைதியோடுள்ளாய்?

நெருப்பை அணைக்கும் நீர்ப் பாத்திரத்தை
ஏந்திய இவர்கள்
எம்மைக் கடந்து
பாராததுபோல் தூரச் செல்கையில்
நாய்கள் போல நாக்குத் தொங்க
நாம் அவர் பின்னால்
நடந்து செல்வதா?

எங்கள் வயிற்றில் நெருப்பே எரிகையில்
அங்கே அவர்கள் அமைதியாகக்
காலைப் பானம் பருகிக் களிப்பதா?

இந்த உலகின் இந்த வளங்களைச்
சந்தோஷிக்கும் சொந்தக் காரர்
அவர்கள் மட்டுமா?

'ஆம்' எனில், நாங்கள்
திருப்தி கொள்ளோம்.
தீயின் நாக்குகள்
எரிக்கும் வரை நாம்
திருப்தியே கொள்ளோம்!

எங்கள் நீசச் செயல்களுக் கெல்லாம்
எங்கள் வாழ்க்கைக் குறைகளுக் கெல்லாம்
எங்கள் வயிற்றில் எரியும் நெருப்புத்
தணியும் போதுதான் விடிவுண்டாகும்!

ஆகையால்
நாங்கள் அமைதி கொள்ளோம்
எங்கள் வயிற்றில் எரியும் நெருப்பில்
எங்கள் பொறுமை
எரிந்துபோய் விட்டது!

நெருப்பை அணைக்கும்
நீர்ப்பாத்திரத்தை
ஏந்திய இவர்கள், எம்மைக் கடந்து
பாராததுபோல் தூரச் செல்கையில்
எங்கள் பொறுமை
எரிந்தே விட்டது!

ஆகையால்
எங்கள் கோபப் பார்வையால்
உன் வதனத்தில்
புன்னகை மலர்க!

எங்கள் வயிற்றில் எரியும் நெருப்பு
கண்களின் ஊடே கனன்று வருக!
எங்கள் பார்வையில் எதிர்ப்படும் போதில்
அவர்கள் பொசுங்கி அழிந்தே விடுக!

நெருப்பை அணைக்கும்
நீர்ப்பாத் திரங்கள்
எங்கள் வயிற்றில் பொங்கும் தீயை
அணைத்தே விடுக!

அந்த நாளில்
'கலகக்காரர் யாம்'
எனும் கடிய
குற்றச் சாட்டைக் கூறவே மாட்டாய்

மற்றுயிர் எல்லாம் மலர்வதற்காக
இரத்தப் பசளையே
இட நேரிடின்
நீ
கூடா தென்றதைக் கூறவே மாட்டாய்!

உன் வதனத்தில்
புன்னகை மலரும்
நாளும் அந்த
நாளே யாகும்!

05.04.1968

இன்ப நாட்கள் தொலைவிலா உள்ளன

இறந்த காலக் கசந்த நிகழ்வுகள்
நிகழ்காலத்தும் நிகழும் போதில்
ஆ! அதன் சோகம் ஆற்றொண்ணாதே!

கண்ணுக்கெட்டாக் கன தொலைவுகளில்
பூத்த ரோசாப் புதுமலர் எல்லாம்
கால்களின் கீழே கசக்கப் படுகையில்
ஆ! அதன் சோகம் ஆற்றொண்ணாதே!

சிலுவையில் ஏறிக் குருதி சிந்திய,
கொட்டகைக் குள்ளே சுட்டு வீழ்த்திய,
ஊர்வலம் வருகையில் உயிரிழப்புற்ற,
தொழுதுகொண்டிருக்கையில் சுடப்பட்டிறந்த
இறந்த காலக் கசந்த நிகழ்வுகள்
நிகழ்காலத்தும் நிகழும் போதில்
ஆ! அதன் சோகம் ஆற்றொண்ணாதே!

எங்கள் பார்வை எட்டாத் தொலைவில்
எங்கள் நுகர்வுக்கெட்டாத் தொலைவில்
பூத்த பூக்களின் நறுமணம் தென்றல்
காற்றில் இங்கு கலந்து வந்தது
நாம் அதன் புதிய நறுமணம் நுகர்ந்து
இங்கு சற்றே இன்புறும் போதில்
அங்கே
அவைகள்
அலர்ந்த பூமியில்
காலின் கீழே கசக்கப்பட்டால்
ஆ! அதன் சோகம் ஆற்றொண்ணாதே

வெண்ணிறப் பூக்களும்
கறுப்புப் பூக்களும்
மண்ணில் கசங்கி மடியும் போதில்
சிந்திய அவற்றின் சிகப்புத் தேன்துளி
கசப்பில்லாமல் இனிக்கக் கூடுமா?

இன்னும் நாங்கள்
எத்தனை காலம்
மலர்களைக் கசக்கி
மகிழ்ந்துகொண்டிருப்போம்?

நேற்றோ அங்கோர் மார்டின் லுதர்
நாளை எந்த நறுமலர் போமோ....?

இன்னும் இன்னும் எத்தனை காலம்
நாங்கள் எங்கள் பூங்காவனத்தின்
பூக்களைக் கிள்ளிப் பூமியில் எறிவோம்.....?

இன்னும் இன்னும் எத்தனை காலம்
நாங்கள் எங்கள் பூங்கா வனத்தில்
துன்ப கீதமே தொடர்ந்தும் இசைப்போம்....?

எங்கள் இனிய
இசைக்கருவிகளில்
இன்ப கீதம் இசைக்கும் காலம்
இன்னும் நீண்ட
தொலைவிலா உள்ளது...?

7.4.1968

மண்ணும் மனிதரும்

மண்ணே,
நீவெறும் மண்ணே ஆயினும்
உன்னில் இருந்தே நான் உருவாகினேன்.

நானும் பனியில் நனைந்த புற்களும்
உன்னில் இருந்தே உருப்பெற்றுள்ளோம்
என்னிலும் இந்த மண்ணில் முளைத்த
புல்லிலும் உள்ள உட்பொருள் ஒன்றே
ஒரேவித மண்ணில் உருப்பெற்றுள்ள
பல்வகைப் பாண்டம் போல்வம் யாமே

ஆகையால் இந்தப் புற்களின் மேனி
நோகாவாறு
நோகாவாறு
நான் மிக மெதுவாய் நடந்து செல்வேன்
எனது வாழ்வில் எஞ்சுவதெல்லாம்
உண்மையில் அந்த
மென் உணர்வுகளே

அன்பிற் சமைந்த அவ்வுணர்வுகளை
சுமந்தவாறு நான்
தொடர்ந்து செல்வேன்
வழியிற் காணும் மனிதர்களோடு
பழகும்போததைப்
பகிர்ந்து கொடுப்பேன்

நானும்
இங்கு நான் காண்பனவும்
அந்த உணர்வுள் அணைப்புண்டிருக்கையில்
மண்ணே,
நான் மிக மென்மையன் ஆவேன்

உண்மையில்
நான் மிக மென்மையன் ஆகி
ஒருநாள் உன்னுள் உறங்க வருவேன்

அந்த நாளில்
இந்த உடலை
தெந்தரவின்றிச்
சுவைத்துச் சுவைத்து
மண்ணே,
நீ மிக மகிழ்வுடன் புசிப்பாய்
என்னை மீண்டும் உன்னிலே சேர்ப்பாய்

நானும் நீயும் நன்கு கலந்த
அந்த நாளில்
அந்த இடத்திலே
உன்னில் ஓர் செடி
உருப்பெறுமானால்
ஆகா அதுவோர் அற்புதமான
வாச மலரை மலர்க்கவே செய்யும்

வீசும் காற்றில்
மென்மையாக
அந்தப் புது மலர்
ஆடும்போதில்
வண்டுகள் நுகர வரும் பொழுதெல்லாம்
என்னுயிர்
சொர்க்கச் சிம்மாசனத்தில்
இறைவனை நேரிலே கண்ட
காட்சியில் மயங்கிக்
களித்திருக்கும்மே

21.4.1968

உன் வரவுக்காக

உன்னுடைய முன்னிலையில்
நான் துரும்பாய் ஆவதையும் உவப்பேன்,
அன்பே
இன்னும் இன்னும் நான் சிறிய உருவாகி
கடைசியிலே இல்லாதாகி
என்னை அழித்திடுவதற்கும் இணங்கிடுவேன்
ஆயினும் நீ
எங்கே உள்ளாய்?
இன்னும் இங்கு தோன்றாத உலகிடையா?
இங்கேதான் இருக்கின்றாயா?

இன்றுவரை நான் அறிந்த எல்லோரும்
உயர்ந்த ஒரு பீடத்தேறி
நின்றபடியே அல்லால்
என்னோடு கலப்பதற்கு
நினைத்தாரில்லை

அன்றுமுதல் இன்றுவரை
என் அறிவும் அவ்வாறே ஆகி
நானும்
சென்றமர அதைவிடவும்
உயர் பீடத்தேறி அவர்
முன் செல்கின்றேன்

ஆயினும் என் இயல்பதனை
ஆதரிக்கவில்லை
என் அகத்தில் ஊறும்
நேய உணர்வெனும் ஊற்றை
சமவெளியின்
நிழல் அடர்ந்த சோலைமீது

பாயவிடும் இயல்பே என் இயல்பாகும்.
அவ்வாறு பாயும்போதே
தூய ஒரு சுகம் பரவி
துயர்கூட மகிழ்ச்சிதரும்
சுவையாய் மாறும்.

அவர்களுடன் தனித்திருக்கும் வேளைகளில்
அன்பே,
என் அகத்தில் ஊறும்
சுவை நிறைந்த இயல்பான உணர்வுகளை
தம் இயல்பால் சோதிக்கின்றார்.

இவர் இயல்போ
எப்போதும்
தம்மை உயர் பீடத்தே ஏற்றிவைக்கும்
கவலையிலே மூழ்கியதால்
எனக்கும் அவர் அவ்வாறே
பொருள் காண்கின்றார்.

எனினும் இவர் இயல்புகளுள்
என் இயல்பை ஒருபோதும் இழக்கேன்

என்றன்
தனி இயல்பு சிறந்ததெனில்
அதில் உயிர்கள் தளிர்க்குமெனில்
அன்பே, உன்னில்
எனை உயர்த்தி வையேன் நான்.

எனதை விட உனதியல்பே
இனிக்குமானால்
எனதியல்பை உனதியல்பில்
இழக்குமொரு நாளே
என் இன்னாள் ஆகும்.

என்னுடைய சமவெளி,
உன் திசை நோக்கி
நான் எனது இதய ஊற்றை
இன்னும் இன்னும் சுமந்தபடி
நெடுந்தூரம் கால் நடையாய்
எடுத்துச் செல்வேன்

சின்னதொரு மழைத்துளியும்
கீழ்நோக்கிச் சிப்பியினுள் வீழ்ந்து,
சேர்ந்து
தன் இயல்பை அதனோடு கலப்பதுபோல்
நானும் உனைச் சார்ந்து நிற்பேன்

நீ எங்கே இருந்திடினும்
நீ யாராய் இருந்திடினும்
நினது நெஞ்சில்
ஓயாமல் அன்பருவி ஊற்றெடுக்குமாயின்
அதில் ஒற்றுப் பட்டுப் போய்
அழிந்து போயிடினும்
வெகுவாக நான் அதனைப்
போற்றல் செய்வேன்

ஆயினும் நீ எங்குள்ளாய்?
அன்பே, நீ
எங்கேனும் உள்ளாய் தானா?

எங்கே என் இதயமலர்
விரிகின்ற நீரருவி இருக்குமோ,
ஆ!
எங்கே என் தனி இயல்பு
செழிப்படையும் சமவெளிகள் உண்டோ
அன்பே,
அங்கேதான் நீ இருப்பாய்,
அவை நீதான்.
அவ்விடத்தை அண்மிச் சென்று

தங்கி மகிழ்வெய்தும் ஒரு தாபத்தை
என்மனதுள் தளிர்க்கச் செய்வேன்

நாம் ஒருநாள் சந்தித்தல் கூடுமெனில்
அத்தினத்தில்
நமது பீடம்தாம் பெரிது
எனும் சிறிய
சர்ச்சைகளுக் கப்பாலே
தாவிச் செல்வோம்

ஆம், எமது சிறு உணர்வுக்
கப்பாலும் அப்பாலும் ஆகி
எங்கள்
பூமியிலே ஓர் புதிய
பூம்பொழிலைக் கண்டு
அதனுள் போய் உட்கார்வோம்

நீ என்றன் இன்னிசையை
வெளிப்படுத்தும் குழலாக இருப்பாய்
நெஞ்சின்
தூய இசைப் பிரவாகம்
அங்கெழுந்து பரவி
நமைச் சுகத்துள் ஆழ்த்தும்

ஆயினும் நீ எங்குள்ளாய்?
அன்பே,
உன் கழிகூர்ந்த வரவுக்காக
தேய்ந்தழிந்து போகாமல்
என் இயல்பைக் காப்பாற்றச்
சித்தம் கொள்வேன்.

02.05.1968

புகைவண்டிக்காகக் காத்திருக்கையில்...

வண்டி இன்னும் வரவே இல்லை
கைகளில் சுமையுடன்
காத்திருக்கின்றேன்
வண்டி இன்னும் வரவே இல்லை.

கோட்டைப் புகைவண்டி நிலையம்
கூட்டமோ எங்கணும் அலையும்.
பெட்டிகள்
படுக்கைகள்
பிறபொருட் சுமைகள்
அங்கும் இங்கும்
ஆட்களோ அதிகம்.
வாயில் இருந்து புகைவிடும் வண்டிகள்
வாயில் இருந்து புகைவிடும் மனிதர்கள்
சப்பாத்து ஓசை
'தட்... தட்...' என்னும்
எப்புறம் திரும்பினும்
இரைச்சலே கேட்கும்
கதைப்பும் சிரிப்பும் காதிலே மோதும்...

சாமான் வண்டியின்
தடதடச் சத்தம்
இடைக்கிடை பெரிதாய்
என்னைக் கடக்கும்.

வண்டி இன்னும் வரவே இல்லை.
இத்தனை பேரின் மத்தியில்
தனியே
கைகளில் சுமையுடன் காத்திருக் கின்றேன்
வண்டி இன்னும்
வரவே இல்லை.

எத்தனை மனிதர்
இங்கிருக்கின்றார் !
இருந்தும் என்ன ?
இருந்தும் என்ன ?
சிறுநீர் கழிக்கச்
செல்லலாம் என்றால்
யாரிடம் எனது
கைச்சுமை கொடுப்பேன்.

உடறட்ட மெனிக்கா...
உத்தர தேவி...
ஒவ்வொன்றாக ஓடிச் சென்றது.
எனது வண்டியை இன்னும் காணேன்.
இத்தனை மனிதர் மத்தியில்
தனியே,
கைகளில் சுமையுடன் காத்திருக்கின்றேன்

வண்டி
இன்னும்
வரவே இல்லை.

29.05.1968

நிலம் என்னும் நல்லாள்

அப்போது நான் சிறுவன்
வாப்பா வயலுக்குள்
எப்போதும் தன்னோடு
எனைக் கூட்டிச் செல்வதுண்டு.

பள்ளவெளிக்குள்ளே
பதினாலு ஏக்கர் எமக் குள்ளது.
மேலும் ஒரு பத்தேக்கர்ப் பூமியை
ஒத்திக்குச் செய்கின்றோம்.
மும்மாரி, அல்லிமுல்லை,
மாட்டுப் பழைக்குள்ளும்
எம்மாத்திரம் காணி எங்களுக்குச் சொந்தம் என
ஊரே புகழ் பாடும்
உண்மையும் தான்; நாங்கள் எல்லாம்
பாரம்பரியப் பணக்காரப் போடிகள்தான்.

சூடடித்த நெல்லைச் சுமந்து வருகின்ற
மாடுகளைக் கண்டோர்
வருத்தப்படுவார்கள்.
எப்போதும்

எங்கள் வளவுள் இடம் இன்றி
முப்பதுக்கு மேல் வண்டி
மூட்டை சுமந்து வரும்!

மண்டபத்துக் குள்ளேயும்
வாசல் விறாந்தையிலும்
கொண்டுவந்த நெல்லையெல்லாம்
கூரை வரை உயர்ந்த
பட்டடைகள் கட்டி, அவற்றுள்
பவித்திரமாய்க்
கொட்டிவைப்போம்.
பட்டடைகள் கொள்ளாத நெல்லையெல்லாம்
மூட்டைகளாய்க் கட்டி
அறைகள் முழுவதிலும்
மோட்டுயரத்துக்கே அடுக்கி முடித்துவைப்போம்.

வீட்டுக்குள் நெல்வாடை வீசும்
எனக் கென்றால்
தும்மல் பறக்கும் தொடர்ந்து.

விளக்குவைத்துக்
குந்தி இருந்து படிக்கத் தலைகுனிந்தால்
அந்துப் பூச்செல்லாம்
அநேகம் படை எடுத்து
வந்துவந்து மொய்க்கும்
வரியில் முகத்திலெல்லாம்.

தொல்லை தராது
சுவரில் இருந்து வரும்
பல்லி, அவற்றைப் பசியாறிச் செல்வதுண்டு!
அட்டூழியம் செய்யும்
எலியை அழிப்பதற்குப்
பட்டையில் எங்களது
பூனை படுத்திருக்கும்!

2

அப்போது நான் சிறுவன்
ஆனாலும் எங்களது
வாப்பா அழைப்பார்
'அடதம்பி நாளைக்கு
வட்டைக்குப் போகலாம்
நீயும் வா' என்று; எனக்குள்
மட்டுப் படாத மகிழ்ச்சி தலைதூக்கும்.

ஆயினும்
காலை அலர்ந்து வருவதன் முன்
தாய் வந்து நின்றபடி
'தம்பி எழும்பு' என்று
என்னை அரட்டி எழுப்ப முனைகையிலே
கோபம்தான் உண்டாகும்.

கொஞ்சம் பொறுத் தெழுந்து
போவதற்காகப் புறப்படுவேன்....
எங்க வாப்பா
நல்ல உயரம், நரைத்த சிறுதாடி,
வெள்ளை உடம்பு மினுங்கும்,
மிதியடிதான்
காலில் அணிவார்; கழுத்தை வளைத்து ஒரு
சாலுவை தொங்கும்
சரியாய் அலங்கரித்து
தொப்பி அணிந்து
சுருட்டொன்றை வாயில் வைத்து
வாப்பா நடப்பார்
அவர் பின்னால் நான் நடப்பேன்.

வாப்பாவின் பின்னால்
அவர்தோளில் தொங்குகிற

அந்தக் குடையின் அசைவில் லயித்தபடி
நான் நடந்து செல்வேன்.
பின்
நாங்கள் மெயின் வீதி வந்து
சிறிதிருந்து
வஸ் ஏறிப் போய் விடுவோம்.

3

பள்ளவெளி தூரப் பயணம்தான்;
நாம் அங்கே
போகும் பொழுதே பொழுதேறிப் போயிருக்கும்
காலை வெயிலின் கதிர்கள்
மரம் செடிகள்
மேலே விழுந்து, மினுங்கி
வளைந்து வரும்
வாய்க்காலில் கொட்டி
வழி எங்கும் புன்னகைக்கும்.

வாய்க்கால் அருகே
வளர்ந்த மருதையெல்லாம்
காய்த்துக் கிடக்கும்
கிளிகள் கலகலப்பாய்க்
கத்திப் பறக்கும்
கிளைகள் சலசலக்கப்
பொத்தென்று வீழ்ந்து ஓடிப்
போகும் குரங்குகள்
சற்றெம்மை நோக்கிப் பின்
தம்பாட்டில் ஓடிவிடும்.

புல் நுனிகள் எங்கும்
பனியின் பொழு பொழுப்புத்
தள்ளித் தெரியும்

சரிவில் எருமைசில
நின்று, தலையை நிமிர்த்தி
எமைப்பார்க்கும்.

எட்டி அடிவைத்து நடக்கும் இடத்திருந்து
வெட்டுக் கிளிகள் சில
'விர்' என்று பாய்ந்து செல்லும்
கஞ்சான் தகரைகளில்
குந்திக் களித்திருக்கும்
பஞ்சான் எழுந்து பறந்து
திரும்ப வரும்.

அப்போது நான் சிறுவன்.
அந்த வயற் பாதை
இப்போதும் நன்றாய்
நினைவில் இருக்கிறது.

எங்கள் வயல் அருகில் எல்லாம்
மருதமரம்
செங்காய்ப் பருவத்தில்
தின்னவரும் கிளிகள்
அத்தனையும் உண்டுதான்;
ஆனாலும் அங்கெல்லாம்
தொட்டாச் சுருங்கி
தொடர்ந்து வளர்ந்திருக்கும்
சட்டென்று காலின்
சதையைக் கிழித்துவிடும்.

வாப்பா நடக்கும் வரம்புகளில்
தொட்டாவைக்
கண்டாலே போதும்
வயற்காரக் காக்காவைக்
கூப்பிட்டுக் காட்டி, ஒரு
கொம்பல் தொடங்கிடுவார்.

4

எங்கள் வயற்காரர்
இஸ்மாயில் காக்கா, ஓர்
தங்க மனிசன்; தலையைக் குனிந்தபடி
மண்வெட்டி கொண்டு
வரம்பைச் செதுக்கி வைப்பார்
மண்டை உருகும்
வயல் வெளியில் மட்டுமல்ல
வீட்டிலும் கூட அவர் வேலைபல செய்வதுண்டு.

காட்டில் தறித்த பெரும் கட்டைகளை
எங்களுக்காய்க்
கொத்தி அடுக்கிக் கொடுப்பார்.
பழுதான
வேலியினைக் கட்டுவதும்
வீட்டுக் குசினியின் தென்
னோலைக் கிடுகை ஒருக்கால் புதுக்குவதும்
எல்லாம் அவரேதான்.

எங்கள் குடும்பத்தார்
செல்லாத்தா என்று
சிறப்பாய் அழைக்கும் அவர்,
பெண்டாட்டி கூடப்
பெரிதும் உதவிசெய்வாள்.

வெண்கலங்கள் எல்லாம்
மினுக்கிப் புதுக்கிடுவாள்
தின்பண்டம் எல்லாம்
தெவிட்டா ருசியோடு
கொண்டாட்ட காலத்தில்
சுட்டுக் கொடுத்திடுவாள்.

உண்டு முடிந்ததன்பின்
மிஞ்சி உளவற்றைக்
கொண்டுசெல்வாள் தன்னுடைய
வீட்டுக் குழந்தைகட்கு.

5

எங்கள் வயற்காரர் மேனியிலே
எப்போதும்
பொங்கிவரும் வேர்வை
பொசிந்தபடி இருக்கும்.
உண்டு கொழுத்த உடலல்ல;
வேலைசெய்து
கட்டான தேகம்
வயலின் கரும் சுரிபோல
சுட்டுக் கறுத்திருக்கும்
சூரியனின் வெம்மையினால்

மொட்டைத் தலையில்
முளைத்த சில நரைகள்
மூடுண்டிருக்கும் அவர்
முண்டாசுக் கட்டினுள்ளே
ஓடித் திரிவார் வயலில் ஒரு இடமும்
நில்லாமல்,
வேலை நிகழ்ந்தபடி இருக்கும்.

எல்லாரும் போல இவரும்
இடுப்பில் ஒரு
பச்சைவடச் சிறுவால் போட்டு
வழுவாம்
அச்சிறுவால் மேலால்
அரைஞாணை விட்டிருப்பார்.
கூலிக் குழைக்கின்ற

ஆட்களினைக் கூட்டி வந்து
வேலைசெய் விப்பார்.

அவர்கள் வியர்வையினைக்
கையால் வழித்தெறிந்து விட்டுக்
கடும் வெயிலில்
செய்வார்கள் வேலை தினமும்.

6

அந்நாட்களிலே
மாடுகளைக் கொண்டே வயலை உழுவார்கள்
பாடிக் குரல் கொடுத்துக் கொண்டு
பதமாக
மண்ணைப் புரட்டி
வயலைத் தயார் செய்வார்.
கண்ணைப் பறிக்கும் படியாய்க்
கசிவுள்ள
மண்ணாக மாற்றி வளப்படுத்தி வைப்பார்கள்.
பின்னர்,
பெரிய கைப் பெட்டிகளின் உள்ளே
கொழுக்கிப் புழுப்போலக்
கூர்விழுந் துள்ள
முளையை நிறைத்து
முழங்கால் புதைசேற்றில்
நின்றபடி
கையால் நிலமெங்கும் வீசிடுவார்.

கொன்று விடும்போல் எரிக்கும்
கொடு வெயிலைத்
தாழாமல் அங்கே
சடைத்த மருதமர
நீழலிலே
என்தகப்பன் நிற்பார் குடைபிடித்து.

சாலுவையால் வீசிவிடுவார்.
சற்றைக் கொருதரம்
என்னை வெயிலில் இறங்க விடமாட்டார்.
உண்மையும் தான்
நாங்கள் உழைக்கப் பிறந்தவரோ!

7

விதைப்பு முடிந்துவிட்டால்
வெட்டும் வரைக்கும்
வயற்காரர்தான் அவ் வயலின்
முழுப் பொறுப்பும்.
எங்கள் வயலின் நடுவில்
இளைப்பாற,
தங்கி இருக்க,
சமைக்க,
படுக்க, என
வாடி ஒன்று கட்டி உள்ளோம்
மண்ணால் சுவர்வைத்து,
வாடி இணக்கியதும்
வயற்காரக் காக்காதான்.

கூரையிலே நாடங் கொடிகள்
படர்ந் திருக்கும்,
பாரமாய்க் காய்கள் படுத்திருக்கும்.
வாடியினைச் சுற்றிவர உள்ள
சொற்ப நிலத்தில்
மரக்கறிகள் –
வெண்டி, வழுதுணங்காய் காய்க்கும்.
குரக்கனும் சோளனும்
கூட வளர்த்திருப்பார்.

வீட்டுக்கு நாங்கள்
திரும்ப விரும்புகையில்
சாக்கிலே கட்டித் தருவார்,
அவற்றையெல்லாம்
தூக்க முடியாமல் தூக்கிச் சுமப்பேன் நான்.

8

வாடியிலே காவல் அவரும் மகனும்தான்.
பாடிக்கொண்டே இருப்பான்
அந்தப் பயல், அவனும்
என்னைப்போல் சின்னவன்தான்
என்றாலும் என்னைவிடக்
கெட்டித் தனம் உடையான்
கேலிக் கதைபேசிச்
சட்டி கழுவிச் சமைப்பான் ருசியாக.

ஆற்றுக்குச் செல்வேன் அவனோடு,
நீர்குறைந்த
சேற்றைக் கடந்து, சிறிதுபோய்
அங்குவலை வீசிப் பிடிப்பான்
துடிக்கின்ற மீன்களினை

ஆசைப்படுவேன் அவன்போல் பிடிப்பதற்கு
ஆனாலும் என்னால்
அதைச் செய்ய ஏலாது.
மீனின் துடிப்புகளைப் பார்த்து வியந்திருப்பேன்.

முள்ளிக்காய் ஆய்ந்து தருவான்
முழுவதையும்
அள்ளிவருவேன்; அவனோ தடிபோன்று
சுள்ளி உருவம்,
எனைப்போல் தொடராகப்
பள்ளிக்குச் சென்று படிக்க விடவில்லை.

9

காற்றில் அலையடிக்கும் கம்பளம் போல்
பச்சைவயல்
தோற்றம் கொடுக்கும்.
தொலைவில் படுவானின்
அந்திப் பொழுதின் அழகு
வயலெங்கும்
சிந்திக் கிடக்கும்.
சிறுவன் வரம்புகளில்
வக்கடைகள் கட்டி வருவான் தகப்பனுடன்.

கொக்கும் குருவிகளும்
குறியிடங்கள் நோக்கி அந்திச்
செக்கர்வான் ஊடே பறந்துசெல்லும்.
ராமுழுதும்
உட்கார்ந்த வாறு
வயலை உழக்குதற்குப்
பன்றி வரும் என்று
பார்த்திருப்பார் அவ்விருவர்.

ஒன்றிரண்டு மூலைவெடி
ஓசை எழுப்பிடுவார்.
மூடி இருக்கும் உடம்பு முழுவதையும்
தேடிக் கடிக்கும் சிறிய நுளம்புகளுக்
காக அவர்கள்
புகையுள் அமர்ந்தபடி
தூங்கா திருப்பார்கள்.

நெற்காய் தொடங்கியதும்
ஆங்கு வருமே
குருவிகள் ஓர் ஆயிரம்!
ஆம்
பாட்டமாய் வந்து
கதிரிற் படுத்தெழுந்தால்
எல்லாம் பதர்தான்.

இவர்கள் விடிந் தெழுந்து
வெய்யோன் சரிந்து விழுந்து விடும் வரையும்
"டய்யா! டய்யா!!" என்றே
சத்தம் எழுப்பிடுவார்.

கஞ்சான் தகடுகளைக் கட்டி அசைப்பார்கள்.
நெஞ்சைப் பிடித்தபடி
நீண்ட குரல் கொடுப்பார்.
கல்லைத் தகரத்துள் கட்டி அடிப்பார்கள்.

10

எல்லாம் முடிந்தால்
இனி வெட்டுக் காலம்தான்
சூடடித்த நெல்வேறாய்த்
தூற்றி எடுக்கும் வரை
பாடு படுவார்கள் அவர்கள்

*பதர்வேறாய்க்
கூட்டி எடுத்தே அளந்து குவிப்பார்கள்.*

*எல்லாம் விளைந்திருந்தால்
எண்பதுக்கு மேல் அவணம்
கொள்ளும்.
பிறகு செலவுக் குறிப்பேட்டை
எங்கள் தகப்பன் எடுத்துக்
கணக்குகளைக்
கூட்டிக் கணிப்பார்.
மறந்த குறைகளையும்
போட்டுக் கணித்தால் செலவு புலப்படும்.*

*எல்லாச் செலவும் கழித்தால்
இறுதியிலே
உள்ள வற்றில் நான்கில் ஒருபங்கைக்
கொண்டு செல்வர்
எங்கள் வயற்காரர்
இஸ்மாயில் காக்கா ஓர்
பத்தவணம் தேறும் அவருடைய பங்கு,*

*அதில்
அத்தனை நாளும் அவர் எங்கள் தந்தையிடம்
பெற்ற கடனைக் கழித்துப், பின்
மிஞ்சியதை
விற்றால் அவருடைய வேலைபல முடியும்.*

*வீட்டுக்கு கூரைகட்டி
வேலி திருத்திடுவார்.
மூத்த குமர்ப் பெண்கள் மூவருக்கும்
ஏதேனும்
சீத்தைப் பிடவை சிலதை எடுத்தளிப்பார்.*

*சின்னவனின் கையில்
சிலரூபாய்த் தாள் கொடுப்பார்*

இன்னும் கடன்கள் இருக்கும்
இறுத்து மறு
கன்னை வரையும்
கடன்வாங்கிக் காத்திருப்பார்.

11

வீட்டில் குமர்கள்
பெருமூச்சு விட்டபடி
உட்கார்ந் திருப்பதனை உன்னி
உருகுவதும்
எந்நாளும் உண்டு.

ஒருநாள் என் தந்தையிடம்
'என்ன தம்பிசெய்யிறது
இப்பிடியே நாளெல்லாம்
போகுதே. இந்தப் பொடிச்சிகளுக்
கேதேனும்
ஆகுதும் இல்லை' என
அழுதார் அவர்; அதற்குப்

'பாப்போமே காக்கா
படைச்சவன் ஆரையேனும்
சேக்காமலா விடுவான்'
என்றுசொன்னார் என் வாப்பா.

அப்போது நான் சிறுவன்
அந்த நினை வென்னுள்
இப்போதும் நன்றாய் இருக்கிறது.
பின் ஒருநாள்
மூத்த குமரை முடித்துக் கொடுத்தார்கள்
காத்தான் குடியில்
கலியாணம் செய்து பின்
விட்ட ஒருவனுக்கு

வேலைகளில் ஒன்று முடி
வுற்றதனால் போலும், ஒருநாள் அவர்படுத்து
விட்டார்
ஆட்கள் சிலபேர் அழுதார்கள்;
இஸ்மாயில்
காக்கா இறந்து கனகாலம் ஆகிறது.

காக்காவின் மற்றக் குமருள்
கடைசி மகள்
இன்னும் சும்மாதான் இருக்கின்றாள்.
மற்றவளைப்
பின்னர் ஒருநாள்
பிழைப்பதற்கு வந்த ஒரு
அத்தர் வியாபாரி அடைந்தான்.

சிலகாலம்
ஒத்திருந்து விட்டு
பிறகெங்கோ ஓடிவிட்டான்.

அந்தக் குடும்பம்
அலைக்கழிந்து போயிற்று.
'காக்கா குடும்பம் கஸ்டப் படுகிறதே
ஏன் ?' என்று கேட்பேன் நான்.
'எல்லாம் அவர்கள் விதி'
என்பார் தகப்பன்.
இருக்கும் என நினைப்பேன்
அப்போது நான் சிறுவன்.

12

ஆனால்,
அவர் உழைப்பால்
எப்போதும் எங்கள் வளவுள் இடமின்றி

முப்பதுக்கு மேல் வண்டி
மூட்டை சுமந்து வரும்.

மண்டபத்துக் குள்ளேயும்
வாசல் விறாந்தையிலும்
கொண்டுவந்த நெல்லையெல்லாம்
கூரை வரை உயர்ந்த
பட்டடைகள் கட்டி
அவற்றுள் பவித்திரமாய்க்
கொட்டிவைப்போம்.

பட்டடைகள் கொள்ளாத நெல்லை எல்லாம்
மூட்டைகளாய்க் கட்டி
அறைகள் முழுவதிலும்
மோட்டுயரத் துக்கே
அடுக்கி முடித்து வைப்போம்.
வீட்டுக்குள் நெல்வாடை வீசும்
எனக் கென்றால்
தும்மல் பறக்கும் தொடர்ந்து.

06.06.1968

இனி நாங்கள் பொழுதெல்லாம் மகிழ்ச்சி கொள்வோம்

இன்று இந்த இளமாலைப் பொழுதில்
அன்பே
எனது தனித் துயர்களினை எடுத்துக்கூறி
உன்னுடைய மனநிலையைக் குழப்பிவிட்டேன்
ஓ என்னை மன்னிப்பாய்.

இன்றைப் போல
முன்னம் ஒருபோதும்
நான் துயர்களாலே மூழ்கடிக்கப் படவில்லை
அதனாற்போலும்
என்னை அறியாமல் அவை வெளியாகிற்று.
இதயம் அதை மெதுவாக வெளியேற்றிற்று

கருநீலக் கடல் அலைகள் தவழ்ந்து வந்து
கடைசியிலே வெண்ணுரையை
நாம் உட்கார்ந்த
கரையினிலே வீசுகையில்
துமியின் சாரல்
காற்றோடு முகத்தினிலே
சிலிர்ப் பூட்டிற்று

அருகினிலே நீ இருந்தாய்
அமைதியாக அத்தனையும் கேட்டபடி
கிளிஞ்சல் ஒன்றை
விரலாலே சுண்டிவிட்டாய்
அதுபோய்ப் பட்டு
விரைவாக ஓடியதோர் சிறிய நண்டு.

தூரத்தே சிறுவரெல்லாம்
அலைகளோடு துள்ளிவிளையாடுகிறார்
அங்கே
தோணி ஓரத்தில்
யார்யாரோ உட்கார்ந்துள்ளார்
ஒரு மனிதன் கரைநெடுக ஓடிச்சென்றான்
ஈரமணல் மீதினில்
கால் புதையுமாறு
இரண்டொருவர் நடந்து சென்றார்

நான் என் நெஞ்சின்
பாரங்கள் அத்தனையும்
உனக்கு முன்னே
மணல்மீது படுத்தபடி பரப்பலானேன்

நீ மட்டும் இவ்வுலகாய் இருப்பாயானால்
நிழல் வீசும் பாதையிலே நடப்பதைப்போல
சாமட்டும் துயரத்தைக் காணாவாறு
சந்தோசமாய்
நானும் வாழ்தல் கூடும்

நீ மட்டும் இல்லையடி உலகம்
இங்கே நிதமும்
நான் சந்திக்கும் மனித மூச்சால்
பூமொட்டு விரிந்ததுபோல் பூத்த நெஞ்சப்
பூவினிலே புழுதிபடும் கதை சொன்னேன் நான்.

இளமாலைப் பொழுதழிந்து
மெல்ல மெல்ல
இருள்வந்து கவிகையிலே
உன்முகத்தில்
பழுவுற்ற இதயத்தின் சுமையைக் கண்டேன்
பளபளக்கும் விழிகளின் கீழ் இமையில்
சற்றே தளம்புகின்ற விழிநீரைக் கண்டேன்

வானில்
தாரகைகள் ஒவ்வொன்றாய் ஒளிரும் போதில்
'அழகாக இருக்கிறதிம் மாலை' என்பாய்
ஆனால் நீ இப்போதோ
மௌனியானாய்

இன்று இந்த இளமாலைப் பொழுதில்
அன்பே
எனது தனித் துயர்களினை எடுத்துக்கூறி
உன்னுடைய மனநிலையைக் குழப்பிவிட்டேன்
உண்மையில் நான் பெருமூடன்

உனது நெஞ்சின்
இன்னிசையைக் கேட்பதற்குத் தவறி
உன்றன் இசையினையும்
அபசுரமாய் மாற்றிவிட்டேன்

இன்று இந்த இனிமை தவழ் பொழுதை
நீயும் இழப்பதற்குச் செய்தேன்
நான் பெரியமூடன்.

உன்னுடைய விழிகளில்
நீர் துளிர்க்குமாறு
ஒரு பொழுதும் இனித்துயரைக் கூறேன்
அன்பே

உன்னுடைய இதயத்தில்
துயரின் நீழல்
ஒருசிறிதும் எனில் இருந்து படக்கூடாது.

என்னருகே அமர்ந்திடுக
உனது நெஞ்சின்
இன்னிசையைப் பரப்பிடுக
நான் கேட்கின்றேன்

என்னுடைய துயரெல்லாம்
எனக்கே சொந்தம்
இனி நாங்கள்
பொழுதெல்லாம் மகிழ்ச்சி கொள்வோம்.

15.10.1968

தூரத்து மின்னல்

பூவாணம் போல்
என்னுள் புத்துணர்வு சீறியது.
ஓர்கணம்தான்
மீண்டும் உன்புறத்தில் பார்த்தேன் நான்

தார்வீதியில் எழும்பும்
சந்தடியைப் பார்த்தபடி
நின்றிருந்தாய்
கேற்றின் சிறு நீக்கலுக்குள்.

சைக்கிளிலே
என்றும்போல் சென்ற எனது விழிகளிலே
உன் தோற்றம் தற்செயலாய்
மோதி உலுப்பியதும்
பூவாணம்போல் என்னுள்
புத்துணர்வு சீறியது.

நீதானா முன்பும் இங்கு
நிற்கும் இளம் சிறுமி?

ஏதோ ஓர் நாட்காலை
வெய்யில் எறிக்கையில்
இக் கேற்றடியில்
கையில் கிளிசெறியாக் கம்பெடுத்து
ஓர் ஆட்டைத் துரத்திய
அச்சிறுமி நீதானா?

நீதான் அவள்
அந்த நீண்ட கருவிழிகள்
ஆதாரமாக அதை எனக்குக் கூறின.
ஆம்
அப்போது நீயோர் அரும்பு.
அடிக்கடி நான்
இப்பக்கம் சைக்கிளிலே
ஏறி வருகையில்
நீ
நிற்பதனைக் கண்டுள்ளேன்

நேரம் பொழுதின்றி
எப்போதும் இந்த இடத்தில்
இரைச்சலுடன்
வாகனங்கள் போகையில்
நீ வந்து நிற்கக் கண்டுள்ளேன்

ஆனாலும் பின்னர் உனை
அவ்விடத்தில் காணவில்லை
எப்போதும் நிற்கும் இடத்தில்
பலநாளாய்
இப்பக்கம் சைக்கிளில்
நான் ஏறி வருகையில்
நீ நில்லாதிருந்த
நினைவே எனக்கில்லை
எல்லோர்க்கும் போல
எனக்கும் பலநூறு
தொல்லைகள்தான்

இன்றோ
தொலைவில் திடீரென்றோர்
மின்னல் அடித்ததுபோல்
உன் விழியைக் கண்டேன் நான்.

நீதான் அவள்
அந்த நீண்ட கருவிழிகள்
ஆதாரமாக அதை எனக்குக் கூறின.

கேற்றடியில்
கையில் கிளிசெறியாக் கம்பெடுத்து
ஓர் ஆட்டைத் துரத்திய
அச்சிறுமி நீயேதான்.

இப்போது நீயோர்
இளைய புதிய மலர்.

முக்காட்டு நெற்றி
இக்கேற்றின் சிறுமுடுக்கால்
எப்போ தெனினும்
எனக்கு இனித் தெரியும்

01.12.1968

அழியா நிழல்கள்

உள்ளத்தின் உள்ளும்
உடலின் அணுவெங்கும்
கொள்ளப்படாது
குவிந்து கிடந்த
இளமைத் தருவின்
இளந்தளிர்கள் எத்தனையோ...?
வழமைப்படியே
வளர்ந்து மலர்ந்த
உணர்வு மலரில்
உதிர்ந்தவைதான் எத்தனையோ
அத்தனையும் எங்கோ
அழிந்து மறைந்தாலும்
புத்தம் புதிதாக
மென்மேலும் பூத்தனவே
பூத்தவைகள் மீண்டும்
புதர் அடியில் வீழ்ந்தனவே....
பூத்த மலரின் புதுமை அழியாது
கொள்ளக் கொடுக்க
குளிர்ந்து சிவந்தகரம்
அள்ளி எடுக்கும் ஓர்
அந்திப் பொழுதின்றி
வாழ்க்கை வெறிதாய் வளர்ந்து கழிகையில்

நீ
தாள் அகற்றி வைத்தாய்......
தனித்துக் கதவடியில்
காத்திருந்தாய்
உன்றன் கறுத்த விழிகளிலே
பூத்த மலரின்
புதுமை மணத்ததடி...

சந்திப்பு நேரல் சகஜம்
எனில் நம்முடைய
பிந்திக் கிடைத்த பிணைப்பும் அதுபோன்றா?
அந்திப் பொழுதின் அழகில்
பலநாள் உன்
உள்ளத்தின் உள்ளும்
உடலின் அணுவெங்கும்
கொள்ளப்படாது குவிந்து கிடந்த
இளமைத் தருவின்
இளந்தளிர்கள் எத்தனையோ?

வழமைப் படியே வளர்ந்து மலர்ந்த
உணர்வு மலரில்
உதிர்ந்தவைதான் எத்தனையோ?

அத்தனையும் சேர்த்து
நீ அர்ப்பணிக்கக் காத்திருந்தாய்.
எத்தனையோ நாட்கள்
எவர் வரவுக்காகவோ
என்னைப்போல் நீயும்
இருந்தாய்
எதிர்பார்த்து!

ஒன்றைப் போல் ஏங்கி
உருகும் இரண்டுளங்கள்
ஒன்றுவதில் உள்ள
இயல்பை உணர்வித்தாய்.

ஒன்றைப் போல் ஏங்கி
உருகும் இரண்டுளங்கள்
ஒன்றுவதில் உள்ள
உகப்பை உணர்வித்தாய்.

நீ உன் மலரை
நினைவின் இனிமைகளை
தேன் தடவிவைத்த
சிவந்த இதழ்களினால்
அன்பளிப்புச் செய்தாய்

அகத்தின் உணர்வுகளைக்
கவ்வி எடுத்தாய்
கனிந்த இதழ்களினால்...
ஒவ்வோர் கணமும்
வளர்ந்து மலர்கையில்
உன் நெஞ்சக் கனிகள்
என் நெஞ்சில் அழுந்தின
அக் கொஞ்சப் பொழுதோ
நினைவில் குளிர்கிறதே!

நீ திறந்து வைத்த
கதவின் நிலைப்படியுள்
நான் நுழைந்த போது
நனைந்த உதடுகளை
இன்னும் அழுத்தித் துடையா திருக்கின்றேன்
இன்றும் உனது இதழின் மிருதுவினை
என்றன் உதட்டில்
சிறையிட்டு வைத்துள்ளேன்.

சந்திப்பு நேரல் சகஜம்
எனில் அவ்வாறே
சந்தித்த பின்னர்
தனித்துப் பிரிவதும்.
என்றன் கனவில்
எனது நினைவுகளில்
நீ வந்து போதல் நிகழும்.

அதுபோல
உன்றன் கனவில்
உனது நினைவுகளில்
நான் வந்துபோதல்
சிலநாள் நடைபெறலாம்......
நீயும் நினைவும்
நினைவின் சுமைகளும்
சாயும் பொழுதில்
சரியும் நிழல்போல
நீண்டு வளர்கையில்......
என் நெஞ்சம் கனக்கிறது...

13.12.1968

அரைக்கண நேரத்து மின்னல் எனினும்...

வான் இருண்டுள்ளது
நட்சத்திரங்கள் மறைந்தன.
ஓ,
நான் போகும் பாதை இதுவா?
இருட்டின் நடுவில் எதும்
தோன்றவே இல்லை
எது என் திசை?

நீள் தொலைவில் அதோ,
வான் இருண்டுள்ளது
நட்சத்திரங்கள் மறைந்துளவே.

இன்னும் என்வண்டி வரவில்லை.
ஆயின், இருட்டில் அதோ
மின்மினிப் பூச்சிகள் ஆயிரம்
ஏற்றும் விளக்கொளியில்
என் வழி கண்டு நடத்தல் இயலுமா?

இல்லை ஒரு
மின்னல் அரைக்கணம் ஏனும்
ஒளிர்ந்தால் மிக உதவும்.

ஆம், இதோ மின்னல் அடித்தது
தூர அகன்று செலும்
நாம் போகும் பாதைகள்
நன்கு தெரிந்தன
நான் நடப்பேன்.

போம் வழி நன்கு புலப்படும் போதில்
இருள் கவியும்

எம். ஏ. நுஹ்மான்

ஆம், ஒரு மின்னல் அடிக்கும்
பிறகும் அது தெரியும்.

இருட்டிலே நாங்கள்
வழி நடக்கின்றோம்.
இதோ எரியும்
குருட்டு விளக்கொளி
மின்மினிப் பூச்சிகள் வழி துலக்கி
வரட்டும் என இன்னும் காத்திருப்போமா?
வழி நடப்போம்;

அரைக்கண நேரத்து மின்னல் எனினும்
அது பெரிதே.

30.12.1968

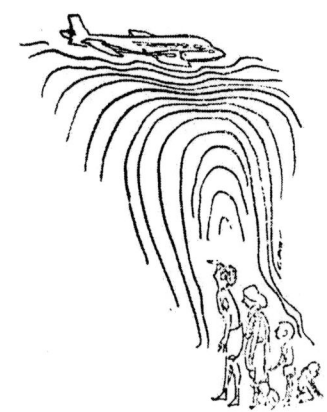

அதி மானிடன்

எங்கும் இருட்டாய் இருந்தது. அந்தக்
கங்குற் பொழுதில் கறுத்த வானிலே
மின்னல் ஒன்று மின்னி மறைந்தது.
மின்னலின் பின்னால் மிகப் பெரிதாக
இடி இடித்துக் குமுறி இரைந்தது.

இடியின் ஒலியில் இருண்டு கிடந்த
கானகம் அதிர்ந்து கலகலத்தது.
யானைகள் பயந்து பிளிறி இரைந்தன.
தரகை போலத் தணலாய்ச் சிவந்த
கண்களை உடைய புலிகள் உறுமின.

அடர்ந்த அந்தக் காட்டின் இடை ஓர்
இருட்டுக் குகையுள் இருந்தான் மனிதன்.
பரட்டைத் தலையன் பிறந்த மேனியாய்க்
கையில் தடியுடன் காவல் இருந்தான்.

எம். ஏ. நுஹ்மான்

உள்ளே ஒருபுறம் உலர்ந்த விறகுகள்.
தணலும் சாம்பலும் ஆகக் கிடந்தன.
காலையில் கொன்ற பெரிய பன்றியின்
பச்சை மாமிசம் ஒரு பக்கம் இருந்தது.
சருகுகள் பரப்பிய தரையில் சற்றுத்
தள்ளிக் குழந்தைகள் சயனித் திருந்தன.

பிள்ளைகள் கிடந்த இடத்தின் ஒருபால்
மல்லாந்து கிடந்தனள் மங்கை அவளின்
இமைகள் மூடி இருந்தன பெரிய
சுமையாய்த் திரண்ட மார்பின் மீதில் ஓர்
கை கிடந்தது கழுத்தின் கீழ் மறு
கை கிடந்தது.
காவல் இருந்த
மனிதன் அவளது வதனம் பார்த்தான்
விம்மிக் கிடந்த மார்பை வெறித்தான்
அகன்று கிடந்த கால்களின் இடை அவன்
கண்கள் மேய்ந்தன.

கல்லில் குந்தி
இருந்தவன் எழுந்தான்; இவள் அருகமர்ந்து
கட்டி அணைத்தான்; கன்னம் முகர்ந்தான்
மார்பினை வருடி அம் மனிதன் மகிழ்ந்தான்.

வெளியே
எங்கும் இருட்டாய் இருந்தது அந்தக்
கங்குற் பொழுதில் கறுத்த வானிலே
மின்னல் ஒன்று மின்னி மறைந்தது.
இடியும் மழையும் இரைந்து கலந்தன.
கானகம் அதிர்ந்து கலகலத்தது.

உதயப் பொழுதும் அந்தி மாலையும்

2

பரந்து கிடந்த பசும்புல் வெளியில்
மாடுகள் மேய்ந்தன. மனிதன் ஓர்புறம்
நின்று கொண்டிருந்தான் ஏதோ நினைவுடன்
கன்று பசுவைக் கத்தி அழைத்த
சத்தம் கேட்டது. தனித்த ஓர் மாட்டின்
ஏரியில் நின்ற காகம் ஒன்றும்
கத்தியது. அவன் தன் கைத்தடி கொண்டு
குத்தி நிலத்தில் குழி உண்டாக்கினான்.

பரந்து கிடந்த பசும்புல் வெளியில்
புற்கள் குறைந்து போய் இப்போது
நாட்கள் பலப்பல நடந்து விட்டன.
ஆயினும் மனிதன் அவ்விடம் விட்டுப்
போவதற் கின்னும் புறப்பட வில்லை.
எங்கு போகலாம் என்பதைப் பற்றிய
நினைவில் ஆழ்ந்து அவன் நிலத்தைக் கிண்டினான்.
மாடுகள் இளைத்து வாடி இருந்ததைக்
கண்டபோதவன் கண்கள் கலங்கின.

அகன்ற ஓர் மரத்தின் அடியிலே வந்து
குந்தினான் மனிதன். குடிசையில் இருந்து
வந்த அவனின் மனைவி புதிதாய்ச்
சுட்ட கிழங்கும் சுட்ட இறைச்சியும்
தோட்டுக் கொள்ளச் சொற்ப தேனும்
கொண்டு கொடுத்தாள். அவளும் அவனுடன்
உண்கையில் வழிந்த உதட்டுத் தேனை
நக்கிச் சிறிதே நகைத்தான் மனிதன்.

அவளின்
இடையில் கட்டி இருந்த இலைகள்
வாடி இருந்ததைக் கண்டான். உடனே

ஓடிச் சென்று பெரிய இலைகளாய்
ஆய்ந்து அவளை அணியச் செய்தான்.

3

ஆற்றிலே அலைகள் புரண்டன. மெதுவாய்க்
காற்று வீசியது. கரையில் நின்ற
மரங்களில் பூத்த மலர்கள் உதிர்ந்து
ஆற்று நீரின் அலைகளில் மிதந்தன.

பச்சையாய்த் தெரிந்த பயிர் வயல்களிலே
உச்சமான விளைவை உண்டாக்கப்
பாய்ந்த அந் நீரில் பரிதியின் கதிர்கள்
பட்டுத் தெறித்தன. பல அலங்காரக்
கட்டிடங்கள் காட்சி அளிக்கும் ஓர்
தெருவினை நோக்கி விரைந்த தேரிலே
ஒருபுறம் மனிதன் உட்கார்ந் திருந்தான்.
மடியிலே அவனின் மனைவிக்காக
வாங்கிய ஆடையை மடித்துவைத் திருந்தான்.

ஆடையின் மெதுமையைத் தடவிய போதில்
மாதின் மேனியை வருடுதல் போல
உணர்ந்தான்; உடனே உடல்சிலிர்ப் படைந்தான்.
காட்டுப் பாதையில் மலர்ந்து கமழ்ந்த
பூக்களில் அவளின் புன்னகை கண்டான்
வானிலே அவனது தேரை முந்திப்
பறந்து சென்ற ஓர் பறவையும் கண்டான்.

வாசலில் வருவதும் வந்து பார்த்துப்
பூசலுடனே உட்புறம் போவது
ஆக நடந்தும் அலுக்கா அவளின்
பாதம் பழுத்துச் சிவந்துபோம் என்பதை
எண்ணிய போதில் இவன்மிக நொந்தான்.

'பாகா இன்னும் வேகமாகப்
போ' எனச் சொல்லி வெளிப்புறம் பார்த்தான்
குதிரையின் வாயில் நுரைமிக வழிந்தது
அதைமிக அடித்து விரட்டினான் பாகன்.

4

கறுத்த முகில்கள் வானில் கவிந்தன
இறுக்கமாக இருள்கையில் காற்றும்
வேகமாக வீசிச் சுழன்றது.

கடலிலே அலைகள் குமுறி எழுந்தன
அலைகளில் மிதந்த அச்சிறு கப்பல்
ஆடி அசைந்தே அமிழப் பார்த்தது.
மூடி இருந்த உட்புறம் எங்கும்
அலைநீர் புகுந்தது. அதனுள் இருந்த
மனிதன் கப்பலை வளைத்துத் திருப்பினான்
நனைந்த வாறே நல்ல இருட்டில்
பாய்மரக் கம்பம் ஏறிப் பணித்தான்.

அவளும் அவன்போல் நனைந்துபோய் இருந்தாள்.
கூதலும் பயமும் சேர்ந்து கொடுகினாள்.
'என்ன பயமா?' என்றான் மனிதன்.
'இல்லை' என்றாள் இவள். அவன் சிரித்தான்.
'கரைகாண் வரைநான் கப்பல் விடுவேன்
அலையும் புயலும் அடிக்கினும் என்ன
பயப்பட வேண்டாம்' என அவன் பகர்ந்தான்.
கப்பல் சென்றது கடும்புயல் இடையே.

5

வெயில் எறித்தது. வியர்வைத் துளிகளை
மனிதன் விரல்களால் வழித்து நிமிர்ந்தான்.

விழித்த காலைப் பொழுதிலே இருந்து
அழித்த காட்டிடை அதுவரை அமைத்த
தண்டவாளத் தொடரின் வழி அவன்
கண்கள் சென்றன. களைப்படைந் திருந்தான்.

தொலைவிலே மேகம் துயின்று கிடந்த
மலையினை அந்த மனிதன் பார்த்தான்.
அந்த மலையின் அப்பால் செல்லத்
தண்ட வாளம் சமைக்கும் தனது
திறமையில் ஒருகணம் பெருமிதம் உற்றான்.

மலையினைத் துளைத்து வெடிமருந்துகளை
அடைத்தபின் திரியினை அப்பால் இழுத்துச்
சென்று திரியினில் தீயினை வைத்தான்.
சீறி எரிந்த திரியினை விட்டும்
தூர ஓடினான். தொலைவிலே உள்ள
மறைவிடம் வந்ததும் மலையினைப் பார்த்தான்.
தொலைவிலே மேகம் துயின்று கிடந்த
மலையிலே வைத்த மருந்து வெடித்தது.
கானும் மலையும் அதிர்ந்த பேரொலியிடை
வானிலே கற்கள் சிதறிப் பறந்தன.

தொலைவிலே நின்ற மனிதனின் நெற்றியில்
சிறியதோர் கல்லின் சிதறல் விழுந்தது
'அம்மா' என்றே அவன் அதைப் பொத்தினான்.

'ஐயோ' என்றே அவள் அவன் அருகே
ஓடி வந்தாள்; ஒருகணம் அவளின்
மெய் சிலிர்த்தது. மேனியில் கிடந்த
துணியினைக் கிழித்து நீரிலே தோய்த்தாள்
பிளந்த நெற்றியில் வழிந்த குருதியைச்
சற்றே துடைத்துச் சுற்றிக் கட்டினாள்
'வலிக்குதா' என்றனள் மங்கை.
'இல்லை' என்றே இவன் நகை செய்தான்.

6

அந்தி சாய்ந்தது. அந்த வீட்டிலே
வானொலி மெதுவாய்ப் பாடுதல் கேட்டது.
குளியல் அறையில் அவன் குதூகலத்துடன்
சவர்காரத்தைத் தாடியில் பூசினான்.

அடுத்த அறையில் அவள் அவன் பெட்டியில்
ஒவ்வொன்றாக உடுப்பினை வைத்தாள்
வெவ்வேறாகக் கிடந்த சப்பாத்தினைத்
துடைத்தே ஒருபுறம் தூக்கி வைத்தாள்.
அவன் உள் நுழைந்தான்; ஆடையை அணிந்தான்
கழுத்திலே ரையைக் கட்டிக் கொண்டான்
தோளிலே கமறா தொங்க விட்டான்.
வாயிலே சிகரட் வைத்த வாறு
வெளியிலே வந்தான். மென்மையான
மணம்பரவியது அவளும் வந்தாள்
காரிலே அவன் அவள் கைவிரல் நகத்தைத்
தடவிய போதவள் சற்றே சிலிர்த்தாள்

விமானம் எழுந்து மேலே பறந்தது.
அவன் அவள் இடையை அணைத்துப் பிடித்தான்.
சன்னலின் ஊடே தரையில் தெரிந்த
காட்சியை அவளைக் காணச் செய்தான்.
மேகமண்டல மெத்தையில் உராய்ந்து
சென்ற ஜெட் விமான நீள் புகைக் கோடுகள்
நீல வானில் நெளிந்து தெரிந்தன.

ஏழாம் திகதி இங்கிருந்து போய்
ஆறாம் திகதி அமெரிக்காவின்
பட்டண மொன்றில் பகல் உணவுண்டார்.
ஜப்பான் அரங்கின் நாட்டிய நிகழ்ச்சியை
அமெரிக்காவில் அமர்ந்து அவர் கண்டார்.

7

காலைப் பனியும் குளிரும் கலந்து
விண்மீன் வெளிறி விடிகிற பொழுதில்
வான்வெளிக் கப்பலில் மனிதன் அமர்ந்தான்.

கருவிகள் அனைத்தும் பரிசோதித்தான்.
சரி இனி எதுவும் தாமதம் இல்லை.
பேரொளி ஒன்று வெடித்துப் பிறந்தது.
தீப் பிழம்பினது திரண்ட புகையிடை
ஏவு கணையின் இயக்கம் நிகழ்ந்தது.
நூறு கோடி டாலரைச் சுமந்து
அப்பலோ பூமியின் அப்பாலாகி
காற்று மண்டலம் கடந்து பறந்தது.

வான்வெளிக் கப்பலுள் மனிதன் இருந்தான்.
பூமியைச் சுற்றிப் புதிய திசையிலே
மேல்கீழ் அற்ற வெளியிலே சென்றான்.
கரிய கம்பளத் திரையிலே பதித்த
ஒளிமுத்துக்களின் இடையிலே ஊர்ந்தான்.
மண்ணின் வடிவ வனப்பினைக் கண்டு
உடல் சிலிர்ப்படைந்தான் உடனே தரையில்
இருந்தவளுக்கும் இதனைக் காட்டினான்.

வீட்டின் ஓர் அறையில் மேசைமுன் அமர்ந்து
இரண்டரை இலட்ச மைல்களுக் கப்பால்
சந்திரத் தரையின் சாம்பல் மண்ணிலே
காலடி வைத்த கணவனைக் கண்டாள்.
ஏணிப் படியில் இறங்கிய போது அவன்
இதயத் துடிப்பை எண்ணிக் கணித்தாள்
"தந்தையே" என்றவன் தனையன் அழைத்தான்
"மகனே" என்றவன் மறுமொழி சொன்னான்.

8

உலகைக் கையின் ஒருபிடிக் குள்ளே
அடக்கிக் கொண்டு அதற்கப்பாலே
விண்வெளி கடந்து வெளியிலே உள்ள
கோளங் களிலே வாழ முனையும்
பாதி மனிதனின் மற்றையப் பாதி
வீதி தோறும் அலைந்து திரிந்தான்.

பரட்டைத் தலையும் பசித்த கண்களும்
மெலிந்து தோன்றும் மேனியுமாக
வீதி தோறும் அலைந்து திரிந்தான்.

தொழிற்சாலைகளின் உலைக் களங்களிலே
வெந்து வெந்து மேனியின் வலிமை
அனைத்தையும் யார்க்கோ அர்ப்பணம் செய்தான்.

கழனிச் சேற்றில் வியர்வையைக் கலந்து
பொன்விளைவித்துப் போடிமார்க் களித்தான்.
பழைய கஞ்சியைப் பருகி இருந்தான்.
ஆலயக் கதவுகள் அவன் நுழையாது
மூடிக் கிடந்தன

முடிவிலே மனிதனின்
இரண்டு பாதியும் இருவேறாக
முதிர்ச்சி அடைந்ததால் மோதிக் கொண்டன.

இளைத்த பாதியின் இதயத் துள்ளே
உயிர் வாழ்தற்கோர் வேட்கை உதித்ததால்
பூமியில் அவன்ஒரு போரிலே குதித்தான்.

தலையிலே பெரிதாய்த் தடிஅடி வீழ்ந்தது
பிளந்த தலைமிகப் பெரிதாய் வளர்ந்தது

குண்டுகள் உடலைத் துளைத்துச் சென்றன
துளைகளில் இருந்து அசுரர் தோன்றினர்.

இளைத்த பாதியின் இதயத் துள்ளே
உயிர்வாழ் கின்ற வேட்கை உதித்ததால்
அவன் அதிமானிடன் ஆக மாறினான்.
மாறிய அந்த மனிதன்
பூமியில் புரியும் போர்மிகப் பெரிதே.

1968

நிலவு பொழிந்த ஓர் இரவு வேளையில்...

நிலவு பொழிந்த இரவு வேளையில்
கொல்லையில் சேவல் கூவிக்கேட்டது
அடுத்த வீட்டிலும்
அதற்கப் பாலும்
கொல்லையில் இருந்த சேவல் கூவின.

விறாந்தையில் வந்தேன்
மேனி குளிர்ந்தது
நிலவு கூரை முகட்டில் நின்றது
இலைகள் மெதுவாய் சலசலத்தன.
நிலவு விழுத்திய நிழல்கள் அசைந்தன.

சிறுநீர் பெய்து திரும்பி வருகையில்
கமுகில் படர்ந்த வெற்றிலைத் தளிர்கள்
ஒழுகிய நிலவில் ஒளிரக் கண்டேன்
கிணற்றுக் கொட்டில் சிந்திய நீரில்
ஒளித்துளி பட்டுப் பொழுபொழுத்தது.

இலைகள் மீண்டும் சலசலத்தன
நிலவு விழுத்திய நிழல்கள் அசைந்தன
துவாயினால் போர்த்தித்
துயிலச் சென்றேன்
இருண்ட அறையில் கூரையின் இடுக்கால்
நிலவு கசிந்து
நிழல் விழுத்தியது

கொல்லையில் மீண்டும் சேவல் கூவியது
அடுத்த வீட்டிலும்
அதற்கப்பாலும்
ஒவ்வொன்றாகக் கூவி அமர்ந்தன.

களவிலே கருக்கொண்ட பெண்யாரும்
இருந்தால் இரவில் சேவல் கூவுமாம்
நிலவு பொழிந்த இரவில் ஒருநாள்
சேவல் கூவுகையில் யாரோ சொன்னதை
நினைக்கையில்
மெதுவாய்ச் சிரிப்பு வந்தது.
தெரிந்த பெண்களில்
நினைவு சென்றது.
இருண்ட அறையில்
கதவின் இடுக்கால்
நிலவு கசிந்தது
நித்திரை யானேன்.

04.02.1969

காலி வீதியில்

காலி வீதியில் அவளைக் கண்டேன்
ஐந்து மணிக்கு
கந்தோர் விட்டதும்
கார்களும்
பஸ்களும்
இரைந்து கலந்த நெரிசலில்
மனிதர் நெளிந்து செல்லும்
காலி வீதியில் அவளைக் கண்டேன்.

சிலும்பிய கூந்தலைத் தடவியவாறு
பஸ் நிறுத்தத்தில்
அவ்வஞ்சி நின்றதைக் கண்டேன்
அவளைக் கடந்து செல்கையில்
மீண்டும் பார்த்தேன்
' very nice girl ' என
மனம் முணுமுணுத்தது.
வழியில் நடந்தேன்.

அவசரகாரியமாகச் செல்கையில்
நினைவும் அதிலே நிலைத்து நிற்கையில்
காலி வீதியில் கண்டேன் அவளை

கார்களும்
பஸ்களும்
இரைந்து கலந்த
நெரிசலில்
நானும் நெரிந்து நடந்தேன்

07.02.1969

கோயிலின் வெளியே

கோயிலின் வெளியே கூச்சல் கேட்டது
பூட்டிய கதவின் புறமாய் நின்ற
மக்கள் பெரிதாய்ச் சத்தம் இட்டனர்.

இரும்புக் கதவை இழுத்துப் பூட்டிய
குருக்கள்
உள்ளே குத்து விளக்கினை
ஏற்றி வைத்தே இறைவனைத் தொழுதார்.

கோயிலின் வெளியே கூச்சல் கேட்டது
பூட்டிய கதவின் புறமாய் நின்ற
மக்கள் பெரிதாய்ச் சத்தம் இட்டனர்.

குருக்களே நாங்கள் கும்பிட வந்தோம்
கதவைத் திறவும்
கதவைத் திறவும்
கடவுளை நாங்கள் காண வந்தோம்
கதவைத் திறவும்
கதவைத் திறவும்

மக்களின் குரல் அம் மதில்களின் மீதும்
கடவுள் இருந்த கருவறை உள்ளிலும்
மோதி மோதி
முன்புறம் திரும்பிக்
காற்றில் ஏறிக் ககனம் சென்றது.
ஆரவாரம் அதிகரித்ததும் அக்
கோபுரத்தில் நின்ற குருவிகள்
கத்திக் கொண்டு கலைந்து பறந்தன.

2

இரும்புக் கதவை இழுத்துப் பூட்டிய
குருக்கள்
உள்ளே குத்து விளக்கினை
ஏற்றி வைத்தே இறைவனைத் தொழுதார்.

ஆண்டவா
இந்தத் தீண்டத் தகாத
பாவிகள் உன்னைப் பார்க்கத் தகுமோ?
இவர்கள் மேனியின் வியர்வை நாற்றமும்
அழுக்கிலே புரண்ட அவர்கள் பாதமும்
தொழத்தகும் உனது தூய்மையான
வாயிலைக் கடந்து வரத் தகுந்ததுவா?

ஐயனே பெரிய அபசாரம் இது
ஐயனே பெரிய அபசாரம் இது!

குருக்கள் தலையிலே
குட்டிக் கொண்டார்
மணியை அடித்தொரு
வாழ்த்திசை பாடினார்.

3

வாயிலில் நின்ற மனிதரின் கூச்சல்
கடவுள் இருந்த கருவறை உள்ளில்
மோதி மோதி எதிரொலி செய்தது.

வெளியிலே மெதுவாய் இருள் கவிகிறது
மேற்கிலே சூரியன் விழத் தொடங்கியது
காற்று மெதுவாய் அசைந்ததும் - அங்கே
புழுதிப் படலம் எழுந்து கலைந்தது.

காய்ந்த உடலும் கசங்கிய உடையும்
வியர்வை நாறும் மேனியு மாக
நின்ற அம்மக்கள் நெருங்கி வந்தனர்.

கோயிலின் உள்ளே கூடி நின்ற
தர்மகர்த்தாக்களும் சத்தம் இட்டனர்
கோப வெறியில் மேனி கொதித்தனர்
கண்கள் சிவந்து கனிந்து கிடந்தன.

நாய்களே
உள்ளே நாங்கள் தொழுகையில்
பேய்கள் போலப் பிதற்றுகின்றீர்களா?
ஒன்றும் அறியாப் பன்றிக் கூட்டம்
அழுக்கிலே புரளும் அற்ப சனங்கள்
நீங்கள் எம்முடன் நிகராய் நிற்பதா?

நாங்கள் வணங்கும் கடவுளின் எதிரே
நீங்கள் வந்து நிற்கவும் தகுமா?
போங்கள் அப்பால்
போங்கள் அப்பால்

கோயிலின் உள்ளே கூடி நின்ற
தர்மகர்த்தாக்கள் சத்தம் இட்டனர்.

நீறு பூசிய நெற்றியில் கசிந்த
வியர்வையைப் பட்டுச் சால்வையால் வீசினர்.

பூட்டிய கதவின் புறமாய் நின்ற
மக்கள் பெரிதாய்ச் சத்தம் இட்டனர்.
ஆயிரம் ஆயிரம் ஆண்டுக ளாகக்
கோயிலை எங்கள் குறுக்கே நிறுத்திய
அந்த நாட்கள் அகன்று விட்டன

உங்கள் வாழ்க்கை உயர்வதற்காக
கோயிலை எங்கள் குறுக்கே நிறுத்திய
அந்த நாட்கள் அகன்று விட்டன.

கலிமுற்றியது கலிமுற்றியது!
தெய்வ நியதியைப் பொய்யாக் கிடவும்
தெய்வத் தலத்தைத் தீட்டுப் படுத்தவும்
பாபாத் மாக்கள் பயப்பட வில்லை
அபசாரம் இது
அபசாரம் இது!

குருக்கள் தலையிலே குட்டிக் கொண்டு
வெளியிலே வந்து வீதியை நோக்கினார்.

4

வெளியிலே மெதுவாய்
இருள் கவிகிறது.
மேற்கிலே சூரியன் விழுந்த இடத்தில்
வானச் செம்மை மங்கித் தெரிந்தது
தூர வானில் தென்னைகள் இடையே
வெள்ளிப் புள்ளிகள்
மெல்ல ஒளிர்ந்தன.

கோயிலின் வெளியே கூச்சல் வலுத்தது.
கதவைத் திறவும்
கதவைத் திறவும்
என்ற சத்தம் இரைந்து கலந்தது.

காய்ந்த உடலும்
கசங்கிய உடையும்
வியர்வை நாறும் மேனியுமாக
நின்ற அம்மக்களின்
நெஞ்சும் கரமும்
ஆவேசத்தால் அதிர்ந்து துடித்தன.

அது ஒரு காலம்
அந்த நாளில்
நாங்கள் உம்மெதிர் நாணி நின்றோம்
இறைவனின் முகத்தில் இருந்து தோன்றிய
குருக்களின் எதிரில் வரவும் கூசினோம்
இறைவனின் தோளில் இருந்து தோன்றிய
அரசரை எமது கடவுளாய் ஆக்கினோம்
இறைவனின் வயிற்றில் இருந்து தோன்றிய
வணிகரின் ஏவல் நாய்களாய் வாழ்ந்தோம்.

இறைவனின் பாதம் இருந்து தோன்றிய
எமக்குப் புழுதியே ஏற்றதென் றெண்ணினோம்.
இப்படி நீங்கள்
செப்பிய தெல்லாம்
உண்மை என்றே ஒப்புதல் செய்தோம்.

அது ஒரு காலம் அந்த நாளில்
நாங்கள் உம்மெதிர் நாணி நின்றோம்
தீண்டத் தகாத சின்ன மனிதர்
நாங்கள் என்பதை நம்பி வாழ்ந்தோம்.

கதவைத் திறவும்
கதவைத் திறவும்
கடவுளை நாங்கள் காண வந்தோம்
கதவைத் திறவும்
கதவைத் திறவும்

கோயிலின் வெளியே கூச்சல் வலுத்தது
கதவைத் திறவும் கதவைத் திறவும்
என்ற சத்தம் இரைந்து கலந்தது.
காய்ந்த உடலும் கசங்கிய உடையும்
வியர்வை நாறும் மேனியுமாக
நின்ற அம் மக்களின் நெஞ்சும் கரமும்
ஆவேசத்தால் அதிர்ந்து துடித்தன.

5

உங்கள் வாழ்வும்
உங்கள் வளமும்
மேலும் மேலும் விரிவதற் காக
எங்களைப் புழுதியில் எறிந்தீர் என்பதை
நாங்கள் இன்று
நன்குணர்ந் துள்ளோம்.

கடவுளைக் கோயிலின்
கருவறை உள்ளே
பூட்டி விட்டு எமைப்
புழுதியில் எறிந்தீர்
என்பதை நாங்கள்
இன்றுணர்ந் துள்ளோம்.

ஆகவே
நாங்கள் அதனை அழிப்போம்
கதவை உடைப்போம்

கதவை உடைப்போம்
கடவுளை நாங்கள் விடுதலை செய்வோம்.

விடுதலையான கடவுளைக் கொண்டே
எங்கள் உயர்வை
எங்கும் அறைவோம்
பிறக்கும் போதே பெருகிய பாபச்
சுமையுடன் நாங்கள் தோன்றினோம் என்று
செப்பும் கொள்கையைத்
தீயிட வைப்போம்.

எமது பிறப்பிலே யாம்மிகப் புனிதர்
எமது தந்தையும்
எமது தாயும்
தங்கள் பிறப்பிலே புனிதமானவர்
என்ற கொள்கையை
இயம்பிடச் செய்வோம்.

கதவை உடைப்போம்
கதவை உடைப்போம்
கடவுளை நாங்கள் விடுதலை செய்வோம்.

பூட்டிய கதவின் புறமாய் நின்ற
மக்கள் பெரிதாய்ச் சத்தம் இட்டனர்
குருக்கள் கோயிலின் உள்ளே புகுந்தார்.
தர்மகர்த்தாக்கள் தாவிச் சென்றனர்
வெளியே எங்கும் இருளாய் இருந்தது
வானிலே வெள்ளிகள் மலிந்து கிடந்தன.

6

காய்ந்த உடலும் கசங்கிய உடையும்
வேர்வை நாறும் மேனியுமாக
நின்ற அம்மக்களின்

நெஞ்சும் கரமும்
ஆவேசத்தால் அதிர்ந்து துடித்தன.
இரும்புக் கதவை இழுத்தசைத்தார்கள்
புழுதி எழுந்து புரண்டு பறந்தது.

கதவை உடைப்போம்
கதவை உடைப்போம்
கடவுளை நாங்கள் விடுதலை செய்வோம்
எங்கள் உயர்வை
எங்கும் இசைப்போம்
பறையர் எனினும் பார்ப்பனர் எனினும்
வியர்வைத் துளியில்
மேன்மை காண்போம்.
இப்படி மக்கள் இரைச்சல் இட்டனர்
ஆவேசத்தால் ஆர்ப்பரித்தார்கள்
இரும்புக் கதவை இழுத்தசைத் தார்கள்
புழுதி எழுந்து புரண்டு பறந்தது.

தாவிச் சென்ற தர்மகர்த்தாக்கள்
போலிஸ் வண்டியில் உட்புகுந்தார்கள்.
கோயிலின் வெளியே குழப்படி செய்து
தெய்வத் தலத்தைத் தீட்டுப் படுத்திய
மனிதரின் உள்ளே வந்து பாய்ந்தனர்.

கோயிலா அல்லது கூத்து மடமா?
சந்நிதியா இது சந்தைக் கடையா?
அற்ப நாய்களே அகன்று போங்கள்.
தர்மகர்த்தாக்கள்
சத்தம் இட்டனர்.

கதவை உடைப்போம்
கதவை உடைப்போம்
கடவுளை நாங்கள் விடுதலை செய்வோம்

பிறப்பிலே நாங்கள்
புனிதர் என்பதை
இறப்பினும் நாங்கள்
இங்கு மொழிவோம்.

இப்படி மக்கள் இரைச்சல் இட்டனர்
இரும்புக் கதவை இழுத்துடைத் தார்கள்
புழுதி எழுந்து புரண்டு பறந்தது.

சடசட என்று தடிஅடி கேட்டது
ஐயோ என்று அலறுதல் கேட்டது
கடவுளே என்று கதறுதல் கேட்டது
சுவரிலே மோதித் துவண்டு விழுந்த
ஒருவனின் மேலால் ஓடினர் மக்கள்.

புழுதி எழுந்து புரண்டு பறந்தது.
வானை மூடி மறைத்தது புழுதி
வெள்ளிகள் புழுதியுள் மெல்ல மறைந்தன
சுவரிலே மோதித்
துவண்டு விழுந்த
மனிதன்
கடவுளே என்று புலம்பினான்.

கண்ணீர்ப் புகையால் கலைந்த மக்கள்
தள்ளி நின்று சத்தம் இட்டனர்.

இது ஆரம்பம்
இது ஆரம்பம்

இனியும் தொடர்வோம்
இனியும் தொடர்வோம்

விடிவை நோக்கி

விரைந்து செல்வோம்
கடவுளை நாங்கள்
விடுதலை செய்வோம்
எங்களை நாங்களே விடுதலை செய்வோம்
இருட்டில் தூர இக்குரல் கேட்டது.

இரும்புக் கதவை இழுத்துப் பூட்டிய
குருக்கள் தனது குடுமியை அவிழ்த்துக்
கட்டிக் கொண்டார்; கடவுள்
இருந்த இடத்திலும் இருள் மூடியது.

30.03.1969

ஹோசிமின் நினைவாக..

1

வேட்டை விமானம் விண்ணில் இரைந்தன
விஷப்புகைக் குண்டுகள்
வீழ்ந்து வெடித்தன
எகிறிப் பறந்தன
பீரங்கிக் குண்டுகள்
சடசடத்தன மெஷின் துப்பாக்கிகள்.

ஓலம் அழுகை
கூக்குரல் ஒலிகள்
ஓலம்...
அழுகை...
கூக்குரல் ஒலிகள்...

வயற்புறங்களிலும்
வாசற்படியிலும்
ஓடிய இரத்தம் உறைந்து கிடந்தது.

புகைந்து கொண்டிருந்தன குடிசைகள்.
கரும்புகை
மிக மெதுவாக விண்ணிற் கலந்தது...

2

அடர்ந்த காட்டில் அமைதி துயின்றது.
இடைக்கிடை எங்கோ இருண்ட பகுதியில்
காட்டுப் பூச்சிகள் கத்திக் கேட்டது.
மூங்கிற் புதர்கள் மூடிய ஆற்றின்
கரையில் மெதுவாய்க் காற்று வீசியது.

தண்ணீர்ப் பையில் தண்ணீர் நிரப்பிய
வீரன் நிமிர்ந்து மேலே நோக்கினான்...
மூங்கிலில் வண்ணப் பூச்சிகள் மொய்த்தன.

பதுங்கி இருந்த படையினை நோக்கி
முதுகுச் சுமையுடன்
அவன்முன் நடந்தான்...

மரங்களின் கீழே
மடியில் வளர்த்திய துவக்குடன்
ரொட்டியைச் சுவைத்த வாறு
வீரர் இருந்தனர்...

மிகமெதுவாக
வானொலிக் கருவி வழங்கிய மெல்லிசை
நின்றது...
சிறிது நீண்டது மௌனம்...

ஹனோய் வானொலி கம்மிய குரலில்
ஒலிபரப்பியது...
'ஹோசிமின் இறந்தார்...'

ரொட்டித் துண்டுகள் மண்ணில் விழுந்தன.
நிசப்தமான மரங்களின் நிழலில்
மௌன அஞ்சலி நீண்டு வளர்ந்தது...

"உன் நரம்புகளில் ஓடிய உணர்வின்
சிறுதுளி எனினும் சேர்க எம் குருதியில்...
இன்னும் இன்னும் இழக்கிலோம் எங்கள்
மண்ணிலே சிறிய மணலையும் நாங்கள்..."
கொமாண்டர் அடங்கிய குரலில் கூறினான்.

காட்டுப் பறவைகள் கத்திப் பறந்தன.
மீண்டும் வேட்டை விமானம் இரைந்தன.
அடர்ந்த காட்டின் மரங்களின் அடியில்
விஷப்புகைக் குண்டுகள் வீழ்ந்து வெடித்தன...
பதுங்கி இருந்த படையினர் கரங்களின்
மெஷின் துப்பாக்கிகள் வெடிக்கத் தொடங்கின...

ஓங்கி வளர்ந்த உயரமான
மூங்கிற் புதர்கள் மூடிய இருளில்
மீண்டும் விமானம் வீழ்ந்து நொறுங்கின.

03.09.1969

பகுதி 3

நண்பகல்

1970-1979

இலைக்கறிக்காரி

'லெக்கேறி...ரீக்...கீ...கோ!'
என்று தெருவில்
தொலைவில் ஒரு மூடை
சுமந்து நடந்து வரும்
செல்லாளின் கூவல்
தெருவெங்கும் கேட்கிறது.

அல்லயலில்
வேலி அடைப்புக்குப் பின் இருந்து
'கொண்டாகா'
என்றொருத்தி கூப்பிட்டாள்.

போய்க் கடப்பைத்
தள்ளிவிட்டுச் சென்று
தலைச்சுமையைக் கீழ் இறக்கி
வைத்தாள் முருங்கை மரத்தடியில்.

வீதியெல்லாம்
அல்லாடி வந்த
அவளின் தளர்ந்த உடல்
காலை வெயிலில்
கசிந்து நனைந்துளது.
சீலைத் தலைப்பால்
சிறிதே துடைத்து விட்டாள்.

சாக்கில் இருந்த
தளிர்த்த இலைக்கறியில்
தட்டில் எடுத்து வைத்தாள்
பத்துச் சதத்துக்கு.

‘நட்டங்கா இன்னமும்
நாலுபுடி வை’ என்றாள்
‘கட்டாகா’ என்றாள் கறிக்காரி

‘எப்பயும் நீ
இப்பிடித்தான் நல்ல அறும்பு’
என்றிவள் சொன்னாள்.

‘உச்சி வெயில்ல
வயல்ல சுழியோடிப்
பிச்சி வந்து விக்கும்
புழைப்பு புள்ள என் புழைப்பு...

நாளும் முழுப்பொழுதும்
நாயா அலஞ்சு
சதிரத்தச் சாறாப் புழிஞ்சா
கெடைக்கிறது
என்னத்துக்காகும்?
இரண்டு குமர் கெடக்கு...

முந்தானையில் காசை
முடிந்தபடி எழுந்த
செல்லாளைப் பார்த்து
திரும்பி உட்செல்லுகையில்
‘எல்லார்க்கும் கக்கிசந்தான்
என்ன செய்யலாம்’ என்றாள்.

'லெக்கேறி...ரீக்..கீ... கோ'
என்று தெருவில்
தொலைவில் ஒரு மூடை
சுமந்து நடந்து செல்லும்
செல்லாளின் கூவல்
தெருவெங்கும் கேட்கிறது.

24.03.1970

துயில் கலைந்தோர்

1

அந்த வெயிலில் அவர்கள் நடந்தார்கள்
எந்தச் சிறு நிழலும் இல்லாத பாதையிலே
அந்த வெயிலில் அவர்கள் நடந்தார்கள்.

'எங்களிடம் என்ன
இழக்க இருக்கிறது?
எங்களிடம் என்ன
இழக்க இருக்க இருக்கிறது?'

'வாருங்கள் நாங்கள் இந்த
வையகத்தை வென்றெடுப்போம்
வாருங்கள் நாங்கள் இந்த
வையகத்தை வென்றெடுப்போம்'

அந்த வெயிலில் அவர்கள் நடந்தார்கள்
எந்தச் சிறு நிழலும் இல்லாத பாதையிலே
அந்த வெயிலில் அவர்கள் நடந்தார்கள்.

'நீண்ட இரவு
நியமப்படி கழிந்து
மீண்டும் ஒருநாள் விடியும்'

‘மீண்டும் விடியும் விடிவை எதிர்கொள்ள
நாங்கள் விழித் தெழுவோம்
நாங்கள் விழித் தெழுவோம்’

‘சூரியனின் தேர்ச்சில்லைத்
தோளால் அசைத்திடுவோம்
தேரின் குதிரைகளை
எம்திசையில் செல்லவைப்போம்’

‘நாங்கள் ஒரு வையகத்தை
நாங்கள்ஒரு வானகத்தை
எங்கள் கரத்தால்
இணக்கி முடித்திடுவோம்
அங்கு புதுச் சூரியன் ஒன்று
ஆக்கி அமைத்திடுவோம்’

‘எங்களிடம் என்ன
இழக்க இருக்கிறது
வாருங்கள் நாங்கள் இந்த
வையகத்தை வென்றெடுப்போம்’

காற்று இப் பெருங்குரலைக்
கை எடுத்துச் சென்றது
நாற்றிசையும் இக்குரலின்
நாதம் பரவியது.

மண்ணின் புழுதி இவ்
வார்த்தைகளை ஏந்தியது
விண்ணில் முகிலில் இதை
மீண்டும் எழுதியது.

அந்த வெயிலில் அவர்கள் நடந்தார்கள்
எந்தச் சிறு நிழலும் இல்லாத பாதையிலே
அந்த வெயிலில் அவர்கள் நடந்தார்கள்.

2

யார் நீங்கள்...?
இந்த நடுமதிய வேளையிலே
போர் புரியும் நோக்கில்
புறப்பட்டு வந்துள்ளீர்

யார் நீங்கள்...?
மாளிகையில் நாங்கள் களைப்பாறும்
வேளையிலே
கோப வெறியை வெளிக்காட்டிப்
போர் புரியும் நோக்கில்
புறப்பட்டு வந்துள்ளீர்

யார் நீங்கள்...?
எங்கள் அனுமதியை நாடாமல்
வீதி கடந்து
வெளி வாயிலும் கடந்து
போர் புரியும் நோக்கில்
புறப்பட்டு வந்துள்ளீர்

யார் நீங்கள்...?
ஆளும் குரல்கள்
அதிகாரக் கூக்குரல்கள்
சூழும் குளிர்ந்த நிழலில் சுகங்காணும்
ஆளும் குரல்கள்
அதிகாரக் கூக்குரல்கள்.

சுங்கான் புகையின்
சுகந்த மணத்திடையே
யானைப் பிளிறல் போல்
நாற்றிசையும் கேட்டன.

3

'நாங்கள் யார்?'
நாங்களே இந்நாட்டின் உழைப்பாளர்!'

'நாங்கள் யார்?
நாங்களே இந்நாட்டின் வறியவர்கள்'

'நாங்கள் யார்?
நாங்களே இந்நாட்டின் வெகு ஜனங்கள்;'

'நாங்கள், ஆம்,
நாங்களே இந்நாட்டின் வரலாற்றை
ஆக்கி வளர்க்கும்
அரிய படைப்பாளர்'

'நீண்ட இரவில் நெடுநாள் துயில் புரிந்து
மீண்டும் உமது சுமையால் துயில் கலைந்த
நாங்கள், ஆம்,
நாங்களே இந் நாட்டின் எஜமானர்'

'இந்த யுகமும்
இனிவரும் ஒவ்வோர் யுகமும்
எங்கள் யுகமாகும்
எங்கள் யுகமாகும்'

காற்று இப் பெருங்குரலைக்
கையெடுத்துச் சென்றது
நாற்திசையும் இக்குரலில்
நாதம் பரவியது.

மண்ணின் புழுதி இவ்
வார்த்தைகளை ஏந்தியது

விண்ணில் முகிலில் இதை
மீண்டும் எழுதியது.

'யாருடைய வேர்வை இந்
நாட்டை நனைத்துவோ
யாருடைய வேர்வை இந்
நாட்டை வளர்த்ததுவோ
ஆம், அவர்க்கே நாட்டின்
அனைத்தும் உரித்தாகும்
ஆம், அவர்க்கே நாட்டின்
அனைத்தும் உரித்தாகும்'

'நாங்களே இந் நாட்டை நனைத்தவர்கள்
நாங்களே இந்நாட்டை வளர்த்தவர்கள்
எங்கள் வயிற்றில்
நெருப்பே எரிகிறது
எங்கள் வயிற்றில்
நெருப்பே எரிகிறது'

'எங்கள் குருதியினால்
நாங்கள் இதை வென்றெடுப்போம்
எங்கள் வியர்வையினால்
நாங்கள் இதைச் சுத்திசெய்வோம்'

'எங்களிடம் என்ன இழக்க இருக்கிறது
வாருங்கள் நாங்கள் இந்த
வையகத்தை வென்றெடுப்போம்
வாருங்கள் நாங்கள் இந்த
வையகத்தை வென்றெடுப்போம்'

காற்று இப் பெருங்குரலைக்
கையெடுத்துச் சென்றது
நாற்றிசையும் இக்குரலின்
நாதம் பரவியது.

மண்ணின் புழுதி இவ்
வார்த்தைகளை ஏந்தியது
விண்ணில் முகிலில் இதை
மீண்டும் எழுதியது.

07.09.1970

தாத்தாமாரும் பேரர்களும்

இருந்தது
எங்கள் தாத்தாவுக்கோர்
யானை இருந்தது
கொம்பன் யானை ...

தெரியுமா?
இந்தச் செய்தி உமக்குத்
தெரியுமா காணும்?
தெரியாதாயின்
இன்று தெரிந்துகொள்.
எங்கள் தாத்தா
அன்றே பெரிய கொம்பன் யானை
வைத்திருந்ததை இவ்வையகம் அறியும்

அத்திலாந்திக் கரைவரை எங்கள்
தாத்தா யானையில் சவாரி செய்தார்.
அந்தலூசின் சமவெளி ஊடே
எங்கள் தாத்தா யானையில் சென்றார்.

இந்தியாவில் எண்ணூறு ஆண்டுகள்
எங்கள் தாத்தா யானையில் இருந்தார்.
சீனா வரையும் சென்று வந்ததாம்
அவரது யானை
கொம்பன் யானை –

யானைவைத்து ஆண்ட பரம்பரை நாங்கள்
உலகின் பாதியை ஆண்டவர் நாங்கள்
உலகம் எங்கும் அறிவொளி பரப்பி
வைத்தவர் நாங்கள்;
பல்கலை ஞான
எழுச்சி எங்கள் பின்னால் வந்தது.

அந்தலூசின் சமவெளி இடையே
இன்றும் நீங்கள் இதனைக் காணலாம்
பாக்தாத் நகரில் படிக்க வந்த
ஐரோப்பியரிடம் அதனைக் கேட்கலாம்.

தெரியுமா?
இந்தச் செய்தி உமக்குத்
தெரியுமா காணும்?
தெரியாதாயின்
இன்று தெரிந்துகொள்!
எங்கள் தாத்தா அன்றே பெரிய
கொம்பன் யானை
வைத்திருந்ததை இவ்வையகம் அறியும்

இருந்தது
எங்கள் தாத்தாவுக்கோர்
யானை இருந்தது
கொம்பன் யானை……

2

இருந்ததா?
உங்கள் தாத்தாவுக்கோர்
யானை இருந்ததா?
கொம்பன் யானையா?

எங்கே அந்த யானை இப்போது?
எங்கே அந்தக் கொம்பன் யானை?
யானைக் காரரின் பேரப்பிள்ளாய்
எங்கே உங்கள் கொம்பன் யானை?

கால்நடையாக வந்து நிற்கிறாய்
அழுக்குத் துணியை அணிந்து நிற்கிறாய்
உன்னைப் பார்த்தால் அப்படி ஒன்றும்
யானைக் காரரின் பேரப் பிள்ளையாய்த்
தெரிய வில்லையே
தெரியவே இல்லையே!

இருந்ததா?
உங்கள் தாத்தாவுக்கோர்
யானை இருந்ததா?
கொம்பன் யானையா?

எங்கே அந்த யானை இப்போது?
எங்கே அந்தக் கொம்பன் யானை?
யானைக் காரரின் பேரப்பிள்ளாய்?
எங்கே உங்கள் கொம்பன் யானை?

3

எங்கே எங்கள் கொம்பன் யானை?
எங்கே அந்தக் கொம்பன் யானை?

எம்மை படைத்த இறைவனுக்காக
எம்மைப் படைத்த இறைவனின் ஆட்சியை

நிறுவுதற் காகக்
குருதியும் சொரிந்த
நாங்கள்

அந்த நன்னெறி விட்டும்
நீங்கி விட்டதால்.....
நீங்கியே விட்டதால்...
எங்கள் இறைவன் எமக்கு வகுத்த
வீதியை விட்டும் விலகி விட்டதால்....

உருகி உருகி ஒவ்வொரு பொழுதும்
தொழுது நிற்பதைத் துறந்து விட்டதால்...
வாய்மை நெறியை மறந்து விட்டதால்...
ஆன்ம வலிமையை அகற்றி விட்டதால்....
நாங்கள் எங்கள் யானையை இழந்தோம்
என்றே இன்று கேள்விப் படுகிறோம்.

இருந்தது
எங்கள் தாத்தாவுக் கோர்
யானை இருந்தது
கொம்பன் யானை.

4

இளைய தலைமுறையின்
ஏழ்மைக் குரலே
பழைய செய்தியைத் திருப்பிச் சொல்கிறாய்.
இக்பால் என்ற கவிஞனிடத்துக்
கடனாய்ப் பெற்ற பழைய சொற்களைத்
திரும்பவும் வந்து என்னிடம் சொல்கிறாய்........

ஆனால் சற்றே ஆழ்ந்து கவனி
யானைக் காரரின் பேரப் பிள்ளாய்
சற்றே கவனி சற்றே கவனி

உமையாக்களின் உருவிய வாளில்
இரத்த வாடை இருக்குதா என்று
சற்றே கவனி சற்றே கவனி.......

அப்பாசியர்களின் அரண்மனை எங்கும்
இரத்த வாடை இருக்குதா என்று
சற்றே கவனி சற்றே கவனி.......

சுல்தான் அணிந்த தொப்பியின் உள்ளே
இரத்தவாடை இருக்குதா என்று
சற்றே கவனி சற்றே கவனி........

இரத்த வாடையை இனங்கண்டனையா?
அந்த வாடை யாருக்குரியது?
செங்கடலாகத் திரண்டு கிடப்பதில்
பாதி இரத்தம் யாருக்குரியது?

ஓ! அது உங்கள் தாத்தாவுடையதா?
ஆமாம் உங்கள் தாத்தாமார்கள்
அதிகாரத்துக்காகத் தமக்குள்
பொருதிக் கொண்ட போது வடிந்த
இரத்த மணம்தான் இங்கு மணப்பது.

அதிகாரத்துக்காக அவர்கள்
பொருதிக் கொண்ட போதெல்லாம்
நீங்கள்
யானையின் கீழே நசிந்து மடிந்தீர்
யானையின் பின்னால் நடந்து திரிந்தீர்
அம்பாரி மீதில் அவர்கள் இருக்கப்
பார்த்து மகிழும் பாக்கியம் பெற்றீர்.

இரத்தினக் கற்கள் இழைத்துப் பண்ணிய

சிம்மாசனத்தில் அவர்கள் இருக்க
கொம்பன் யானையை எண்ணிக் கொண்டே
பழம்பாய் மீதில் படுத்துக் கிடந்தீர்.
அவர்கள் வசித்த அரண்மனை யுள்ளே
தொங்கிய பட்டுத் துணிகளுக்காக
நீண்ட நேரம் நீங்கள் உழைத்தீர்.

அவர்கள் வசித்த அரண்மனை உள்ளே
அந்தப் புரத்தில்
அரிவையர் துயின்ற
மெத்தையை மேலும் மென்மைப் படுத்த
நித்திரையின்றி நீங்கள் உழைத்தீர்.

அவர்கள் தங்கள் அந்தப் புரத்து
அரிவையர்க்காக அமைத்துத் தந்த
தாஜ்மஹாலின் சலவைக் கற்களை
வியர்வைத் துளிகளால் மினுக்கித் துடைத்தீர்.

தங்கக் குவளையில் தாத்தா பருகினார்
உங்கள் அடுப்பில் பூனை துயின்றது.

5

தெரிந்ததா ?
இந்தச் செய்தி தெரிந்ததா ?
நீங்களும் உங்கள் தாத்தாமாரும்
எந்த உறவில் இணைப்புண்டுள்ளீர்
என்ற செய்தி இன்று புரிந்ததா ?

தாத்தா மார்கள் ஆட்சியாளர்
பேரப் பிள்ளைகள் ஆளப்பட்டோர்.
நீங்கள் எதையும் இழக்கவும் இல்லை
இழக்க எதுவும் இருக்கவும் இல்லை.

ஆட்சியாளரே யானையை இழந்தார்
அவர்களே தங்கள் அரண்மனை இழந்தார்
ஐரோப்பாவில் அரும்பி வளர்ந்த
புயலில் அவர்கள் புரண்டு போயினர்.

அன்று வீசிய அந்தப் புயலில்
அவர்கள் தங்கள் அரண்மனை இழந்தார்
இரத்தினக் கற்கள் இழைத்துப் பண்ணிய
சிம்மா சனத்தைத் திடீரென் றிழந்தார்
தாத்தாமார் தம் சிம்மா சனத்தில்
ஐரோப் பியர்கள் அமரக் கண்டார்.

அவர்கள் வளர்த்த கொம்பன் யானை
ஆடி அடங்கிக் கிடக்கக் கண்டார்.
நீங்கள் எதையும் இழக்கவும் இல்லை
இழக்க எதுவும் இருக்கவும் இல்லை.

6

இழந்ததை மீண்டும்
எப்படிப் பெறலாம்?
தாத்தா மாரின் தத்துவ ஞானிகள்
எழுத்தாளர்கள் கவிஞர்கள் எல்லாம்
எழுந்து வந்தனர்
இழக்க எதுவும் இல்லா திருந்த
பேரப் பிள்ளையின் பிடரி பற்றினர்.

எழுந்திரு பிள்ளாய் எழுந்திரு...
உங்கள்
விழுமிய செல்வம் விழுங்கப் பட்டது
யானைவைத் தாண்ட பரம்பரை நீங்கள்
உலகின் பாதியை ஆண்டவர் நீங்கள்

உலகை உய்விக்க வந்தவர் நீங்கள்
இன்று நீங்களேன் எல்லாம் இழந்து
ஒன்று மற்றவர் ஆகி யுள்ளீர்....?
எழுந்திரு பிள்ளாய் எழுந்திரு.

விழிக்க வேண்டிய வேளையும் வந்தது
தாத்தா மாரின் தத்துவ ஞானிகள்
எழுத்தாளர்கள் கவிஞர்கள் எல்லாம்
எழுந்து வந்துமை எழுப்பி விட்டனர்.

ஆட்சி யாளர் தாத்தா வாகினர்
ஆளப் பட்டோர் பேரர் ஆகினர்.
ஆடி அடங்கிக் கிடந்த அந்தக்
கொம்பன் யானை உணர்ச்சி கொண்டது.

7

ஆசியாவிலும் ஆபிரிக்காவிலும்
தேசிய எழுச்சிகள் திரண்டு கிளர்ந்தன
இரத்த வாடை எங்கும் நிறைந்தது.

ஐரோப் பாவின் ஆட்சி யாளர்
திருப்பி அளித்த சிம்மாசனத்தில்
மீண்டும் உங்கள் தாத்தா அமர்ந்தார்.
ஆமாம்
நீங்கள் மீண்டும் அந்த
அம்பாரி மீதில் அவர்கள் இருக்கப்
பார்த்து மகிழும் பாக்கியம் பெற்றீர்.

தெரியுமா?
இந்தச் செய்தி தெரியுமா?
நீங்கள் எதையும் இழக்கவும் இல்லை
இழக்க எதுவும் இருக்கவும் இல்லை.

8

பிறைக் கொடி பறக்கும்
இடங்களில் எல்லாம்
நேற்று நடந்த நிகழ்ச்சிகள் என்ன?

யானைக் காரரின் பேரப் பிள்ளாய்
சற்றே கவனி சற்றே கவனி
இந்தோனேசிய மண்ணிலே சிதறிச்
சிந்திய குருதியைச் சற்றே கவனி

ஜோர்த்தான் நாட்டின் ஆற்றங் கரையில்
பெருகி ஓடிய குருதியைக் கவனி
வங்க தேசக் கங்கைக் கரையின்
இரத்தச் சகதியை இன்னும் கவனி.

இந்தக் குருதியைச்
சிந்தியோர் யாவர்?
இந்தக் குருதியைச் சிந்திய மக்களின்
நெஞ்சைப் பிளந்த
தோட்டா யாரது?

உனக்கும் அவர்க்கும் ஆண்டவன் ஒன்றே
உனக்கும் அவர்க்கும் வேதமும் ஒன்றே
நீங்கள் உங்கள் வாழ்க்கையை மீண்டும்
கேட்கும் வரைக்கும்
கேட்கும் வரைக்குமே
பள்ளி வாயிலில் ஒன்றாய்த் தொழலாம்
சகோதரத்துவச் சரடு திரிக்கலாம்....

யானைக் காரரின் பேரப்பிள்ளாய்
கண்விழித் தெழுக

கண்விழித் தெழுக!
அவர்கள் உனது தாத்தா அல்லர்
அவர்கள் உனது உறவினர் அல்லர்
அவர்கள் உன்னைச் சுரண்டிக் கொழுத்தோர்.
மீண்டும் மீண்டும்
சுரண்டுதற் காகச்
சகோதரத்துவச் சரடு திரிப்போர்...
பிறைக் கொடி பறக்கும்
இடங்கள் தோறும்
உலகில் உள்ள மூலைகள் தோறும்
மஞ்சத் தோடும்
மாளிகை யோடும்
ஆட்சி யோடும்
ஆணவத் தோடும்
வாழ்வோரெல்லாம் மற்றொரு சாரார்.......

பஞ்சத் தோடும்
பட்டினி யோடும்
வெஞ்சத் தோடும்
வேதனை யோடும்
வாழ்வோ ரெல்லாம் மற்றொரு சாரார்......

யானைக் காரரின் பேரப் பிள்ளாய்
கண்விழித் தெழுக
கண்விழித் தெழுக

சகோதரத்துவச் சாம்பலில் இருந்து
வர்க்க உணர்வுடன் நீவிழித் தெழுக!

23.9.1971

நான் வளர்ந்த கருப்பை

நான் வளர்ந்த கருப்பையை
நான் இழந்து போனேன்காண்
நான் வளர்ந்த கருப்பை, ஆம்,
நான் வளர்ந்த கருப்பையை
நான் இழந்து போனேன்காண் ...

என்னுடைய வித்து
விழுந்து முளைத்த இடம்
என்னுடைய வித்து
விழுந்து வளர்ந்த இடம்
என்னுடைய வித்து
வளர்ந்து மலர்ந்த இடம்
அந்த இடத்தை
அடியோடு நான் இழந்தேன் ...
அந்த இடத்தை
அடியோடு நான் இழந்தேன் ...

வாழ்வு மலர் ஒன்றை
மரணம் பொசுக்கியது
வாழ்வின் மலர்
தன் மணத்தை வெளியெங்கும்
வீசி நிலைத்திருக்க விட்டுவிட்டுச்
சாவென்னும்
தீயில் குளித்துத்
திடீரென் றழிந்ததுகாண்.
ஆமாம்
மஹாகவி,
என் அன்பா இறந்து விட்டாய்

நீ இறக்கு முன்னர்
இரண்டுமணி முன்புவரை
உன்னோடு நான் இருந்தேன்
உன் அருகே நின்றிருந்தேன்...

கட்டிலில் நீண்டு கிடந்தாய்
நரை கலந்த
தாடி வளர்ந்து
தளர்ந்து
களைத்திருந்தாய்
வேடிக்கைப் பேச்சும்
சிரிப்பும்
விடைபெற்றுப் போய்விட்டன
உன்னிடம் இருந்து

நோய்ப்பட்ட
மார்பு வலிக்குதென்றாய்
வைத்தியரைக் கூட்டிவந்தேன்
பார்த்தார் அவர்
ஊசி மருந்தேற்றச் சொன்னார்
பின்
ஆட்கள் நிற்றல் நல்லதல்ல
என்றே அவர் நடந்தார்...

ஆட்கள் நிற்றல் நல்லதல்ல
ஆகையினால் கிட்டவந்து
'போய்வருகிறேன்' என்றேன்
போய்வாரும் என்றொரு சொல்
சொல்வதற்கும் வார்த்தைத் துணையின்றி

மல்லார்ந்து
கட்டிலில் நீண்டு கிடந்தே
என் கைபற்றிக்

கிட்ட இழுத்தெடுத்தாய்
கிட்ட இழுத்தெடுத்து
நெஞ்சில் கிடத்தினாய்...
நெஞ்சில் கிடத்துகையில்
முட்டிவரும் கண்ணீரைக்
கண் இமைக்குள் மூடிவிட்டு
மெல்லத் தலையசைத்துப்
போக விடை கொடுத்தாய்
போக விடை கொடுத்தாய்
நாம் பிரிந்து போனோம் காண்...
மற்ற நாள் வந்தேன்
வறிதாய்க் கிடந்த அந்தக்
கட்டிலைத்தான் கண்டேன் உன்
கட்டிலைத்தான் கண்டேன் காண்...

கட்டிலில் நீண்டு கிடந்தே
என் கைபற்றிக்
கிட்ட இழுத்தெடுத்து
நெஞ்சில் கிடத்துகையில்
முட்டிவரும் கண்ணீரைக்
கண் இமைக்குள் மூடிவிட்டு
மெல்லத் தலையசைத்துப்
போக விடை கொடுத்த
நீ இறந்து போனாயாம்...

'நீ இறந்து போனாய்
நெருக் கென்ற தென் நெஞ்சு'
புள்ளியளவில் ஒரு பூச்சியினைத்
தற்செயலாய்ச்
சாகடித்து விட்டுத் தவித்துக் கலங்கிய
நீ இறந்து போனாய்
என் நெஞ்சம் பதறியது...

பெட்டியுள் நீண்டு கிடந்து
துயில்வதைத்தான்
மற்றநாட் கண்டேன்
மழித்த முகத்தோடு
நித்திரைதான் என்று
நினைக்கும்படி கிடந்தாய்
நித்திரை அல்ல
அது நித்திரையே அல்ல
இனி எத்தினமும்
மீண்டும்
எழுந்திருக்க மாட்டாத
நீண்ட மரணம்
அது நீண்ட மரணம் காண்......

அந்த மரணத்துள்
ஆழ்ந்து கிடந்த உனைப்
பார்த்தபடி நின்றேன்
நான் பார்த்தபடி நின்றேன் காண்...

நீண்டு கிடந்தபடி
நீ துயின்ற பெட்டியினை
வண்டியிலே ஏற்றுதற்கு
நானும் இரு கைகொடுத்தேன்

கைகொடுத்து விட்டுக்
கருத்தார்ப் பெருந்தெருவைப்
பார்த்தபடி நின்றேன்
நான் பார்த்தபடி நின்றேன் காண்......

வீட்டிலே சுற்றத்தார்
வீழ்ந்து புலம்பியதை
நீட்டிக் கிடந்தபடி
நீ துயின்ற பெட்டியினை

சுண்ணம் இடித்த மகன்
சோர்ந்து விழுந்ததனை
கண்ணா என உம்
மனைவி கதறியதை
நண்பர் உனைப்பற்றி
நல்லுரைகள் கூறியதை
'புள்ளி அளவில் ஒரு பூச்சியினை'
ஓதியதை
பார்த்தபடி நின்றேன்
நான் பார்த்தபடி நின்றேன் காண்...
பாடையைத் தோளில்
பலபேர் சுமந்ததனைப்
பாடையின் பின்னால்
பலபேர் நடந்ததனை
ஓங்கி உயர்ந்த
பனைகள் உசும்பியதை
பார்த்தபடி சென்றேன்
நான் பார்த்தபடி சென்றேன் காண்...

கட்டை அடுக்கிக்
கறுத்து நெடுத்த உன்
கட்டையை அங்கேற்றி
வைத்ததனைக் கண்டேன் நான்....

கட்டைகளை மேலும்
கறுத்து நெடுத்த உடல்
மீதினில் ஏற்றி
மறைத்ததையும் கண்டேன் நான்...

கோதி ஒதுக்க ஒதுக்க
குலைந்து விழும்
கட்டற்ற உன் கேசம்

காற்றில் உலைந்து
கலைந்து பறந்ததனைக்
கட்டைகளின் ஊடே
சில கணங்கள் கண்டேன் நான்.

அவ்வளவே
அவ்வளவே
அந்த நெடும்பனைகள்
ஓங்கி உயர்ந்தே
உலையும் சுடலையிடை
நீங்கா நினைவுகளை
நெஞ்சில் சுமந்திருந்து
மாண்டோரின் சாம்பல்
படிந்த அம் மேட்டினிலே
மீண்டும் ஒரு மனிதன்...
மேன்மைக் குணங்களின்
பாண்டமாய் வாழ்ந்தோன்

பலரைத் தன் அன்பினால்
கட்டி இணைக்கும்
கனிந்த இருதயத்தைப்
பெற்றோன்

மனித இனம் பெற்ற பேறாகத்
தற்கால வாழ்வைத்
தனது கவிதைகளில்
சித்திரித்து வைத்த
சிறந்த பெருங்கவிஞன்

இந்த நூற்றாண்டின்
இடை நடுவில் வாழ்ந்திருந்த
மாகவி

ஆம், நீ
மரணப் பெருந்தீயில்
சாம்பராய் விட்டாய்

உன்னுடைய சாம்பல்
அச்சாம்பல் திடலில்
தனித்துத் தெரியவில்லை……

சாம்பலிலா உண்டு தனித்தன்மை?
ஓ அந்தச்
சாம்பலிலா உண்டு
தனித்தன்மை அன்பனே?

எல்லாம் முடிந்தன
எல்லாம் முடிந்தன காண்…

எல்லாம் முடிந்த பிறகு
தடதடத்து
ஓடுகின்ற வண்டியிலே
உட்கார்ந் திருக்கையில்
வீடும் வெளியும்
விரைந்து கழிகையில்
பத்தாண்டு காலப் பசிய நினைவுகள்
பொத்துக் கிளம்பும்
தனிமைப் பொழுதில்
நீ இல்லா திருக்கும்
இழப்பின் கனதி
என் நெஞ்சில் நிறைந்தது
நெஞ்சில் நிறைந்தது காண்…

ஓங்கி உயர்ந்த பனைகளே,
பனைகளிடைத்
தூங்கிக் கிடந்து

துணுக்குற்று வீசுகிற காற்றே,
அக்காற்றில் வளர்ந்தெழும்பும்
வெந்தீயே,
வெந்தீயில் வெந்து
பின் காற்றில் விசுறுண்டு
செல்லுகின்ற சாம்பல் துகள்களே
உங்களைப்போல்
நானும் இருந்திருந்தால் ....

நான் ஓர் மனிதன்
நரம்பும் உணர்ச்சிகளும்
உள்ள ஒருவன்
உறவின் நெருக்கத்தில்
உள்ளம் குழைந்தும்
பிரிவு உலுப்புகையில்
உள்ளம் உடைந்து
கலங்கிக் கசங்கியும்
வாழ்ந்து மடியும் மனிதன்

நீங்கா நினைவில்
நினைவின் நிழல்களில்
சஞ்சரிக்கும் போது
தவித்துக் கலங்குகின்ற
வேளை பல உள்ள
வாழ்வை உடையவன்

ஆகையினால்,
என்னை அரும்புகின்ற காலத்தே
கண்டு பிடித்தவன்
காணாமற் போனதனால்
என்னை மதித்த
இதயம் மறைந்ததனால்
என்னுடைய ஊக்கிகளில்

ஒன்றை இழந்ததனால்
இன்று கலங்கிக் கசிகின்றேன்

இக்கசிவை
ஆற்றுதற்காக
அவனின் நினைவுகளின்
ஊற்றுக்கண் மீதில்
ஊட்கார்ந்து கிண்டுகின்றேன்...

பத்தாண்டு காலம்
படிந்த நினைவுகளை
மீண்டும் இழுத்துவந்து
மீண்டும் அதில் வாழ்கின்றேன்

24.06.1971

புதிய குரல்கள்

ஆண்டுகள் பலப்பல அகன்று கழிந்தன
பத்து நூறு ஆயிரம் என்று
ஆண்டுகள் பலப்பல அகன்று கழிந்தன

கழிந்த காலக் காற்றின் சுழற்சியில்
பழமையின் சருகுகள் உதிர்ந்து பறந்தன
பழமையின் தளங்கள் உடைந்து சிதறின
பழமையின் சிந்தனை பிடிப்பை இழந்தது
பழமையின் கனவுகள் கரைந்து மறைந்தன

ஆண்டுகள் பலப்பல அகன்று கழிந்தன
பத்து நூறு ஆயிரம் என்று
ஆண்டுகள் பலப்பல அகன்றுகழிந்தன
பழமையின் சருகுகள் உதிர்ந்த இடங்களில்
பழமையின் தளங்கள் உடைந்த தடங்களில்
புதிய புதிய பூக்கள் மலர்ந்தன
புதிய நிலைமைகள் உதயமாகின
புதிய கனவுகள் வளர்ந்து பரந்தன
புதிய நிகழ்வுகள் புதிய நினைவுகள்
ஆயிரம் ஆயிரம் அலர்ந்து மிகுந்தன

ஆயினும் நண்பனே
நாமோ ஆயின்,
நடந்த பாதையில் நடந்துகொண்டிருக்கிறோம்
சென்ற தடத்திலே சென்றுகொண்டிருக்கிறோம்
எங்கள் பாதை அகன்றதாய் இல்லை
எங்கள் பாதை புதியதாய் இல்லை
புதிய தலைமுறை நடந்து செல்லவும்
புதிய கனவுகள் நனவுகளாகவும்
நமது பாதை அகன்றதாய் இல்லை
நமது பாதை புதியதாய் இல்லை

எம். ஏ. நுஃமான்

பழைய சருகுகள் உதிர்ந்து கிடக்கும்
பாதையில் தொடர்ந்தும் நடந்து செல்கிறோம்
ஒவ்வோர் அடியும் உயர்த்தி வைக்கையில்
உதிர்ந்த சருகுகள் ஓலம் இடுவதைக்
கேட்டு நாமோ கிலேசம் அடைகிறோம்

புதிய தலைமுறை ஒருதிசை நோக்கும்
பழைய தலைமுறை மறுதிசை நோக்கும்
புதிய நிலைமைகள் புதிய நினைவுகள்
புதிய கனவுகள் என்பன ஒருபால்
பழைய நிலைமைகள் பழைய நினைவுகள்
பழைய கனவுகள் என்பன மறுபால்...

புதிய தலைமுறை...
பழைய தடங்கள்....
ஆயிரம் ஆயிரம் ஆண்டுகளாகச்
சருகுகள் மண்டிய பழைய தடங்கள்...
சருகினை நாங்கள் அகற்றவும் இல்லை
பாதையை நாங்கள் புதுக்கவும் இல்லை

இறந்த பிறகும் உயிரோடிருப்பவர்
நமது பாதையில் குறுக்கே நிற்கிறார்
இறந்த பிறகும் உயிரோடிருக்கும்
சிந்தனைத் தடங்களில் தேங்கி நிற்கிறோம்
பழைய பாதையில் பசியோடிருக்கிறோம்

பசியை அகற்றப் பழைய நாட்களில்
வானத்திருந்து வந்தது போல
இற்றை நாட்களில் எம்பசி போக்கும்
உணவுத் தட்டம் வருவதே இல்லை

ஆர்த்தவாறெம் பாதையில் கிடக்கும்
நீர்க்கடல் கிழித்து நிம்மதி காண
மந்திரக் கோல் நம் கைவசம் இல்லை

ஆயினும் என்ன?
ஆயினும் என்ன?
துணிவு நமது நெஞ்சிலே துள்ளும்
தோள்வலி நமது தோள்களில் உண்டு
மொட்டை மரங்களை வெட்டி எறிந்து
உதிர்ந்த சருகினை ஒதுக்கித் தள்ளி
புதுமைகள் காண்போம் நாமே
புதிய பாதையில் புறப்படு நண்பனே

4.12.1971

முறையீடு

நாங்கள் வறியவர்கள்
நரகத்தில் வாழுகிறோம்
நாயகமே நாங்கள்
நரகத்தில் வாழுகிறோம்.

எங்களுக்கோர் ஆன்மா
இருக்குதென்று சொல்லுகிறார்
எங்களுக்கோர் சொர்க்கம்
இருக்குதென்று சொல்லுகிறார்
நாங்கள் இதையறியோம்
நாங்கள் வறியவர்கள்
நாங்கள்வறியவர்கள்
நரகத்தில் வாழுகிறோம்
நாயகமே நாங்கள்
நரகத்தில் வாழுகிறோம்.

எங்களது ஆன்மா
இறைவனுடன் சேர்ந்திடுமாம்
எங்களது சொர்க்கத்தில்
இளமை நிரந்தரமாம்
எங்களது சொர்க்கத்தில்
இன்பம் நிலைத்ததுவாம்
எங்களுக்குச் சொர்க்கத்தில்
ஹுர்லின்கள் உள்ளனராம்......

நாங்கள் இதையறியோம்
நாங்கள் வறியவர்கள்
நாங்கள் வறியவர்கள்
நரகத்தில் வாழுகிறோம்
நாயகமே நாங்கள்
நரகத்தில் வாழுகிறோம்.

எங்களது ஆன்மாவை
நாங்கள் இழந்தனமாம்
எங்களது ஆண்டவனை
நாங்கள் மறந்தனமாம்
எங்கள் விதி இதுவாம்
இறைவன் விதித்தவனாம்
நாங்கள் பொறுத்திருந்தால்
சொர்க்கம் நமக்குண்டாம்......

நாங்கள் இதையறியோம்
நாங்கள் வறியவர்கள்
நாங்கள் வறியவர்கள்
நரகத்தில் வாழுகிறோம்
நாயகமே நாங்கள்
நரகத்தில் வாழுகிறோம்.

றம்ழான் வரும்போகும்
நாங்கள் பசித்திருப்போம்
ஹஜ்ஜு வரும்போகும்
அன்றும் பசித்திருப்போம்
றபியுலவ்வல் வந்தாலும்
நாங்கள் பசித்திருப்போம்
நாங்கள் வறியவர்கள்
நரகத்தில் வாழுகிறோம்
நாயகமே நாங்கள்
நரகத்தில் வாழுகிறோம்.

இங்கு சிலர் உள்ளார்
இவர்கள் உலமாக்கள்
இன்னும் சிலர் உள்ளார்
இவர்கள் பிரமுகர்கள்
பின்னும் சிலர் உள்ளார்
பெரிய பணக்காரர்......

றம்ழான் வரும்போதும்
அவர்கள் வருவார்கள்
ஹஜ்ஜு வரும்போதும்
அவர்கள் வருவார்கள்
றபியுலவ்வல் வந்தாலும்
அவர்கள் வருவார்கள்......

மேடை அமைப்பார்கள்
மின்விளக்குத் தொங்கவைப்பார்
சோடனைத் தாள்களினைத்
தூக்கி அலங்கரிப்பார்
பன்னீர் தெளிப்பார்கள்
பாத்திஹா ஓதிடுவார்
கண்டோர் புகழ்ந்துரைக்க
கந்துரி வைத்திடுவார்........

பாடும் ஒலிபெருக்கிப்
பாடல் இசைத்திடுவார்
மேடையிலே வந்துநிற்பார்
மேன்மைக் கதைகள் சொல்வார்........

ஆன்மாவைப் பற்றி
அவர்கள் கதை சொல்லுகிறார்
ஆண்டவனைப் பற்றி
அநேக கதை சொல்லுகிறார்

சொர்க்கத்தைப் பற்றித்
தொடர்ந்து கதை சொல்லுகிறார்
துன்பத்தை வெல்லத்
தொடர்ந்து வழிசொல்லுகிறார்.

எங்களது ஆன்மாவை
நாங்கள் அறியவில்லை
எங்களது சொர்க்கத்தை
நாங்கள் அடையவில்லை
எங்களது துன்பத்தை
நாங்கள் களையவில்லை

நாங்கள் வறியவர்கள்
நரகத்தில் வாழுகிறோம்
நாயகமே நாங்கள்
நரகத்தில் வாழுகிறோம்.........

அவர்கள் தமக்கேன்றோர்
சொர்க்கத்தைக் கட்டியுள்ளார்
அவர்கள் தமக்கென்றோர்
ஆன்மா இயற்றியுள்ளார்
அவர்கள் தமக்கோர்
இறைவனையும் ஆக்கியுள்ளார்

மாபிள் பதித்த
மசூதிகளுக் குள்ளே நம்
ஆண்டவனைக் கொண்டு
அவர்கள் சிறைவைத்துள்ளார்.

இவர்களது சொர்க்கத்தில்
எமக்கோர் இடமில்லை
எங்கள் நரகுக்கு
இவர்கள் வருவதில்லை

நாங்கள் வறியவர்கள்
நரகத்தில் வாழுகிறோம்
நாயகமே நாங்கள்
நரகத்தில் வாழுகிறோம்...

நாயகமே எங்கள்
நரகுக்கு வாருங்கள்
நாயகமே எங்கள்
நரகத்தைப் பாருங்கள்...

நீங்கள் இங்கு வந்தால் நும்
நெஞ்சு கலங்கிவிடும்
நீங்கள் எமைக் கண்டால் நும்
நினைவும் அதிர்ந்துவிடும்
நாங்கள் அதை அறிவோம்
நாயகமே வாருங்கள்
நாயகமே எங்கள்
நரகத்தைப் பாருங்கள்

20.04.1972

மே முதல் திகதி

மே முதல் திகதி
இன்று விடுமுறை.

புதிய வருஷம்
பூரணை நிலவு
நபிகள் ஜெயந்தி
பெரிய வெள்ளி
விசாகப் பெருநாள்
விடுமுறை தினங்கள்
மேலும் உள்ளன விடுமுறை தினங்கள்

மே முதல் திகதி
இன்றும் விடுமுறை.

கால் நடையாக நாங்கள் வந்தோம்.
கார்களில் ஏறி அவர்கள் வந்தனர்.
காக்கிச் சட்டைகள்
முன்னும் பின்னும்......

செங் கொடி எங்கும்
ஆடி அசைந்தன
ஒலி பெருக்கிகள்
ஓசை எழுப்பின...

'பாட்டாளித் தோழரே
நாட்டை ஆள்வர்'

'வேலை இன்மையை
நாங்கள் ஒழிப்போம்'

'வியர்வை சிந்தி
மேலும் உழைப்போம்'

'வாழ்க வாழ்க
பாட்டாளிகள்
வாழ்க வாழ்க
பாட்டாளிகள்'

"நமோ நமோ மாதா...
நம் சிறீ.... லங்கா...."

கால்நடையாக நாங்கள் சென்றோம்
கார்களில் ஏறி அவர்கள் சென்றனர்
மே முதல் திகதி
விடுமுறை முடிந்தது.

01.05.1972

கண்விழித்திருங்கள்

எதை இழந்தோம் நாங்கள்?
எத்தகைய நம்பிக்கை நட்சத்திரத்தை
நாங்கள் இழந்தோம்?

நமது குமுறலும்
சோகக் குரலும்
நமது துயரப் பிரலாபங்களும்
எந்த நண்பனின் பிரிவுக்காக?

எது நமை இங்கே இழுத்து வந்தது?
எந்தக் காற்றெமை அடித்துச் சென்றது?
கால்பேஸ் திடலிலும்
காலி வீதியிலும்
சுதந்திரச் சதுக்கச் சுற்றுப் புறத்திலும்
லட்சோப லட்சம் மக்கள் திரளை
அடித்துச் சென்று குவித்த காற்றெது?

ஒரு கொத்தரிசியும்
விலை வாசிகளும்
திரும்பவும் நமது சரித்திரப் போக்கைப்
பழைய பாதையில் திருப்புதல் கூடுமா?

பணக்காரர்களின் பத்திரிகைகளா
நமது விதியை நிர்ணயம் செய்வது....?

கண்விழித் திருங்கள்
கண்விழித் திருங்கள்...
மரண ஊர்வலத்திலும்
வலைகள் உள்ளன
கண்விழித் திருங்கள்...

வேடரின் கையில் விடுவித்துக் கொண்டு
கசாப்புக்காரரை தஞ்சம் அடையும்
முயற்குட்டிகளே
கண்விழித் திருங்கள்....

இரு சுவர்க்கிடையே எற்றுண்டு உலையும்
கைப் பந்துகளே
கண் விழித்திருங்கள்....

நாங்கள் எதையும் இழக்கவும் இல்லை
இழக்க எதுவும் இருக்கவும் இல்லை
நமது நம்பிக்கை நட்சத்திரங்களை
நாங்கள் நம்மிடைத் தேடி அடைவோம்

கண்விழித் திருங்கள்...
கண்விழித் திருங்கள்...

22.04.1973

புதையல் எடுக்கப் போனவர்கள்
ஒலிப்பா நாடகம்

பாத்திரங்கள்
அவன், அவள், இளைஞன்

அவன்: (பரவசமாக)
வந்துவிட்டோம் நாங்கள் வழிதவறிப் போகவில்லை

இளைஞன்:
இந்த இடம்தானா?

அவன் :
இதுதான்... இதுவேதான்

இளைஞன்:
மெப்பை எடுத்து விரித்துப் பிடி பார்ப்போம் (தாள் பிரிக்கும் ஓசை)

அவள்:
மெப்பிலே உள்ள விபரப்படி ஒவ்வொன்றும்
அப்படி அப்படியே அமைந்து கிடக்கிறது

இளைஞன்:
ஓமோம் ஓம் எல்லாம் ஒழுங்காய்த்தான் உள்ளது

அவள்:
பார்.. தெற்கிலே நூறு தென்னைமரம் நிற்கிறது
மேற்குத் திசையில் ஒரு வேப்பமரம்
ஆ... வடக்கிலே அந்த மணல் மேடும் உள்ளது

அவன்:
அதோ.. ஆடு படுத்துக் கிடந்து அசைபோடும்
மேடுதான் அந்தப் புதையல் இருக்கும் இடம்.
சாமியார் சொன்ன அடையாளம் அத்தனையும்
மெத்தச் சரிதான்

அவள்:
வந்துவிட்டோம் நாங்கள்... வழிதவறிப் போகவில்லை

இளைஞன்:
இந்த இடம்தான்

அவன்:
இதுதான் ... இதுவேதான்
சாமியார் சொன்ன பாதை சரிதான்

அவள்:
சாமியார் என்ன சாமானிய மானவரா

அவன்:
பூமி உருண்டை எனும் பெரிய தத்துவத்தை
ஆழ்ந்து பயின்ற அறிஞர்... அதனாலே
எந்த வழியில் எழுந்து நடந்தாலும்
அந்த வழி மீண்டும் அதே இடத்தை வந்தடையும்
என்பதைனைக் கண்டறிந்து
வீணாக ஏன் அலைவான் என்று
தனது இருப்பிடத்தை விட்டு
ஒரு அங்குலம் தானும் அசையாதிருந்தபடி
ஞான ஒளிபெற்ற ஞானி அவர் அல்லவா..

அவள்:
அம்மட்டும்தானா?
அகிம்சை என்னும் வேதத்தைக்

கற்றுத் தெளிந்து கரைத்துக் குடித்து அது
ஜீரணமாகியதால் ஜீவ ஒளி மிக்கவர்....

இளைஞன்:
காற்றுத்தானாமே அவருடைய சாப்பாடு?
காற்றிலும் கூட உயிரினங்கள் உள்ளதனால்
மிச்சம் கவனம் எடுத்து வடிகட்டித்தானாம்
அதனைச் சமைத்து அருந்துவது.

அவள்:
அத்தகைய சாமி அவர்... அதனால் அவர் சொல்லில்
தப்பும் தவறும் இருப்பது சாத்தியமே அல்ல

அவன்:
அது உண்மை ...

அவள்:
ஆகையால் தானே நம். எல்லா உடைமைகளையும்
எடுத்து அவருக்குத் தர்ப்பணம் செய்தோம்.
தனித்து வெறுங்கையாய்
இந்தப் புதையல் இருக்கும் இடம்தேடி வந்தோம்

அவன்:
வழியில் வருத்தம் எதுவுமின்றி
வந்துவிட்டோம் நாங்கள்
வாழ்க எங்கள் சாமியார்...
என்னே கருணை அவருக்கு நம்மீது
குன்றும் குளியும் கொடிய விலங்குகளும் உள்ள
எத்தனையோ பாதை இருக்க இதை மட்டும்
தேர்ந்தெடுத்துச் சொன்னார் நமக்கு...

அவள்:
தெரியாதா

பட்டினியோடு பயணம் தொடங்குகையில்
காட்டு விலங்குகளைக் கண்டால் நடுங்குவோம்
என்றுதான் சாமி நமக்கு இதைத் தெரிந்தார்

அவன்:
உண்மை அதுதான்

இளைஞன்:
ஒருமாதம் நாம் நடந்தும்
கால்களுக்கு மட்டும்தான் களைப்புத் தெரிகிறது

அவள்:
சாமியின் நாமம் தைரியத்தைத் தந்தது

அவன்:
போகும் வழியிலே பூனை குறுக்கறுத்தால்
சாமியின் நாமம் சகுனப் பிழைநீக்கி
மேலும் தொடருகிற வீரியத்தைத் தந்தது.

அவள்:
இந்தப் புதையல் இருக்கும் இடம் தேடி
நாங்கள் நமது பயணம் தொடங்குதற்கு
தேதி, சகுனம், சுபநேரம் என்றெல்லாம்
பார்த்துக் கணிப்பதற்கே தட்சணையில் பாதி
செலவிட்டவர் அன்றோ நம்முடைய சாமியார்

இளைஞன்:
என்னே கருணை அவருக்கு நம்மீது...

அவன்:
எல்லாப் பொருளும் இழந்தவர்கள் நாங்கள் அது
நல்லாய்த் தெரியும் அவருக்கு

அவள்:
அதனால்தான்...
பென்னம் பெரிய புதையல் இருக்குமிடம்
காட்டுகிறேன் உங்களுக்கு என்றார்

அவன்:
புதையலைக்
காவல் புரிகின்ற தேவதைக்குமட்டும் நீர்
ஓர் வேள்வி நிகழ்த்திட வேண்டுமென்றார்...

அவள்:
கையிலுள்ள பண்டமெல்லாம்
கொண்டு கொடுத்துப் பணிந்துநின்றோம்

இளைஞன்:
கண்டதெல்லாம் இன்னும் என் கண்ணுக்குள் நிற்கிறது
மாயமோ மந்திரமோ என்ன மகா சக்தி.
தட்சணைக்கு அங்குவைத்த சாமானைக் காணவில்லை.
தேவதைகள்தான் அவற்றைச் சீரணித்து விட்டனவோ

அவள்:
அவ்வாறுதான் இருக்கும்

அவன்:
ஆகையினால்தான் நாங்கள்
எவ்விதமான இடரும் நெருங்காமல்
பாதை நெடுகப் பயணம் நடந்து இங்கு வந்திருக்கின்றோம்

அவள்:
வாருங்கள் நாங்கள் இனி அங்கே
புதையல் இருக்கும் இடத்துக்குப் போவோம்

2

அவன்:

மெதுவாக... பூமிக்கும் நோகாமல் மெல்ல நடவுங்கள்
மேன்மை மிகு சாமியார்
சொல்லியவைகள் நினைவில் இருக்கிறதா...

இளைஞன்:

இல்லாமல் என்ன

அவள்:

இருக்கிறது நன்றாக

இளைஞன்:

புதையல் எடுக்கும் இடத்துக்குப் போனவுடன்
ஒவ்வோர் அடியும் நிலத்தை உறுத்தாமல்
மெல்ல மிகமெல்ல வைத்து நடவுங்கள்
புல்லிருக்கும்
மேலும் புல்லின் இலைகளில்
சின்ன உயிரினங்கள் சீவித்திருக்கும்
மண்ணிலே கூட மறைந்து உயிர்வாழும்
கண்ணுக்குத் தோன்றா உயிர்கள் பல இருக்கும்
ஆகையினால் மிச்சம் அவதானத்தோடு
ஒவ்வோர் அடியும் நிலத்தை உறுத்தாமல்
மெல்ல மிக மெல்ல வைத்து நடவுங்கள்
என்று சொன்னார் சாமியார்

அவள்:

இன்னுமொன்று சொன்னவரே...
நம் கவன ஈனத்தால்
ஏதும் உயிரினங்கள் வருத்தப்பட நேர்ந்தால்
அந்தக் கணமே புதையல் அழிந்துவிடும்
தேவதைகள் எங்கள் கழுத்தைத் திருகிவிடும்

அவன்:

ஆகையினால் தானே அலவாங்கு மண்வெட்டி
கத்தி எவையுமே இன்றி
வெறுங்கையாய் வந்திருக்கின்றோம்

இளைஞன்:

அதுமட்டும் இல்லையே ...
கை கால் நகங்களையும் ஒட்ட வெட்டிவிட்டோம்
ஒரு உயிரும் இனிமேல் நம்மால் வருந்த இடமில்லை
அல்லவா...

அவள்:

ஆமாம்...

இளைஞன்:

இறுதியில் அந்த இடத்துக்கே
வந்துவிட்டோம் நாங்கள்

அவன்:

மணல்மேடு என்றிருந்தோம்
இந்த இடமோ இறுகித் தடிப்பாகக்
கொங்கிறீற்றுப்போலத் தெரிகிறதே

அவள்:

ஓமப்பா ... கொங்கிறீற்றுத்தான்

அவன்:

அதன்மேல் கொஞ்சம்
செழிப்பாகப் புல்லு வளர்ந்திருக்கு

இளைஞன்:

புல்லுக்கு மத்தியில்
ஆடு படுத்துக் கிடந்து நெடுக அசைபோடுகிறதே

அவள்:
அதைப் போக்காட்ட வேண்டும் இனி

இளைஞன்:
கல்லெடுத்து வீசட்டா

அவன்:
ச.. வேண்டாம்

இளைஞன்;
இல்லாட்டா சூ என்று சொல்லித் துரத்தட்டா..

அவன்;
இல்லை... இல்லை...
சாமியார் சொன்னதை யெல்லாம் மறந்துவிட்டாய்
ஆடு வருத்தமடையாமல் தானாகப் போகவைக்க
வேண்டும்
புரிகிறதா தம்பி
நீ கல்லெடுத்து வீசிக் கலைத்தாலும்
சூ என்று சொல்லித் துரத்திவிட்டாலும் அதால்
ஆடு வருத்தம் அடையும்

அவள்:
அது மெய்தான்
ஆடு வருத்தம் அடைந்தால் அதன்பிறகு
நாங்கள் புதையல் எடுத்தல் நடக்காது

அவன்:
ஆகையினால் நாங்கள் அஹிம்சை வழியில் அதைப்
போக்காட்ட வேணும் புரிகிறதா... பாடுங்கள்

எல்லோரும்:
ஆடாரே ஆடாரே

அகன்றுவிடும் அப்பாலே
புண்ணியங்கள் பல உண்டு
போய்விடுங்கள் அப்பாலே
புதையல் எடுக்க வந்தோம்
பேய்விடுங்கள் அப்பாலே
ஆடாரே ஆடாரே
அகன்றுவிடும் அப்பாலே

இளைஞன்:
ஆடு அசையக் காணோமே

அவள்:
அதுதானே ஆச்சரியம்

இளைஞன்:
ஆட்டுக்குக் காது செவிடு அது தனது
பாட்டில் கிடந்து அசை போடுவதைப் பாருங்கள்

அவள்:
மானிடர்கள் மூன்றுபேர் வந்தெதிரே நின்றும்
பயமின்றிச் சும்மா படுத்துக்கிடக்கிறதே

இளைஞன்:
ஆட்டுக்குக் கண்ணும் குருடு. அதுதான்...
அது நம்மைக் காணவே இல்லை...
கல்லெடுத்து வீசிக் கலைப்போமா

அவன்:
இல்லை இல்லை
சாமியார் சொன்னதுபோல்
வாருங்கள் நாங்கள் இங்கு
மண்டியிட்டு உட்கார்வோம்
கையை உயர்த்திப் பிடித்துக் கசிந்துருகி

வேண்டுதல் செய்வோம்
பக்தி, பயம், பணிவு, உள உருக்கம்
அத்தனையும் எங்கள் குரலில் வெளிக்காட்டி
வேண்டுதல் செய்வோம்
ஆடு வெளியேறும்....

எல்லோரும்:
ஆடாரே ஆடாரே
அகன்றுவிடும் அப்பாலே
புண்ணியங்கள் பல உண்டு
போய்விடுங்கள் அப்பாலே
புதையல் எடுக்க வந்தோம்
பேய்விடுங்கள் அப்பாலே
சாமி கருணையினால்
தயவுசெய்து போய்விடுங்கள்
ஆடாரே ஆடாரே
அகன்றுவிடும் அப்பாலே....

அவன்:
சா... ஆடு அசையக் காணோமே

அவள்:
அதுதானே என்னசெய்வோம்

இளைஞன்:
மானிடர்கள் மூன்றுபேர் வந்துநிற்பதைக் கண்டும்
ஆடு அசையவில்லை அதனால் அது குருடு
மானிடர்கள் மூன்றுபேர் வந்து குரல் கொடுத்தும்
ஆடு அசையவில்லை அதனால் அது செவிடு

அவள்:
புல்மேய்ந்துவிட்டுப் போகும் வரைக்கும்
காத்திருப்போமா

இளைஞன்:
காத்து நிற்கலாம் ஆனால்
புல்மேய்ந்துவிட்டு அது போய்விடும்
என்பதற்கு ஆதாரம் என்ன
எதுவரைக்கும் நிற்பது நாம்
சூழ்நிலையைப் பார்த்தால்
இந்த ஆட்டின் இருப்பிடமே
இந்த இடம்போல்தான் இருக்கிறது
சுற்றவர வேறெவ்விடத்தும் புல்லே தெரியவில்லை

அவள்:
நானும் அதையேதான் நம்புகிறேன்
ஆடு சிறிதும் அசையாது

அவன்:
என்ன செய்யலாம் பின்னே ... எப்படியும்
ஆடு முதலில் வெளியேற வேண்டும்
அதன் பிறகே
மந்திரங்கள் சொல்லி மண்ணைக் குளிர்வித்து
அடுப்பில் இருந்து புகைவருதல்போல இப்
பூமிக்குமேலே புதையல்வரச் செய்யவேணும்

இளைஞன்:
எதற்கும் மெதுவாகக்
கல்லெடுத்து வீசிக் கலைக்கட்டா....

அவன்:
செச்சே...
கல்லெடுத்து வீசிக்கலைத்தாலும்
சூய் என்று சொல்லித் துரத்திவிட்டாலும் அதால்
ஆடு வருத்தம் அடைய இடம் உண்டு
ஆடு வருத்தம் அடைந்தால் அதன்பிறகு
நாங்கள் புதையல் எடுக்க முடியாதே

அவள்:
சாமியார் அவ்வாறுதானே புகன்றுள்ளார்

இளைஞன்:
சாமியார் சொல்லியதில் தவறிருக்கக்கூடுமோ

அவன்:
என்ன அபச்சாரம் இப்படியா சொல்லுவது?

அவள்:
சாமியார் என்ன சாமானிய மானவரா?

அவன்:
கன்னத்தில் போட்டுக்கொள் தம்பி சிறுவன் நீ
இன்ன படிதான் இருக்கும் என அறியும்
ஆற்றல் குறைந்தவன் .. அபச்சாரம் எண்ணாதே

அவள்:
நம்பிக்கை வேண்டும் நமக்கு... பொறுமையுடன்
ஆறுதலாக அதை அடைய வேண்டும் நாம்
ஆடு மெதுவாய் அகன்றுவிடும் என்றே
நம்புகிறேன்
நீயும் அதையே நிசம் என்று நம்பப்பா..

இளைஞன்:
ஆடு வருத்தம் அடைந்தால் நமக்கென்ன
அதுவோ ஒரு மிருகம் அஃறிணையைச் சேர்ந்தது
எங்கள் நிலைமை எதுவும் புரியாது
சொல்லி விளங்கவைக்கப் பாஷை தெரியாது
கல்லெடுத்து வீசிக் கலைத்தல் பிழையில்லை
என்றுதான் எண்ணுகிறேன்
சாமியார் சொல்லியதில்
ஏதோ தவறிருக்க வேணும் இது உண்மை

அவன்:
இப்படி நீ சொல்வதெனில்
இங்கிருந்து போய்விடு

அவள்:
நீ இங்கிருந்தால் நிலைமை குழம்பிவிடும்
ஆடு வருத்தம் அடையும் அதன்பிறகு
தேவதைகள் வந்தெம் கழுத்தைத் திருகிவிடும்
நாங்கள் புதையல் எடுக்க முடியாது

அவன்:
போய்விடு நீ அப்பால்
சுறுக்காகப் போய்விடு
(அவன் போகும் ஒலி)

போகட்டும் அந்தப் பொடியன் பொறுக்கி அவன்
வாடி நீ பெண்ணே.. அருகில் நெருங்கி இரு
ஆடு வருத்தம் அடையாமல்
மென் குரலில் பாடு

அவள்:
ஆடாரே ஆடாரே
அகன்றுவிடும் அப்பாலே
புண்ணியங்கள் பல உண்டு
போய்விடுங்கள் அப்பாலே
புதையல் எடுக்க வந்தோம்
பேய்விடுங்கள் அப்பாலே

முற்றும்

1974

மானிடம் வெல்ல

தேவர்களுக்கும் அசுரர்களுக்கும்
பெரும்போர் நிகழ்ந்தது
ஆயிரம் ஆயிரம் ஆண்டுகளாக
அப்போர் நிகழ்ந்தது
அழிவு மிகுந்தது
ஒவ்வோர் தடவையும் அசுரரே வென்றார்
ஒவ்வோர் தடவையும் தேவரே அழிந்தார்

அழிவு மிகுந்தது
அழிவு மிகுந்தது
தேவரே அழிந்தார்
தேவரே அழிந்தார்...

விண்ணுலகத்தின் தெய்வீக வசந்தம்
அசுர கணத்தின் மூச்சால் அழிவதா?
விண்ணுலகத்தின் வசந்த மலர்கள்
அசுரர் காலில் நசிந்து சிதைவதா?

காப்பாற்றுங்கள்
காப்பாற்றுங்கள்

தெய்வ கணங்களே, தேவர்களை இதோ
காப்பாற்றுங்கள் காப்பாற்றுங்கள்
சுவர்க்க வாயிலைப் பலப்படுத்துங்கள்
சுவர்க்க பூமியில் அசுரர் புகுந்து
துவம்சம் செய்வதைத் தடைசெய்யுங்கள்
தெய்வ கணங்களே, தேவர்களை இதோ
காப்பாற்றுங்கள் காப்பாற்றுங்கள்

விண்ணுலகத்தின் தெய்வீக வசந்தம்
அசுரகணத்தின் மூச்சால் அழிவதா
காப்பாற்றுங்கள் காப்பாற்றுங்கள்
லட்சோப லட்சம் தேவரின் குரல்கள்
விண்ணுலகத்தில் இரைந்து கரைந்தன

தேவேந்திரனே, நீ எங்கு சென்றாய்?
ஊர்வசியுடனே உல்லாச புரியில்
தன்னை மறந்து சயனிக்கிறாயா?

தேவேந்திரனே நீ எங்கு சென்றாய்?
நீ எங்கு சென்றாய்?

லட்சோப லட்சம் தேவரின் குரல்கள்
விண்ணுலகத்தில் இரைந்து கரைந்தன

தெய்வ கணங்களே தேவர்களை இதோ
காப்பாற்றுங்கள் காப்பாற்றுங்கள்
ஆயிரம் ஆயிரம் ஆண்டுகளாக
அழிவு மிகுந்தது அழிவு மிகுந்தது
தேவரே அழிந்தார் தேவரே அழிந்தார்

தேவ கணத்தின் ஞானாசிரியர்
பிருகஸ்பதி இறுதியில் எழுந்தார்
தேவ கணங்களே கூச்சலை நிறுத்துக
அவலக் குரல்களை ஆர் செவிமடுப்பார்
தெய்வ கணங்கள் தம் உல்லாச புரியில்
மகிழ்ந்திருக்கட்டும் மகிழ்ந்திருக்கட்டும்
தேவேந்திரனின் ஞான நிஷ்டையை
வீணே நீங்கள் கலைத்திட வேண்டாம்
அசுரகணத்தின் வெற்றிக்கான
ரகசியத்தினை நாம்
அறிந்திடல் வேண்டும்
என அவர் மொழிந்தார்.

என் அரும் குமரா கசனே நீ எழுக
தேவகணத்தின் கண்ணீரைத் துடை
அசுர கணத்தை அழித்தொழித்திடும்
மந்திர வித்தையைக் கற்று வந்திடு
அசுர கணத்தின் ஞானாசிரியன்
சுக்கிராச் சாரி இடத்திலே செல்க
அசுரகணத்தின் பலம் எது என்பதை
நுட்பமாகக் கற்றுத் திரும்புக
அதுவே நமது சஞ்சீவி மந்திரம்
அதுவே நமது வெற்றியின் தொடக்கம்

தேவ கணத்தின் ஞானாசிரியன்
பிருகஸ்பதியின் ஆணையின் படியே
தேவகுமாரன் கசன் அங்கு சென்றான்

தேவ கணத்தின் எல்லையை நீங்கி
அசுர கணத்தின் எல்லையுள் நுழைந்தான்

சுக்கிராச் சாரியின் வாசற் படியிலே
குளிர்ந்து சிவந்த ஓர் இளைய மின்னல்
இறங்கிவந்து அவன் எதிரே நின்றது
அவளே மயக்கும் தேவயானி
அசுர கணத்தின் சம்பத்து அவளே
அவளின் சிவந்த அதரங்களிலே
மினுங்கும் சிறிய புன்னகைக்காக
தேவ உலகமே அவள் காலடியில்
சரண்புகல் கூடும்.

தேவ கணத்தின் இளைய தலைமுறை
அவள் புன்னகையில் மயங்கித் திளைக்கவா
அவ்விடம் வந்தான்
அல்லவே அல்ல...
அசுரகணத்தின் ஜீவிய ரகசியம்

அனைத்தையும் அவன் இனி அறிந்திட வேண்டும்
தேவ கணத்தின் இறுதி வெற்றியின்
சஞ்சீவி மந்திரம் அதுவே அல்லவா

தேவகணத்தின் இளைய குமாரன்
தேவயானியைத் தன் கால்களின் அடியில்
சரண்புகச் செய்தான்
அவளின் துணையுடன்
சுக்கிராச் சாரியின் தனியிடம் புகுந்தான்
அசுர கணத்தின் ரகசியம் அறிந்தான்

அசுரர்கள் அவனது உடலினை அரிந்து
நாய்களுக் கதனை இரையாய்ப் போட்டனர்
நாய்களின் வயிற்றைக் கிழித்துக் கொண்டு
கசன் புது உயிருடன் வெளியே குதித்தான்
அசுரர்கள் அவனது உடலினை அரிந்து
அதனை அரைத்துக் கடலிலே கரைத்தனர்
கடலின் அலைகளின் மடியிலே இருந்து
கசன் புது உயிருடன் வெளியிலே குதித்தான்
அசுரர்கள் அவனது உடலினை எரித்து
சாம்பலை அமுத பானத்தில் கலந்து
சுக்கிராச் சாரியை அருந்தச் செய்தனர்
சுக்கிராச் சாரியின் வயிற்றினைக் கிழித்து
கசன் புது உயிருடன் வெளியிலே குதித்தான்

முடிந்தது
அனைத்தும் முடிந்தது
அசுர கணத்தின் ஜீவிய ரகசியம்
அனைத்தையும்
அவன் இதோ அறிந்து கொண்டான்
தேவ கணத்தின் இறுதி வெற்றியின்
சஞ்சீவி மந்திரம் இதோ அவன் கைவசம்

இனி அவன் தேவ கணத்திடம் செல்வான்
அசுர கணத்தை அழித் தொழித்திடுவான்
தேவகணம் இனி வெற்றியை எய்தும்
தேவகணம் இனி விமோசனம் எய்தும்

ஆ, இது என்ன
சுக்கிராச் சாரியின் வாசற் படியிலே
குளிர்ந்து சிவந்த அவ்விளைய மின்னல்
இறங்கிவந்து அவன் எதிரில் நின்றது
தேவயானி அவன் எதிர் நிற்கிறாள்
அவளின் சிவந்த அதரங்களிலே
மினுங்கும் இனிய புன்னகைக்காக
தேவ உலகமே அவள் காலடியில்
சரண்புகல் கூடுமே....
அமுதூறும் அவள் அதரங்கள் திறந்தன

தேவ குமாரா
என் காதலைத் துறந்து நீ செல்லவா போகிறாய்?
என் சிவந்த மேனியைத்
தழுவுதல் விட்டுநீ
திரும்பவா நினைக்கிறாய்?

அசுரர்களினால் அழிந்துகொண்டிருக்கும்
தேவர்களிடம் நீ திரும்பவா நினைக்கிறாய்?
எனது வசந்தப் புனலிலே திளைத்து
நீராடுவதை விட நீ அங்கே
பேரின்பம் எதை நீ கண்டிடல் கூடும்?
தரித்திரு குமரா திளைத்திருப்போம்

அமுதூறும் அவள் அதரங்கள் திறந்தன
விழிகளின் அழைப்பு அவன் மேனியைக் கவ்வி
இழுக்க முனைந்தது
எனினும் இவன் அவள்

வசப்படாது இவ்வார்த்தைகள் மொழிந்தான்

தேவயானி வந்தனம் உனக்கு
உன் விழிகளின் காந்தம் கவர்ச்சி மிக்கதே
உன் மேனியின் வனப்பு வெறியூட்டுவதே
ஆயினும் உனது அழகின் திளைப்பு
லட்சோப லட்சம் தேவரின் வெற்றியை
விட எவ்வகையிலும் உயர்ந்தது அல்ல
நீ தரும் அற்ப இன்பத்தின் பொருட்டு
நீகேட்கும் விலையோ மிகமிகப் பெரியது

தேவயானி வந்தனம் உனக்கு
நன்றியோடு நான் போய்வருகிறேன்
அசுரரின் அழிவு அண்மித்து விட்டது
தேவரின் வெற்றி, விடுதலை, விமோசனம்
யாவும் இதோ என் கண்முன் தெரியுது
தேவரின் வெற்றியே எனது விமோசனம்
அதுவே எனது இன்பம் யாவும்
தேவயானி வந்தனம் உனக்கு
நான் போய் வருகிறேன்

தேவயானி சாபமிடுகிறாள்
ஆயினும் என்ன
தேவ கணத்தின் இளைய குமாரன்
அதோ போய் மறைந்தான்
தேவரின் வெற்றியின் முதற்படி அதுவே

(மக்களே இன்றையத் தேவர் ஆவர்
ஏகாதிபத்தியம், முதலாளித்துவம்,
நிலப்பிரபுத்துவம் என்பன யாவும்
அசுர கணத்தின் இன்றைய வடிவம்.
தேவகுமாரன் தன்னலம் அற்ற
தலைவனின் பிரதி.

தேவரின் வெற்றியே மானிட வெற்றி
மானிடம் வெல்ல வகையொன்று கண்டோம்
வாழ்க மானிடம்
வணக்கங்கள் உங்களுக்கு)

                                                                                            1975

எங்கள் கிராமத்து மண்ணும் வியட்நாம் குருதியும்

எங்கள் கிராமத்து வாசிகசாலையில்
இன்று காலை இச் செய்தியை அறிந்தேன்.
'பன்னிரெண்டு ஆண்டு யுத்தம் முடிந்தது'

வெளியிலே வந்தேன்.
வீதியிற் செல்லும்
வாகனங்களில் மனிதத் தலைகள்...
பஸ்சை நிறுத்தி ஓர் மனிதன் ஏறினான்.
மூலைக் கடையில் தேனீர் அடிக்கும்
சத்தம் கேட்டது....

சற்றுத் தொலைவிலே
'கிட்டி' அடிக்கும் சிறுவரின் குரல்கள்...
மீன்காரன் அதோ
முடக்கிலே கிறுகி
'கூறிக்' கொண்டு சைக்கிளில் செல்கிறான்.

எங்கள் கிராமம்
அமைதியாய் உள்ளது.

யுத்தம் எதையும் கண்டறியாத
மக்களே நாங்கள்.
குண்டுகள் எதுவும் எங்கள் நிலத்தைக்
கிண்டி அதிர வைக்கவும் இல்லை.
காக்கைகள் தவிரப் போர் விமானங்கள்
எங்கள் வானில் பறக்கவும் இல்லை.
டாங்கியின் உறுமலும்
பீரங்கி வெடியும்;
நாங்கள் கேட்டுப் பழகாதவைகள்...
யுத்தமும் சமாதானமும் கூடப்
பத்திரிகைச் செய்தியே எமக்கு...

2

உலகின் காலை உதய மாகிற
தூர கிழக்கின் வீர மக்களே
உங்களைப் போல் நாம்
ஒவ்வொரு தினமும்
குருதியில் குளித்து வெளிவரவில்லை.
தாயின் மார்பில் இதழ்பதித் திருக்கையில்
குண்டடிபட்டு இறந்த குழந்தைகள்
எதையும் நாங்கள் காணவும் இல்லை...

தோட்டங்களிலும்
வயல் வெளிகளிலும்
வீட்டின் இடிந்த சுவர்களின் இடையிலும்
பாடசாலை மேசை இடுக்கிலும்
ஆசுபத்திரிக் கூரையின் கீழும்
தேவாலயத்திலும்
தெருப் புழுதியிலும்
பிய்ந்து சிதறிய பிணங்களின் தொகுதி
எதையும் நாங்கள் காணவும் இல்லை

குடிசைகளோடு சாம்பலாகிய
முதியவர்களின் பாதி உடல்கள்
மெஷின் துப்பாக்கியின் சடசட ஒலியில்
மரணம் ஆடிய கொடிய நாடகம்
எதையுமே நாங்கள் காணவில்லை

எங்கள் கிராமம்
அமைதியாய் உள்ளது.

3

உலகின் காலை உதய மாகிற
தூர கிழக்கின் வீர மக்களே
எழுபது லட்சம் தொன் நிறையான
குண்டுகள் விழுந்து குதறிய நிலத்தில்
ஐம்பது லட்சம் மக்களின் குருதி
பீறிச் சிதறிப் பெருகிய நிலத்தில்
அலைஅலையாக ஆர்ப்பரித் தெழுந்த
நீங்கள் எனக்கோர்
அற்புதக் கனவே.

கடலில் கரைத்த சாம்பலில் இருந்து
உயிர்பெற் றெழுந்த கசனைப் போல
நீங்கள் எனக்கோர்
அற்புதக் கனவே.
வாழிய நீங்கள்
ஆமைதி உங்கள் நிலத்தில் சுவறுக.

இனி ஒரு நாளில்
எங்கள் கிராமத்தின் அமைதியும் குலையலாம்.
நாமும் ஓர் புதிய வாழ்வுக்காகப்
போரிட நேரலாம்
அப்போது எங்கள் குருதியில் உங்கள்
வீரம் சுவறுக
வெற்றி எமது காலடி வருக.

அடிமை உலகின் விடிவெள்ளிகளே
வாழிய நீங்கள்
வாழிய நீங்கள்...

01.05.1975

நீலாவணன் நினைவாக

உன்னிடம் வருகையில்
நான் ஒரு சிறுவன்
கண் விடுக்காத பூனைக் குட்டிபோல்
உலகம் அறியா ஒரு பாலகனாய்
உன்னிடம் வந்தேன்.

நீ உன் கவிதை மாளிகை வாசலை
எனது கண் எதிர் திறந்து காட்டினாய்
நீலாவணையின் கடற்கரை மணலில்
நீ உன் கவிதை வீணையை மீட்டினாய்...

ஓ என் கவிஞனே
உனது கவிதை மாளிகை வாசலும்
உனது கவிதை வீணையின் நாதமும்
எனது நெஞ்சினை அதிர வைத்தன.
எனது நெஞ்சின் எங்கோ மூலையில்
மூடுண்டிருந்த கவிதையின் ஊற்று
அந்த அதிர்வினால் திறந்து கொண்டது.
உனது இசையில் என் கவிதையின் ஆன்மா
உயிர்பெற் றெழுந்தது.

ஓ என் கவிஞனே
நீயே என்னைக் கவிஞனும் ஆக்கினாய்
நீயே என்னை உயிர்பெறச் செய்தாய்
உன் கவி வனத்தில்
இந்த இளங் குயில்
நீண்ட காலமாய்ப் பாடித்திரிந்தது.

காலம் நமது கவிதை வானிலே
இருண்ட முகில்களைக் கொண்டு வந்தது
காலம் நமது உறவின் பரிதியை
இருண்ட முகில்களால் மூடி மறைத்தது.

ஓ என் கவிஞனே
நமது உறவின் பரிதியை மறைத்த
கருமுகில் கும்பலைச் சிதறி அடிக்க
நீ ஏன் உனது சூறாவளியினை
அனுப்பவே இல்லை.
நீயோ உனது சூறாவளியினை
அனுப்பவே இல்லையே.

நமது பாதை பிரிந்தது தோழா
நானோ புதிய செஞ்சூரியனின்
திசையினை நோக்கிப் பயணம் தொடங்கினேன்
நீயும் ஒருநாள் என்னுடன் அந்தத்
திசையினில் வருவாய் என்றும் நம்பினேன்.

ஆ! என் கவிஞனே
அனைத்தும் முடிந்தது.
நீயோ உனது நெடும் பயணத்தை
எதிர்பாராத வகையிலே இன்று
முடித்துக் கொண்டதாய் தந்தி கிடைத்தது.
துடித்துக் கொண்டதென் நெஞ்சு.

தொலைவிலே நீலாவணையின்
கடற்கரைக் காற்றில்
ஓயாத உன்கவிதை
ஒலிப்பதனைக் கேட்பேன் நான்.

'மண்ணிடை இரவுக்
கன்னியின் ஆட்சி
இன்னும் தேயவில்லை - இளம்
தென்னையின் ஓலைகள்
பண்ணிய இன்பப்
பாட்டுக்கள் ஓயவில்லை...'

ஓயாத உன் இதயம் ஓய்ந்ததுவாம்.
ஆனாலும்
ஓயாத உன்கவிதை
ஒலிப்பதினைக் கேட்பேன் நான்.

உனது சடலம் சிதையிலே எரிவதை
அன்றேல் அதுஓர் குழியுள் புதைவதைக்
காண்பதற்காக நான் வரவில்லை.....
இதுவே உனக்கு என் இறுதி அஞ்சலி.

எனது துயரையும் பெருமூச்சினையும்
உனது நினைவின் சமாதியின் மீது
சமர்ப்பணம் செய்கிறேன்
சாந்திகொள் அன்பனே!

12.01.1975

அவர்களும் பூனைகளும் நாய்களும்

கார்கள் எல்லாம் போன பிறகு
ஹோட்டல் கதவுகள் மூடிய பிறகு
விளக்குகள் எல்லாம் அணைந்த பிறகு
அவர்கள் வருவர்....
தினமும் வருவர்....

சப்பி எஞ்சிய இறைச்சிச் சவ்வுகள்
கை துடைத்த கடதாசித் துண்டுகள்
கோழி முட்கள்
நண்டுக் கோதுகள்
காய்கறி அரிந்த கழிவுகள்
நூடுல்ஸ்
ஃப்றைற் றைஸ்
தென்னந் தும்புகள்
தேங்காப் பூத்துகள்
குப்பைத் தொட்டியில் குவிந்து கிடக்கும்.

அவர்கள் வருகையில்
நின்று சுவைத்த
பூனைகள் நாய்கள்
பொறாமையோடு விலகிச் செல்லும்

தொலைவில்
அவர்கள் முகத்தைப்
பார்த்தவாறே
உட்கார்ந் திருக்கும்
ஒவ்வொரு நாளும்
ஒவ்வொரு நாளும்...

12.07.1975

எழிலே வாழி மலையகமே

எங்கள் நாடு வளம் கொள்ள
இரத்தத் துளிகள் தனைப் பெய்து
எங்கும் தேனீர் விளைவிக்கும்
எழிலே வாழி மலையகமே
எங்கும் தேனீர் விளைவித்து
எழிலாய் மாறி உள்ளதெல்லாம்
உங்கள் வாழ்வின் உழைப்பென்றே
உணர்ந்தேன் வாழி மலையகமே

உழைப்பால் மலையைக் காடுகளை
உயரச் செய்தும் வறுமையுடன்
மழைக்கும் பனிக்கும் மத்தியிலே
வாழ்வாய் வாழி மலையகமே
மழைக்கும் பனிக்கும் மத்தியிலே
வறுமை வாழ்வு வாழ்வதெல்லாம்
உழைப்பு சுரண்டப் படுவதனால்
உணர்ந்தேன் வாழி மலையகமே

மலையைக் கல்லித் தேயிலையை
வளர்த்தும் பிறரை வளர்வித்தும்
உலையில் பொங்கும் நீரின்றி
உழல்வாய் வாழி மலையகமே
உலையில் பொங்கும் நீரின்றி
உழலும் வாழ்வை உதறிவிட
மலையைப் போல நீ நிமிர்ந்து
வருவாய் வாழி மலையகமே

20.4.1977

ஒரு தோழனின் மரணம்

அழகிய கனவு
கலைந்து கரைந்தது
காலையின் அந்தத் துயரினை உணர்ந்தேன்

இளகிய உணர்வுகள்
உறைந்து குளிர்ந்தன
வாழ்க்கை ஒன்று முடிந்ததை அறிந்தேன்.

சிலசில நாட்களில்
சிலசில நிமிடம்
கதைபரிமாறித் தோழமை பூண்ட
நிகழ்வுகள்...
'பாபுஜி' எதிரே
கூளா நிழலில்
புன்னகை சிந்திய பொழுதுகள்...
அன்பின் குளிர்ச்சியைக்
கைகளால் உணர்த்தும்
உனது தழுவல்கள்
என்றுமே இவைகள்
திரும்பவும் நிகழா.

எனது பாதையில் எதிர்ப்படா வண்ணம்
மரணம் உன்னை வழிமறித்தது.

இளகிய உணர்வுகள்
உறைந்து குளிர்ந்தன
உனது வாழ்க்கை
முடிந்ததை அறிந்தேன்

அழகிய கனவு கலைந்து கரைந்தது
காலையில் அந்தத் துயரினை உணர்ந்தேன்.
ஆயினும் என்ன
ஆயினும் என்ன
தோழமை உனது
பெயரிலே உளது

எனது பாதையில் எதிர்ப்படா வண்ணம்
மரணம் உன்னை வழிமறித்தாலும்
எனது பாதையில் எதிர்ப்படும் வண்ணம்
நினைவுகள் உன்னை
உயிர்ப்படை விக்குமே.

15.04.1977

துப்பாக்கி அரக்கரும் மனிதனின் விதியும்

நாளையக் கனவுகள் இன்று கலைந்தன
நேற்றைய உணர்வுகள் இன்று சிதைந்தன

காக்கி உடையில்
துப்பாக்கி அரக்கர்
தாண்டவம் ஆடினர்
ஒரு பெரும் நகரம் மரணம் அடைந்தது

வாழ்க்கையின் முடிவே மரணம் என்போம்
ஆயின் எமக்கோ
மரணமே எமது வாழ்வாய் உள்ளது

திருவிழாக் காணச் சென்றுகொண் டிருக்கையில்
படம்பார்க்கச் செல்லும் பாதிவழியில்
பஸ் நிலையத்தின் வாசலில் நிற்கையில்
சந்தையில் இருந்து திரும்பி வருகையில்
எங்களில் யாரும்
சுடப்பட்டு இறக்கலாம்
எங்களில் யாரும்
அடிபட்டு விழலாம்

உத்தரவாதம் அற்ற வாழ்க்கையே
மனிதனின் விதியா?
அடக்குமுறைக்கு அடிபணிவதே
அரசியல் அறமா?

எம். ஏ. நுஃமான்

அதைநாம் எதிர்ப்போம்
அதைநாம் எதிர்ப்போம்

தனிநாடு அல்ல எங்களின் தேவை
மனிதனுக்குரிய வாழ்க்கை உரிமைகள்
மனிதனுக் குரிய கௌரவம்
வாழ்க்கைக்கான உத்தரவாதம்

யார் இதை எமக்கு மறுத்தல்கூடும்?
மறுப்பவர் யாரும் எம்மெதிர் வருக
காக்கி உடையில்
துப்பாக்கி அரக்கர்
தாண்டவம் ஆடுக

போராடுவதே மனிதனின் விதிஎனில்
போராட்டத்தில்
மரணம் அடைவதும் மகத்துவம் உடையதே

14.10.1977

நேற்றைய மாலையும் இன்றைய காலையும்

நேற்று மாலை
நாங்கள் இங்கிருந்தோம்.

சனங்கள் நிறைந்த யாழ்நகர்த் தெருவில்
வாகன நெரிசலில்
சைக்கிளை நாங்கள் தள்ளிச் சென்றோம்.

பூபால சிங்கம் புத்தக நிலைய
முன்றலில் நின்றோம்
பத்திரிகைகளைப் புரட்டிப் பார்த்தேம்.

பஸ்நிலையத்தில் மக்கள் நெரிசலைப்
பார்த்தவாறிருந்தோம்.
பலவித முகங்கள்
பலவித நிறங்கள்
வந்தும் சென்றும்
ஏறியும் இறங்கியும்
அகல்வதைக் கண்டோம்.

சந்தைவரையும் நடந்து சென்றோம்
திருவள்ளுவர் சிலையைக் கடந்து
தபாற் கந்தோர்ச் சந்தியில் ஏறி
பண்ணை வெளியிற் காற்று வாங்கினோம்.

'றீகலின்' அருகே
பெட்டிக் கடையில்
தேனீர் அருந்தி – சிகரட் புகைத்தோம்.
ஜாக் லண்டனின்
'வனத்தின் அழைப்பு'
திரைப்படம் பார்த்தோம்.

தலைமுடி கலைந்து பறக்கும் காற்றில்
சைக்கிளில் ஏறி
வீடு திரும்பினோம்.

இன்று காலை
இப்படி விடிந்தது

நாங்கள் நடந்த நகரத் தெருக்களில்
காக்கி உடையில் துவக்குகள் திரிந்தன.
குண்டுகள் பொழிந்தன
உடலைத் துளைத்து
உயிரைக் குடித்தன.

பஸ்நிலையம் மரணித் திருந்தது.
மனித வாடையை நகரம் இழந்தது
கடைகள் எரிந்து புகைந்து கிடந்தன
குண்டு விழுந்த கட்டடமாக
பழைய சந்தை இடிந்து கிடந்தது
வீதிகள் தோறும்
டயர்கள் எரிந்து கரிந்து கிடந்தன.

இவ்வாறாக
இன்றைய வாழ்வை
நாங்கள் இழந்தோம்
இன்றைய மாலையை
நாங்கள் இழந்தோம்.

15. 10. 1977

நாகரீகத்தின் மரணம்

பின் சென்றோம் நாங்கள்
பத்து ஆண்டுகள்
இருபது ஆண்டுகள்
பின் சென்றோம் நாங்கள்

அப்படியல்ல
அப்படியல்ல
நூறு ஆண்டுகள்
ஆயிரம் ஆண்டுகள்
பின் சென்றோம் நாங்கள்

புராதன காலப் புன்மைகள்
இங்கு மீண்டும் நிகழ்ந்தன
நேற்றும் நிகழ்ந்தன
அதற்கு முன்பும் அப்படி நிகழ்ந்தன
இருபது ஆண்டுகள் முன்பும் நிகழ்ந்தன
அறுபது ஆண்டுகள் முன்பும் நிகழ்ந்தன

குருதியில் மீண்டும் கொலைவெறி வந்தது
அறிமுக மற்ற விரோதிகளாக
மனிதர்கள் மாறினர்
வீடுகள் யாவும் தீயில் மிதந்தன
உயிர்கள் யாவும் எரிந்து கசிந்தன
உடல்கள் யாவும் கிழிந்து சிதைந்தன
உடமைகள் யாவும் வழிப்பறி யாயின
மனிதர்கள் இன்று அகதிகள் ஆயினர்

நாகரிகம் மரணம் அடைந்தது
நாங்கள் வளர்த்த நாகரிகம்
வானை அழாவிய எங்கள் கனவுகள்
மனிதனைப் பற்றிய எங்கள் உணர்வுகள்
குருதியில் ததும்பிய நேச நினைவுகள்
இருதயத் துடிப்பின் இன்ப அலைகள்
அனைத்தும் இன்று மரணம் அடைவதா

அது சரியல்ல
அது சரியல்ல
எங்கள் ஆன்மா உயிர்ப்படையாதோ
கசடுகள் யாவும் களையப் படாதோ
மனித நேசம் மறுபடி வராதோ

வாழ்க்கையை நாங்கள்
மீளப் பெறோமோ

நாகரிகம் உயிர்ப்படையாதோ
நாங்கள் வளர்த்த
நாகரிகம் உயிர்ப்படையாதோ
உயிர்ப்படையாதோ

20.10.1977

ஒரு மஹாகவி பற்றி மற்றொரு கவிஞன்

வானில் புதியதோர் வெள்ளி மலர்ந்தது
மலர்ந்து
இன்று நூறாண்டுகள் ஆயின.
மண்ணில் புதியதோர் பொன்மலர் பூத்தது
பூத்து இன்று நூறாண்டுகள் ஆயின.

மாகவி இக்பால்
நீ இம் மண்ணிலே பிறந்து
ஆயின இன்று நூறு ஆண்டுகள்.

வரலாற்றுப் போக்கில் நூறு ஆண்டுகள்
மிகமிகச் சிறியதே
மனிதனின் வாழ்விலோ நூறு ஆண்டுகள்
மிகமிக நெடியதே
நீண்ட எமது வாழ்க்கை நெரிசலில்
நேற்றைய நிகழ்வையே
மறப்பவர் நாங்கள்
இன்றைய வாழ்வின் இடர்களுள் மூழ்கி
நேற்றைய மனிதரை மறப்பவர் நாங்கள்.

ஆயினும் நான் உனை நினைவு கூர்கிறேன்.
ஏனெனில் நீ யொரு கவிஞன் ஆகையால்
மண்ணையும் விண்ணையும்
குடைந்து சென்றன
உனது கவிதைகள்
ஆகையினால்தான்
இன்றும் நான் உனை நினைவு கூர்கிறேன்.

கிழக்கிலும் மேற்கிலும் சூரியன் உதிக்கும்
நமது கவிதையில் ஆற்றல் இருந்தால்
வடக்கிலும் தெற்கிலும் சந்திரன் எழும்பும்
நமது கவிதையில் உணர்ச்சி தெறித்தால்
வானக் கோள்களின் வரிசைகள் மாறும்
பூமிச் சுழற்சியின் திசைகளும் மாறும்
நமது கவிதையில் உண்மை கனன்றால்....

உனது கவிதையில் ஆற்றல் இருந்தது
உனது கவிதையில் உணர்ச்சி தெறித்தது
உனது கவிதையில் உண்மை கனன்றது
மாகவி இக்பால்
ஆகையால் நான் உனை நினைவு கூர்கிறேன்.

மனிதனே இந்த உலகின் முதல்வன்
மனித மேன்மையே உனது குறிக்கோள்
மனித வாழ்வின் தளைகளை உடைத்து
மனித மேன்மையை உறுதிப் படுத்தவே
உனது கவிதைகள் கீதம் இசைத்தன

பூரண மனிதனைக் காண விளைந்தன
உனது கவிதைகள்
'தான்' எனும் மனித தனித்துவ வளர்ச்சியே
உனது கவிதையின் உட்பொருளாகும்
வாழ்வின் முனைப்பும் இயக்கமும் உனது
இலட்சிய மாகும்.

அச்சம் நிராசை என்பன உனது
கவிதைக் கனலின் எதிரிகள் ஆகும்
ஆகையால்
நான் உனை நினைவு கூர்கிறேன்.

இஸ்லாம் உனது விளைநிலம் ஆனது
உனது வேர்கள் அதிலே சுவறின
உனது கிளைகளும் தளிர்களும் கூட
அந்த நீரிலே பசுமை கொண்டன
ஆயினும் நீ அதைத் தாண்டியும் சென்றாய்

"கோயிலுக்கு நான் மரியாதை செய்கிறேன்
கஃபாவின் முன் நான் மண்டி இடுகிறேன்
எனது மார்பிலே பூணூல் உள்ளது
எனது கையிலே ஜபமாலை ஒளிரும்...."
என்று நீ ஒரு கவிதையில் பாடினாய்.

முஸ்லிம் உலகில் உன்
கனவுகள் விரிந்தன.
ஆயினும் கூட
அதற்கப்பாலும்
மனிதனைப் பற்றி உன்
நினைவுகள் அகன்றன.

இந்துஸ்தானில் உன் கால்கள் பதிந்தன
ஆயினும் கூட
அதற்கப்பாலும்
எல்லா இடமும் உன் கைகள் விரிந்தன.

'மண்ணில் இருந்தும்
தண்ணீரில் இருந்தும்'
விடுபடச் சொன்னாய்.
'ஆப்கானியனோ துருக்கனோ அல்லன்
ஆக முதலில் நான் ஒரு மனிதன்
எனக்கு வேறு வர்ணங்கள் இல்லை
அதன் பின் நானோர் இந்தியன் ஆகலாம்
அன்றேல் வேறோர் இனத்தவன் ஆகலாம்'
என்று கூறினாய்.

மாகவி இக்பால்
உனது வார்த்தைகள் மகத்துவம் உடையன.
ஆகையால் நான் உனை நினைவு கூர்கிறேன்.

வாழ்வின் கொடுமையை
நீ உணர்ந்திருந்தாய்
மனித சுரண்டலை நீ வெறுத் திருந்தாய்
ஏற்றத் தாழ்வினை நீக்கவே நினைத்தாய்
அடிமைத் தளையை அறுக்கவே துடித்தாய்
உன்னுள் மலர்ந்த
மனித நேயம் மதிக்கத் தக்கதே
உன்னுள் மலர்ந்த கற்பனைக் கனவுகள் அற்புதமானதே.

மாகவி இக்பால்
ஆயினும் நமக்குள் வாதங்கள் உள்ளன.
உனது காலத்தின் விளைச்சலே நீ
எனது காலத்தின் அறுவடை நான்
ஆகையால் நமக்குள் வாதங்கள் உள்ளன.

அற்புதமான
கற்பனா வாதி நீ
கனவுகள் மிகுந்த
அகநிலை வாதி நீ

உனது கனவுகள் கற்பனை ஆயின
உனது கற்பனை கனவுகள் ஆயின.

மதத்தின் பேரில் ஓர் இராச்சியம் அமைக்கும்
உனது கனவுகள் கற்பனை ஆயின
இனத்தின் பேரில் ஓர் ஐக்கியம் வளர்க்கும்
உனது கற்பனை கனவுகள் ஆயின

லாகூரிலும் டாக்காவிலும்
உனது கனவுகள் மரணம் அடைந்தன
சிந்து வெளியிலும் கங்கைக் கரையிலும்
உனது கற்பனை சமாதி அடைந்தது.

உனது ஷிக்வாவுக்கு நானோர் ஜவாபு சொல்வேன்
உனது அழுகைக்கு நானோர்
ஆறுதல் சொல்வேன்
சகோதரத்துவச் சாம்பலில் இருந்து
வர்க்க உணர்வுடன் விழித்தெழச் சொல்வேன்.

மாகவி இக்பால்
அற்புத இலட்சியம் ஆயிரம் உடைய
கற்பனாவாதி நீ.
உனது இலட்சியம் மகிமைக் குரியது
கற்பனா வாதமோ விசாரணைக் குரியது.

நேற்றை விடவும்
இன்று இனியதே
இன்றை விடவும்
நாளை புதியதே

நேற்றைய உனது பாதை வேறு
இன்றைய எனது பாதை வேறு
நாளை வருபவன் நடைவிடப் புதிய
பாதையில் போகலாம்
வாழ்க்கை இதுவே.
இயக்கமே வாழ்க்கையின் இலக்கணமாகும்.

உனது நோக்குகள் உன்னத மானதே
உனது இதயம் புனித மானதே
உனது கனவுகள் மனிதனின் கனவே
உனது கவிதைகள் மகத்துவம் உடையதே

வரலாறு என்னும் சங்கிலித் தொடரில்
உனது பெயரும் பளீரென மின்னும்
ஆகையால் உன்னை நினைவு கூருவோம்
இன்னும் நூறு ஆண்டுகளுக்கு
பிறகும் அதற்குப் பிறகும் கூட
நாங்கள் உன்னை நினைவு கூருவோம்.

28.01.1978

வாழ்வும் மரணமும்

கமலாதேவியின் மரண ஊர்வலத்தில்
உமது காரிலே நானும் இருந்தேன்
மாதம் ஒன்றுதான் கழிந்தது
மறுநாள்
உமது நீண்ட மரண ஊர்வலத்தில்
கால்நடையாக நானும் தொடர்ந்தேன்

அதற்கு மூன்றே தினங்களின் முன்புதான்
திருமண வீட்டில் மங்கள இசையில்
அருகருகாக நாம் அமர்ந்திருந்தோம்
அதற்கு மூன்றே தினங்களின் பின்புதான்
அழுகுரல் இடையே பேழையுள் உமது
மீளாத் துயிலின் கோலம் கண்டேன்

மரங்கள் அடர்ந்த கோம்பையன் திடலில்
உமது சாம்பலும் புகைந்து தணிந்தது
வாழ்க்கை இதுவா?
மரணமும் இதுவா?

வாழ்க்கை எத்தனை சுமையாய் இருப்பினும்
வாழ்தல் இனியதே.
மரணம் எத்தனை இலகுவாய் இருப்பினும்
மரணம் கொடியதே.

எம். ஏ. நுஃமான்

அதனினும் கொடியது உமது மரணம்
மலைசரிந்தது போன்றதுன் மரணம்
ஆழ்ந்த அமைதியில்
இடியின் முழக்கமாய்த்
திடீரென வந்தது.

வாழ்வின் நம்பிக்கை தளர்ந்தது ஒரு கணம்
இருத்தலின் அடித்தளம் குலுங்கி அசைந்தது
தூக்கமும் விழிப்பாய்
நினைவுச் சுழல்களாய்க்
கரைந்து கழிந்தது.

நாட்கள் நகரும்
நாங்களும் எமது
போக்கிலே தொடர்ந்து
புதியன முயல்வோம்
வாழ்க்கை இதுதான்
மரணமும் இதுதான்.

சோகம் இடைக்கிடை சுடும் எம் நெஞ்சை
துடிக்கும் எம் இதயம்
மரணம் வாழ்வினை வழிமறித்தாலும்
நினைவில் உம்வாழ்வு
நெடுகிலும் தொடரும்...

20.06.1979

பகுதி 4

பிற்பகல்

1980 - 1999

ஏர்பூட்டு விழா

மன்னாதி மன்னனே
மண்ணில் இறங்கினான்
இனிநமக் கென்ன
இனிநமக் கென்ன

மந்திரிமார்கள் வாழ்த்திசை பாட
மதகுரு மார்கள் மந்திரம் ஓத
அதிகாரிகள் சாமரம் வீச
அரச தூதுவர் அமர்ந்து அதைக் காண
மன்னாதி மன்னன் மண்ணில் இறங்கினான்

இனி நமக்கென்ன
இனி நமக்கென்ன

முடியினைக் கழற்றி ஒருபுறம் வைத்தான்
உடைகளை யெல்லாம் உருவி எறிந்தான்
கச்சையை மட்டும் இறுக்கிக் கட்டிச்
சேற்றில் இறங்கினான்
ஏர்பிடித்துழுதான்

சேற்றிலே இறங்கி
ஏர்பிடித் துழுதான்
இனி நமக்கென்ன
இனி நமக்கென்ன

மன்னாதி மன்னனே
மண்ணில் இறங்கினான்
இனி நமக்கென்ன
இனி நமக்கென்ன

வெள்ளி விதைக்கப் பொன்னே விளையும்
அட்சய பாத்திரம் அமுதம் இறைக்கும்
வானம் இருண்டு மழையாய்ப் பொழியும்
வயல் வெளி எங்கும் பசுமையாய் நிறையும்
கிழவிகள் எல்லாம் குமரிகள் ஆவர்
கிழவர்கள் எல்லாம் குமரர்கள் ஆவர்
வாலிபமே இனி வசந்த காலமே

மன்னாதி மன்னனே
ஏர்பிடித் துழுதான்
இனி நமக்கென்ன
இனி நமக்கென்ன

ஆடுக ஆட்டம்
பாடுக பாட்டு
மன்னாதி மன்னனே
மண்ணில் இறங்கினான்
இனி நமக்கென்ன
இனி நமக்கென்ன

9.8.1980

புத்தரின் படுகொலை

நேற்று என் கனவில்
புத்தர் பெருமான் சுடப்பட்டு இறந்தார்.
சிவில் உடை அணிந்த
அரச காவலர் அவரைக் கொன்றனர்.
யாழ் நூலகத்தின் படிக்கட்டருகே
அவரது சடலம் குருதியில் கிடந்தது.

இரவின் இருளில்
அமைச்சர்கள் வந்தனர்
'எங்கள் பட்டியலில் இவர் பெயர் இல்லை
பின் ஏன் கொன்றீர் ?'
என்று சினந்தனர்.

'இல்லை ஐயா
தவறுகள் எவையும் நிகழவே இல்லை
இவரைச் சுடாமல்
ஓர் ஈயினைக் கூடச்
சுடமுடியாது போயிற்று எம்மால்
ஆகையினால்தான்......'
என்றனர் அவர்கள்.

'சரி சரி
உடனே மறையுங்கள் பிணத்தை'
என்று கூறி அமைச்சர்கள் மறைந்தனர்.

எம். ஏ. நுஃமான்

சிவில் உடையாளர்
பிணத்தை உள்ளே இழுத்துச் சென்றனர்.
தொண்ணூறாயிரம் புத்தகங்களினால்
புத்தரின் மேனியை மூடி மறைத்தனர்
சிகாலோகவாத சூத்திரத்தினைக்
கொழுத்தி எரித்தனர்.
புத்தரின் சடலம் அஸ்தியானது
தம்ம பதமும்தான் சாம்பரானது.

2.6.1981

(சிகாலோகவாத சூத்திரம், தம்மபதம் ஆகியன பௌத்தமத அற நூல்கள்)

பாரதியும் நானும்

பாரதியும் நானும்
ஒருநாள் கடற்கரையில்
மாலை கழிந்து நிலவு கிளம்புகின்ற
நேரத்தில், நினையாப் பிரகாரம்
சந்தித்துக் கொண்டோம்.
சனங்கள் மிகக் குறைந்த
ஓரிடத்தில் போய் அமர்ந்தோம்.

உண்மை நிகழ்ச்சி இது
நெட்டைக் கனவில் நிகழ்ந்ததன்று.
நம்பினால் நம்புங்கள்
நடந்ததைத்தான் சொல்கின்றேன்.

நீலக் கடலில் நிலவு முலாம் பூசும்
கோலத்தைக் கண்டு மகிழ்ந்தோம்,
குதூகலித்தோம்.

பாரதியோ தன் தலைப் பாகையினைக் கழற்றி
ஓரத்தில் வைத்தான்
முண்டாசு இல்லாமல் அவனின்
முழு முகத்தைக் கண்டேன் நான்.
காற்று வந்து இன்பக் கதைசொல்லிச் சென்றது
பாரதியின் கேசத்தைப் பதமாய்த் தடவியது.

பாரதிக்குக்
கஞ்சாப் பழக்கம் இருந்ததுதான்
ஆனாலும் அன்றைக்கோ
அப்படி ஏதும் இல்லை
நிலவு சுமந்து வந்த காற்றில்
கவிதை வெறியேறக்
காற்றோடு பேசினான்.

"காற்றே வா,
மகரந்தத் தூளைச் சுமந்துகொண்டு
மனத்தை மயலுறுத்துகின்ற
இனிய வாசனையுடன் வா!
இலைகளின் மீதும்,
நீரலைகளின் மீதும் உராய்ந்து,
மிகுந்த ப்ராண-ரஸத்தை
எங்களுக்குக் கொண்டு கொடு.

காற்றே வா,
எமது உயிர் நெருப்பை
நீடித்து நின்று நல்லொளி தருமாறு
நன்றாக வீசு.
சக்தி குறைந்துபோய்
அதனை அவித்துவிடாதே
பேய்போல வீசி அதனை மடித்துவிடாதே.
மெதுவாக நல்ல லயத்துடன்,
நெடுங்காலம் நின்று வீசிக்கொண்டிரு
உனக்குப் பாட்டுக்கள் பாடுகிறோம்
உனக்குப் புகழ்ச்சிகள் கூறுகிறோம்
உன்னை வழிபடுகிறோம்" என்றான்

காற்றுக்கோ புல்லரிப்பு,
கடலில் நிலவைக் குழைத்துவந்து
வீசிற்று இன்ப வெறியோடு.

காற்றோடு பேசுங் கவிஞனே,
நான் உன்னைப் போற்றுகிறேன்
என்றேன்.

நீதான் முதன் முதலாய்
கோயில் குளங்களிலும்
குபேரர் சபைகளிலும்
கூனிக் குறுகிக் கிடந்த
தமிழ்க் கவியைக் கொண்டுவந்து, இம்
மண்ணில் உலவவிட்டாய்
மக்களிடை வைத்தாய்,
நேராக்கி நெஞ்சை நிமிர்த்தி
நடக்கவைத்தாய்,
போராட வைத்தாய் சமூகத்தின்
புன்மைகளினோடு.
பாராட்டுகின்றேன் அதற்காக.
நீ பிறந்து
நூறாண்டு ஆயிற்று, நூறு வயசுனக்கு
இந்த வயதிலும் இளமைத் துடிப்போடு
கடற்கரைக்கு வந்திருந்து
காற்றோடு பேசுகிறாய்!

என்றாலும்,
நாற்பதிலே நீ செத்தாய்
என்றல்லோ கூறுகிறார் ஊரார்,
அவர்கள் உண்மை தெரியாதார் என்றேன்.

ஓம் என்று சொன்னான்.
இன்னும்
நானூறு ஆண்டுகள் நடந்து முடிந்தாலும்
நான் சாகமாட்டேன்
சாகாதிருக்கும் வரம்பெற்ற

எம். ஏ. நுஃமான்

ஓர் கவி நான்,
செத்த தமிழ்க் கவியை
மீண்டும் உயிர்ப்படைய
வைத்தவன் நான், அது மீண்டும்
சாகாதிருக்க
வழிசமைத்து வைத்தவன் நான்.
ஆகையினால்
தமிழ்க் கவிதை சாகும் வரைக்கும்
நான் செத்துப் போவதற்குச்
சந்தர்ப்பம் இல்லை
என்று சிரித்தான்.

ஓம் என்று நான் சொன்னேன்.
உண்மை அதுவேதான்
உன்னுடைய வாரிசுகள்
நாங்கள் இருக்கின்றோம்.
நீபாடிவிட்ட கவியின் மறு அடியை
நாம் பாடுகின்றோம்
நீ பாடாவிட்ட கவியின் புதுவரியை
நாம் பாடுகின்றோம்.
பாடல் தொடர்கிறது.

கவி ஓர் தொடர்ச்சிதான்
எங்கள் கவிதையிலும்
நீ தொடர்ந்து வாழுகிறாய்.
நாற்பதிலே நீ செத்தாய்
என்பதோரு நகைச்சுவைதான்.
என்றேன் நான்.

இவ்வாறு
ஆளை ஆள் தட்டிக் கொடுத்தோம்
முதுகு சொறிந்துகொண்டோம்
மீண்டும் ஒருநாள்

இதே இடத்தில் சந்திப்போம்
என்று பிரிந்துசென்றோம்.

சிலவேளை நாளைக்குச் சந்திப்போம்
நாங்கள் கவிஞர்கள் அல்லவா?
சாகாதிருக்கும் சங்கதியைக்
கண்டவர்கள் அல்லவா?
நம்பினால் நம்புங்கள்
நடந்ததைத்தான் நான் சொன்னேன்

1982

மனிதன்

பூக்கள் உதிரும்தான்
பூத்து மலர்ந்து மணம்பரப்பி
பின்னர் அவை வாடி உதிரும்
அதில் மனவருத்தம் ஏதும் இல்லை

மூர்க்கன் ஒருவன்
முகை அவிழும் முன்னர் அதைப்
பிய்த்துக் கசக்கிக்
காலடியில் போட்டு மிதித்தால் ………

நேற்று நான் கண்டேன்
விதை வெடித்து
இரு தளிர்கள் நீட்டி
நிமிர முயன்ற இளஞ்செடியை

காட்டெருமை ஒன்று
அதன் தலையில் கால்வைத்துச்
சென்றதடா இன்று

நீயும் அதுபோல்தான்
முகை அவிழும் முன்னே
சிதைபட்ட மலரானாய்
கிளை வெடிக்கும் முன்னே
ஒடிபட்ட செடியானாய்

மலரும் செடியும் மனிதரல்ல
ஆயின் நீ மனிதன்
ஆன்மா சுடர்ந்து
அன்பின் ஒளி கமழும்
ஓர் மனிதன்

நீ இறக்க வில்லை
உன்னைக் கொலை செய்தார்
வாகனத்தின் உள்ளமர்ந்து
உன் வழி நீ செல்லுகையில்
வந்து வழிமறித்து
குண்டால் உடல் துளைத்து
உயிர் குடித்துச் சென்றார்கள்

உனது முகம் அறியார்
ஊர் அறியார்
பேர் அறியார்
அவர்களது பட்டியலில்
நீயும் ஒருவனல்ல
ஆனாலும் கொன்றார்கள்
ஏனெனில்
நீயும் ஒரு தமிழன் – அவ்வளவுதான்
வேறு வகையில் இதற்கு விளக்கம் இல்லை.

உனது கனவுகளை நானறிவேன்
உனது உணர்வுகளை நான் உணர்வேன்
மனிதனைப் பற்றிய கனவுகள் அவைகள்
மனிதனுக் குரிய உரிமைகள் பெறவும்
மனிதனுக் குரிய கௌரவம் பெறவும்
உழைப்பதே உனது இலட்சிய மாக்கினாய்

மெலிந்த உன் கரங்கள்
அதையே எழுதின
மெலிந்த உன்கால்கள்
அதற்கே நடந்தன

மெலிந்த உன் உடலும்
மெல்லிய இதயமும்

எம். ஏ. நுஃமான்

இடைநடு வழியில்
குண்டடி பட்டுக்
குருதியில் தோய்ந்தன

மென் உணர்வுகளைத்
துப்பாக்கி கொன்றது
மெல்லிய தென்றலை
புயல் கொண்டு சென்றது.

உனது மரணம்
ஒரு விபத்தல்ல
கொலைகள் எவையும்
விபத்துகள் அல்ல

பிறகும் எத்தனை மனிதர்கள் இப்படிக்
கொலைக்களப் பட்டார்?
இன்னும் எத்தனை மனிதர்கள் இப்படிக்
கொலையுண்டு மடிவார்?

இதுவே எங்கள் விதிஎனில்
நண்பா
அந்த விதியினை நாம் மறுதலிப்போம்
மனிதனுக்குரிய புதுவிதி புனைவோம்

21.6.1984

வித்தியர் அந்தாதி

கட்டைக் கழுத்தும், கனத்த உடலும், கனிந்த இரு
வட்ட விழியும் உடையார்; தம் சுங்கான் மணம்கமழ
உட்கார்ந் திருப்பார்; உறுதி, அடக்கம், உளம்நிறைந்த
நட்போ டுதிரும் முறுவலால் ஆன இந்த நல்லவரே

நல்லவ ராக இருப்பவர் எல்லாம் இந் நானிலத்தில்
வல்லவ ராகவும் வாழ்தல் அரிது; இவ் வல்லவரோ
வெல்லும் திறன் மிகப் பெற்றவராயும் விளங்குகிறார்
எல்லாப் பொழுதும் தான் ஏற்கின்ற காரியம் யாவிலுமே.

யாவிலும் வெற்றியே காண்பவ ராயினும், நானறிய
நோவினை செய்தவர் அல்லர் பிறர்மனம் நோவுறவே
பூவினை ஒத்த ஓர் புன்சிரிப்பாளர், புதியவரும்
தேவைகள் பெற்று மனநிறை வெய்திடச் செய்குவரே

செய்வன யாவும் திருந்திடச் செய்யும் சிறப்புடையார்
உய்யும் வழியற் றிருந்த கிராம உயர்கலைகள்
மெய்யாகவே இங்கு மேன்மை யடைய மிக உழைத்தார்
வெய்யில் வழியில் மழைமேகம் போல் எங்கள் வித்தியரே.

வித்தியர் என்று விநயமாய் நாங்கள் விழிக்கும் இவர்
சித்தம் மகிழ்ந்து மென்மேலும் வாழ்வில் சிறப்புறுக!
புத்துணர் வோடு புரிக பணிகள் புதுப்புதிதாய்.
இத்தினம் போல் இன்னும் வாழ்க பல்லாண்டு நாம்
இன்புறவே

1984

வரலாற்றுக் குருடர்

அமுக்கு அமுக்கு
இன்னும் சற்றே பலமாய் அமுக்கு
அழுத்தம் அதிகரிக்கும்
வெடிப்பு நிகழும்

சுடு சுடு
நூறு பேர் விழட்டும்
துப்பாக்கியைச் சுழற்றிச் சுடு
ஆயிரக் கணக்கில் அவர்கள் விழட்டும்
பிறகுதான்
லட்சம் லட்சமாய் அணிகள் திரளும்
துப்பாக்கிகள் நொறுங்கிச் சிதறும்

மயிலாசனத்தின் அரசியல் அநாதையை*
நீ அறியாயா

நீங்கள் குருடர்
பிறவிக் குருடர்
வரலாறு உமக்குத் தெரிவதே இல்லை.

1985

(*ஈரான் மன்னர் ஷா)

காத்திருப்பு

என்னைத் துரத்தாதே
தயவு செய்து துரத்தாதே
உன் இதயத்தில் கூடுகட்ட வந்தேன்
என் சமாதான முட்டையை
அடைகாக்க வந்தேன்
தயவு செய்து துரத்தாதே

உன் இதயத்தில் இல்லையாயினும்
உன் இல்லத்தின் ஒரு மூலையில்
அல்லது உன் கூரை இடுக்கில்
அல்லது உன் கொல்லைப் புறத்தில்
அதுவும் இல்லையேல்
உன் சாக்கடை ஓரத்திலாவது
என்னை ஒதுங்கவிடேன்

ஒரு சிறு கூடு
அதில் ஒரே ஒரு முட்டை
அது ஆயிரம் குஞ்சுகள் பொரிக்கும்

உன் இதயத்தில் சமாதானப் பறவை
சிறகடித்துப் பறக்கட்டுமே
அதன் சடசடப்பில்
உன் இதயம் சிலிர்க்கட்டுமே
அது உன் இதயத்தைக்
குண்டுகள் போல் சல்லடையாய்த் துளைக்காது
உன் நரம்புகளின் குருதியைப்
பீறி அடிக்காது
உன் இல்லத்தைக் குருதியில் நனைக்காது

என்னை அனுமதியேன்
உன் இதயத்தில் ஒருசிறு கூடுகட்ட
அல்லது உன் சாக்கடை ஒதுக்கத்திலாவது

எம். ஏ. நுஃமான்

பல்லாயிரம் ஆண்டுகளாக
நான் பறந்து திரிகிறேன்
வானில் இருந்து மண்ணுக்கும்
மண்ணில் இருந்து வானுக்குமாக
கடல்களையும் சமுத்திரங்களையும் தாண்டி
மலைகளையும் வனங்களையும் தாண்டி
மனிதனின் இதயத்தில் ஒரு சிறு இடம் தேடி

நீ என்னைத் துரத்தி அடிக்கிறாய்
என் இறக்கைகளைத் துண்டித்து
கழுத்தில் சுருக்கிட்டு
பாதாளச் சிறையில் வீசி எறிகிறாய்

மீண்டும் மீண்டும் என் இறக்கைகள் முளைக்குமே
மீண்டும் மீண்டும் உன் சிறைகளை விட்டும்
சுதந்திர வானில் பறந்திடுவேனே

இனியும் என்னைத் துரத்தாதே
என் இறக்கைகளைத் தறிக்காதே
உன் இதயத்தில் கூடுகட்ட வந்தேன்
என் சமாதான முட்டையை
அடைகாக்க வந்தேன்

உன் இதயத்தில் அன்பு கசியட்டும்
அதன் இளஞ்சூட்டில் நான் குஞ்சு பொரிக்கட்டும்
அதுவரை இந்த மயானத்தில்
குருதியில் மிதக்கும் பிணங்களின் நடுவில்
காத்திருப்பேன்
இன்னும் ஓர் ஊழி ஆயினும்
காத்தே இருப்பேன்

20.9.1986

மனிதனின் அடையாளம்

கடவுள் என் கனவில் தோன்றினார்
சுவர்க்கத்தின் வாயிலையும்
நரகத்தின் வாயிலையும்
திறந்துவைத்துக் கொண்டு

நீயார் என்றார் கடவுள்
நான் மனிதன் என்றேன்
உன் பெயர் என்ன என்றார்
மனிதன் என்றேன்
உன் இனம் என்ன என்றார் மீண்டும்
மனித இனம் என்றேன்
கடவுள் கடைசியாகக் கேட்டார்
உன் மதம் என்ன என்று
மனிதம் என்றேன் நான்

கடவுள் ஒரு புன்னகையுடன் கூறினார்
சரி நீ இனி சுவர்க்கம் புகலாம் என்று

அந்தோ
என் கனவு கலைந்தபோது
நான் நரகத்தில் கிடக்கக் கண்டேன்.

1986

கடவுள்

கடவுளே கடவுளே
நீ எங்கே நீ எங்கே
என்றேன் நான்

ஒரு மௌனம்........
பின் ஒரு முனகல் ....

இதோ இதோ
இந்தச் சாம்பல் குவியல்
நான்தான்

இதோ இதோ
இந்த மனிதப் பிணங்களும்
நான்தான்

இதோ இதோ
இந்த உறைந்த குருதி
எனதுதான்

கடவுளே கடவுளே
என்றேன் நான்

1986

அடிமை

கைகட்டு
வாய்பொத்து
மௌனமாய் இரு
அன்றேல் செத்துமடி
என்றது துப்பாக்கி

'ஆம்' என்று சொல்லத்தான்
வாய் திறந்தேன்

தொண்டையைக் கிழித்துச்
சென்றதொரு குண்டு

செத்து விழுந்தேன் நான்

1987

ஜூலை நினைவுகள்

1

ஒரு கொடுங்கனவு

என் வீட்டுக்கு அருகில்தான்
நள்ளிரவில் கண்ணி வெடித்தது
வீடும் கதவும் அதிர்ந்தன நடுங்கி
ட்றக் வண்டியும்
உடல்களும் சிதறின
துப்பாக்கிகள் சடசடத்தன
கூரையின் மேலால்
குண்டுகள் பறந்தன
பின்னர் அமைதி
பேரமைதி
தூக்கமின்றி எம் இரவு கழிந்தது

காலையில் கண்டேன்
எங்கள் தெருவில்
ஊதா நிறத்தில் உறைந்த குருதியை
பிளந்து கிடந்த கருந்தார் வீதியை

முற்பகலில்
வீடு பூட்டி நாம் வேறிடம் சென்றோம்
நண்பனின் வீட்டில்
அகதி ஆகினோம்

2

பிற்பகல் பொழுதெலாம்
காக்கி உடையில்
துவக்குகள் திரிந்தன
வாகனங்களை வழிமறித்தன
ஆட்களை இறக்கிச்
சுட்டு வீழ்த்தின
விமலதாசனும் வீதியில் விழுந்தான்

3

வீடுவீடாய்ச் சென்றன துவக்குகள்
ஆட்கள் இருந்தால் இழுத்து விழுத்தின
துபாயில் இருந்து முதல்நாள் வந்தவன்
சிகரட் பற்ற தீப்பெட்டி கொடுத்தவன்
ஒவ்வோர் ஆளாய்ச் சுட்டன துவக்குகள்
பரமேஸ்வரா
நீ உன் வாசலில் விழுந்தாய்
குருதியில் உறைந்த உன் மாமனின் உடலை
மறுநாட் காலை கட்டிலில் கண்டேன்

அறுபது பேராம் அன்றையக் கணக்கு

4

கனத்தையில் எரிந்த
பதின்மூன்று உடல்கள்
கொழும்பை எரித்தன
கொழும்பு நெருப்பு
நாடெங்கும் எரிந்தது
தமிழரைத் தேடித் தேடி எரித்தது
அருமைநாயகம்
நீ காரினுள் எரிந்தாய்

5

நேற்றையச் செய்தி:
வெலிக்கடைச் சிறையில்
உடல்கள் சிதறின

இன்றையச் செய்தி:
வெலிக்கடைச் சிறையில்
இன்னும் கொலைகள்

நித்தியை நினைத்தேன்
நிம்மியை நினைத்தேன்
நெஞ்சு பதற

6

தர்மிஷ்டர்
மௌனம் கலைத்து
திருவாய் மலர்ந்தார்

எரியும் நெருப்பில்
என்ணெய் சொரிந்தார்

அலை அலையாகக்
கொலைஞர் அலைந்தனர்

கொலைகளின் பின்னால்
அரசின் கரங்கள்

7

புத்தரின் பூமியில்
இரத்தமும் நிணமும்

அன்பும் கருணையும் மடிந்த நிலத்தில்
வெறுப்பும் குரோதமும் கிளைவிட்டுப் பரந்தன

நித்திரை இன்றி
என் நாட்கள் கழிந்தன.

1987

துப்பாக்கிக்கு மூளை இல்லை

துப்பாக்கிக்கு மூளை இல்லை
இதயமும் இல்லை
விரல் அதன் விசை அழுத்த வெடிக்கும்
உயிர் குடிக்கும்
கருவில் இருக்கும் குழந்தையின் எனினும்

விரலே என் விரலே
மூளையும் இதயமும் உள்ள என் விரலே
ஒரு கணம் யோசி
மீண்டும் ஒருகணம்
குறிசரியா என திரும்பவும் யோசி

இன்னும் நூறு ஆண்டுகள் போயினும்
உன்குறி சரி என
மக்கள் கூறும் திசையினில் மட்டுமே
விசையினை அழுத்து

அன்றேல்
'நீயும் ஓர் கொலைகாரன்' என
வரலாறு என் நெற்றியில் எழுதும்

1988

பதில்டு

இரண்டு துப்பாக்கிகள்
மாடிப்படி ஏறி
என் வாயிலைத் தட்டின

சன்னல் இடுக்கால் எட்டிப் பார்த்தேன்
இரண்டு துப்பாக்கிகள்
மரணப் பசியுடன்
வாயிலைத் தட்டின

உயிராசை துரத்த
ஓடினேன் பின்கதவால்
உயிர் என் கைப்பிடியில்

மனைவி தாழ்திறக்க
தள்ளித் திறந்தன துப்பாக்கிகள்
'அப்பா இல்லை' என்றான் மகன்
'நீ இருக்கிறாய்தானே வாடா வெளியே'
துப்பாக்கிகள் அவனைக் கவ்விச் சென்றன

என் இளம்தளிர்
என் விந்தில் விளைந்த குருத்து
இளங்காலையில்
தெருவோரம்
இரத்தம் உறைந்த தரையில் கிடந்தது
கருகி

1988

சுவர் உடைப்பு

உடையுங்கள்
சுவர்கள் அனைத்தையும்

பெர்லின் சுவரை மட்டுமல்ல
சீனப் பெருஞ்சுவரையும்
மனிதன் கட்டிய சுவர்கள் அனைத்தையும்

உடையுங்கள்
ஆயுத பலத்தால் கட்டிய சுவர்களை
குடும்ப உறவைப் பிரித்த சுவர்களை
இரத்த உறவை மறைத்த சுவர்களை
மனிதனை மனிதன் மூடிய சுவர்களை

உடையுங்கள்
கண் காணும் சுவர்களை மட்டுமல்ல
காணாச் சுவர்களையும்
மனிதனை மறைத்த மதச்சுவர் அனைத்தையும்
இதயத்தை மூடிய இனச்சுவர் அனைத்தையும்

உடையுங்கள்
வர்க்கச் சுவர்களை
அறியாமை அரண்களை
மனிதனைச் சூழ்ந்த சுவர்கள் அனைத்தையும்

மனித விடுதலை உடைப்பிலே மலர்க
அடிமை விலங்குகள் அறுபட எழுக.

டிசம்பர் 1989
(பெர்லின் சுவர் உடைப்பு தொடர்பாக)

இனந்தெரியாத நபர்

இனந்தெரியாத நபர்
எங்கும் இருக்கிறார்
எப்போதும் வருகிறார்

முன்னறையில்
விளக்கணைத்து
எல்லோரும் தொலைக்காட்சி பார்த்திருக்கையில்
வாசல் கதவைத் தட்டி வருகிறார்
நெற்றிப் பொட்டில் குறிவைத்துச்
சுட்டு மறைகிறார்

இனந்தெரியாத நபர்
எப்போதும் வருகிறார்

மனைவியுடன் துயின்றிருக்கையில்
கதவு திறந்து வந்து
தட்டி எழுப்பி
சுட்டு முற்றத்தில்
உடலைக் கிடத்திச் செல்கிறார்

இனந்தெரியாத நபர்
எப்போதும் வருகிறார்

பட்டப்பகலில்
நாற்பதுபேர் வரும் பஸ்ஸை மறித்து
ஒருவரை இழுத்துச்
சுட்டுக்கொல்கிறார்
நாலுபேர் வரும்
காரை மறித்து கடத்திச் செல்கிறார்

இனந்தெரியாத நபர்
எங்கும் இருக்கிறார்
எப்போதும் வருகிறார்

கால்நடையாக
அல்லது சைக்கிளில் வருகிறார்
மோட்டார்ச் சைக்கிள் அல்லது
முச்சக்கர வண்டி
வெள்ளை வேனிலும்
இடைக்கிடை வருகிறார்

அவரை அறியாதார் உளரோ!
யாருமே இல்லை
ஆயினும் அவர்பேர்
எப்போதும் போல
இனந்தெரியாத நபர்தான்

1989

என் கடைசி வார்த்தைகள்

என் கடைசி வார்த்தைகள் இவைதான்
சமத்துவம் சமாதானம் சுதந்திரம்

எங்கு சமத்துவம் இல்லையோ
அங்கு சமாதானம் இல்லை
எங்கு சமாதானம் இல்லையோ
அங்கு சுதந்திரம் இல்லை

என் கடைசி வார்த்தைகள் இவைதான்
சமத்துவம் சமாதானம் சுதந்திரம்

நீ என் சமத்துவத்தை நிராகரிக்கிறாயா?
நீ சமாதானத்தை இழந்தாய்
உன் சுதந்திரத்தை இழந்தாய்

நீ என் சமத்துவத்தை அழித்திட
துப்பாக்கியை நீட்டுகிறாயா
துப்பாக்கி சமாதானத்தின் எதிரி
சுதந்திரத்தின் எதிரி

என் கடைசி வார்த்தைகள் இவைதான்
சமத்துவம் சமாதானம் சுதந்திரம்

வான் அதிரக் கூவுங்கள் மனிதர்களே
சமத்துவம் சமாதானம் சுதந்திரம்

1990

சிறுவனின் தோளில் துப்பாக்கி

சிறுவனின் தோளில்
அமர்ந்திருந்தது துப்பாக்கி
அதைக் கண்ட நான்
ஒதுங்கிச் சென்றேன்

நில் என்றது துப்பாக்கி
யார் நீ பெயர் என்ன
எங்கிருந்து வருகிறாய்
எங்கு போகிறாய்
காட்டு உன் அடையாள அட்டையை
திற உன் பையை
சரி நீ போ என்றது துப்பாக்கி

சிறுவனின் தோளில்
மீண்டும் அமர்ந்தது துப்பாக்கி
அதன் முகத்தில் விறைப்பு
சிரிப்பே இல்லை

1990

துப்பாக்கி பற்றிய கனவு

துப்பாக்கியைக் கனவுகண்ட
காலம் ஒன்றிருந்தது
அது புரட்சியைக் கொண்டுவரும்
விடுதலைக் கம்பளத்தை
என் வாசல் முற்றத்தில் விரிக்கும்

துப்பாக்கிதான் எத்தனை அழகு
என் காதலியின் தொடைபோல்
அதன் வளவளப்பு
விறைத்த குறிபோல்
அதன் கிளர்ச்சி

துப்பாக்கியைக் கைகளில் ஏந்தி
முகர்ந்து முத்தமிட்டேன்
அது வெடித்தபோது
அந்தோ
என் மூக்கும் முகமும்
பிய்ந்து சிதறின
என் கனவு கலைந்தது

1990

தௌர் ஒரு புகலிடம்

மார்க்கத்தின் மைல்கற்கள்
மைல்கற்கள் வரிசையிலே
தௌர் ஒரு நடுக்கல்
நடுகல்லாய் அகாது
நடுக்கல்லாய் ஆகிய கல்
ஹிஜ்ராவின் இடைவழியில்
இருந்த புகலிடம்
தௌர் ஒரு புகலிடம்

இருட்புயலில் அணையாது
ஒளிவிளக்கை அரவணைத்த
தௌர் ஒரு புகலிடம்

அநீதிப் பெரும்புயலில்
அள்ளுண்டு செல்லாது
நீதிக்கு அரண் அமைத்த
தௌர் ஒரு புகலிடம்

பாலைக் கொடுவெயிலில்
பசுமைக்கு நிழல் அளித்த
தௌர் ஒரு புகலிடம்

2

கொடுவெயிலின் குளிர் நிழலே
கும்மிருட்டின் ஒளிவிளக்கே
கொடியவரின் கொலைவெறியால்
குடியிருந்த மனை துறந்து
நடு இரவில் வழிநடந்த நாயகமே

குடியிருந்த மனை துறந்து
நடு இரவில் வழிநடந்த
நாயகத்தின் பணி தொடர
இடைவழியில் புகல் அளித்த
தௌரும் ஒரு புகலிடமே

3

நள்ளிரவில் ஒருநாள்
நாயகத்தின் இல்லத்தைச்
சுற்றி வளைத்தார்கள்
குறைஷிகளில் துன்மார்க்கர்

சாந்தி நிலவ
சமாதானம் மேலோங்க
பூமிதனில் வந்த புறாவை இரைகொள்ள
வன்பருந்துக் கூட்டமொன்று
வட்டமிட்டு நிற்கிறது

பாலை வெளியில்
முளைத்த பசுந்தளிரை
கிள்ளி எறியவென்று
கீழவர்கள் நிற்கின்றார்

இருள் அகற்ற வந்த
இன்பச் சிறுவிளக்கை
ஊதி அணைத்துவிட
உறுதியுடன் நிற்கின்றார்

கூர்வாள்கள் குத்தீட்டி
கொல்லும் கொலை வெறி
ஆராய்ந்து உண்மை அறியாத மூடத்தனம்
பாரம்பரியப் பகைமைச் சகதியிலே

ஊறித் தடித்து மரத்த உணர்வுகள்
நெஞ்சழுத்தம் நிஷ்டூரம் வஞ்சம்
இவைதவிர
அஞ்சுவதற் கஞ்சா அறியாமை
இத்தனையும் சூழ்ந்த
இருள் ஆட்சிசெய்யும் இரவு
முற்றுகைக்குள்ளான சிறு வீடு
உள்ளே நபிகள்

தப்பிக்க வேண்டும்
உள்ளத்துப் பேரொளியை
உலகமெலாம் பரப்பிடும்முன்
இருள் வெள்ளத்தில் மூழ்கி
மடிதல் இயலாது

இருளின் கண்ணைக் குருடாக்கி
இல்லத்திருந்து வெளியேறி
நழுவிச் சென்றது ஒளிவெள்ளம்
நண்பர் ஒருவர் துணையோடு

நட்சத்திரங்கள் வழிகாட்ட
நடந்துசென்றார் பெருமானார்
பக்கத்துணைக்கு அபூபக்கர்
பகலும் அரும்பப் போகிறது

4

வேட்டை இழந்த வெறிநாய்கள்
விரட்டிக்கொண்டு வரல்கூடும்
பாட்டை மிகவும் நீண்டது
பாலை வெளியில் பதுங்கிடங்கள்
ஏதும் இல்லை
அதோ தொலைவில்

கற்கள் சூழ்ந்த பெரும்பாறை
கையை நீட்டி அழைக்கிறது

வருக முகம்மதே
வானத்துச் சூரியனை
வலக்கரத்தில் தந்தாலும்
வட்ட முழு நிலவை
இடக்கரத்தில் தந்தாலும்
நான் என் கொள்கை நழுவேன்
எனப் புகன்ற
கொள்கை வழுவாக்
கொழுந்தே வருக

பிணக்குகள் மலிந்த
இனக்குழுக்களை
மனிதக் குழுவாய் மாற்றிட வந்த
புனிதரே வருக
அரசாட்சி அற்ற அரபு மக்களை
ஓராட்சியின்கீழ்
ஒன்று திரட்டும்
புரட்சியைத் தொடங்கிய
புனிதரே வருக

அறியாமை இருள்
அகற்றிடும் ஞாயிறே
உறுதி குலையா உண்மை வீரரே
வருக வருக
வன்கண் குறைஷியர்
தரும் துயரங்கள்
தற்காலிகமே
இறுதி வெற்றி உமக்கே ஆகும்
வருக என் வயிற்றில்
அடைக்கலம் தருகிறேன்

எம். ஏ. நுஃமான்

ஹிஜ்ராவின் இடைவழியில்
தௌர் திறந்த குகைவயிறு
சிலந்திவலைக் கதவடைத்து
தீன் விளக்கு அணையாது
சில தினங்கள் புகல் அளிக்க
அணையாப் பெருவிளக்கு
பாலை நடுவழியில்
பயணம் தொடர்ந்ததுவே
பயணம் தொடர்ந்ததனால்
பார் வெளிச்சம் பெற்றதுவே

5

மார்க்கத்தின் மைல்கற்கள்
மைல்கற்கள் வரிசையிலே
நடுக்கல்லாய்த் தௌர் இருக்கும்
நடுகல்லாய் ஆகாது
நடுக்கல்லாய்த்
தௌர் இருக்கும்

20.12.1990

பிணமலைப் பிரசங்கம்

பின்னர்
அவர் பிணமலையை நோக்கிச் சென்றார்
பிணங்கள் விழுந்து கிடந்த தெருக்களில்
இடறி விழுந்தவாறு
அகதிகள் அவரைத் தொடர்ந்தனர்

புதைப்பதற்கு இடமின்றியும்
எரிப்பதற்கு விறகு இன்றியும்
குவிந்து கிடந்த பிணமலையில்
அவர் ஏறினார்

அகதிகளைப் பார்த்து
அவர் பின்னர் பேசினார்

பொறுமை இழந்தவர்கள் என்னுடன் வாருங்கள்
அடிபணிய மறுத்தவர்கள் என்னுடன் வாருங்கள்
துப்பாக்கியின் எதிரிகள் என்னுடன் வாருங்கள்
வாழ்க்கையின் ரசத்தை உங்களுக்குப் பருகத் தருகிறேன்
பூலோக சுவர்க்கத்தை உங்களுக்குக் காட்டுகிறேன்

உங்கள் கழுத்தில் மிதித்துக்கொண்டு
உங்கள் விடுதலைக்காகப் போரிடுவோரை
நம்பாதீர்கள்

பிறரின் உரிமையைப் பறித்தவனுக்கு ஏது உரிமை
பிறரின் சுதந்திரத்தை மதியாதவனுக்கு ஏது சுதந்திரம்
பிறரின் சமத்துவத்தை மறுத்தவனுக்கு ஏது சமத்துவம்

துப்பாக்கிக் குழாயிலிருந்துதான்
அரசியல் அதிகாரம் பிறக்கிறது
என்று சொல்லக் கேட்டிருக்கிறீர்கள்

நான் உங்களுக்குச் சொல்கிறேன்
அதே குழாயிலிருந்துதான்
அடிமைத்தனமும் பிறக்கிறது

வன்முறைதான் விடுதலையின் மருத்துவச்சி
என்று சொல்லக் கேட்டிருக்கிறீர்கள்

நான் உங்களுக்குச் சொல்கிறேன்
விடுதலையின் கருச்சிதைவும் அதுதான்

துப்பாக்கியை நேசிப்போரை நேசியாதேயுங்கள்
துப்பாக்கியின் பாஷையைப் பேசாதேயுங்கள்

அவர் பிரசங்கம் முடியுமுன்
அவரது பிடரியைக் குறிபார்த்து நின்ற
துப்பாக்கி வெடித்தது
பிணமலை இன்னும் ஓர் அடி உயர்ந்தது

1991

எப்போதும் உண்மையே பேசுவது பற்றி

எப்போதும்
உண்மையே பேசமுடியுமா உன்னால்
என்னால் முடியவில்லை

எனது உண்மை
உன் இதயத்தை
உடைத்து நொறுக்கிவிடும்
என் முகத்தில் சாணி பூசிவிடும்
எப்போதும்
உண்மையே பேசமுடியவில்லை என்னால்

நான் நிர்வாணமாக
இருக்கவே விரும்பினேன்
யாரால் முடியும்
என்னை நேர்கொண்டு பார்க்க
யாரால் முடியும்
என்னை அவ்வாறே ஏற்க

அதனால்தான் நான்
ஆடைகள் அணிகிறேன்
பலபல நிறங்களில்
பலபல விதங்களில்

1994

உனது பேரர்

தோழனே
யாருடன் பொருதினாய் நீ
யாரிடம் தோற்றாய் இறுதியில்

உன் துப்பாக்கி
உன் கண் ஒன்றைக் குறிபார்த்துச் சுட்டது
நீ அரைக் குருடானாய்

உன் துப்பாக்கி
உன் காது ஒன்றைக் குறிபார்த்துச் சுட்டது
நீ அரைச் செவிடானாய்

உன் கை ஒன்றையும் துளைத்துச் சென்றது
உன் துப்பாக்கிக் குண்டு
நீ ஒரு சொத்தியன் ஆனாய்

உன் கால் ஒன்றும் பலியாயிற்று
உன் துப்பாக்கிக் குண்டுக்கு
நீ முடவனும் ஆனாய்

தோழனே
நீ உன்னுடனே பொருதினாய்
உன்னிடமே தோல்வியுற்றாய்

உனது உடலும் ஊனமுற்றது
உனது போரும் தோல்வியுற்றது.

1994

வானில் இருந்து மண்ணுக்கு

நான் வானத்தில் மிதந்த நாட்கள் போயின
மேகத்துக்கப்பால்
நட்சத்திரங்களில் குடியிருந்த
காலமும் போயிற்று

சூரிய ஒளியில் குளித்து
சந்திர ஒளியில் குளிர்காய்ந்த
நாட்களும் போயின

இப்போது நான் இந்த மண்ணில்
அதன் புழுதியில் கிடக்கிறேன்

புழுதி மணத்தில்
தும்மலும் தடிமலும்
தவிர்க்க முடியாதவை

ஆயினும் என்ன
இதுவே என் இருப்பிடம் என்பதை
நான் உணர்ந்தாயிற்று

1995

இயேசுவும் நானும்

இயேசுவே
நான் என் செய்வேன்

உன்னைப்போல்
மறுகன்னத்தையும் திருப்பிக்கொடுக்க
முடியவில்லை என்னால்

அவனைப் போல்
மறுகன்னத்தில் திருப்பிக்கொடுக்கவும்
முடியவில்லை என்னால்

இயேசுவே
நான் என்செய்வேன்
என்செய்வேன்

1996

நழுவிச் செல்லும் வாழ்க்கை

வாழ்க்கை நழுவிப்போய்க்கொண்டிருக்கிறது
என் கைப்பிடியில் இருந்து

வாழாத வாழ்க்கைதான் உனது
என்று சொல்லிச் செல்கிறது அது

உயிருடன் இருத்தல்தான் வாழ்வா

இல்லை என்று
நழுவிப்போய்க் கொண்டிருக்கிறது
வாழ்க்கை
என் கைப்பிடியில் இருந்து.

1996

பிறந்த நாள்

மூன்று நாள் கழிந்தபின்
நினைவு வந்தது
என் பிறந்தநாள் பற்றி

நானே மறந்தேன்
பின் யார் எனை நினைப்பர்

பாதாள அறையில்
நான்கு சுவரிடை
என் நாட்கள் கழிந்தன.

1996

வெண்புறாவின் வருகைக்காகக் காத்திருந்தபோது

வெண்புறாவின் வருகையை
எதிர்பார்த்துக் காத்திருந்தேன்
என் வாசல் முற்றத்தில்

பருந்துதான் வந்தது முதலில்
என் கோழிக் குஞ்சுகளைத் தூக்கிச் சென்றது

பின்னர்
வல்லூறு வந்து குந்தியது
என் முற்றத்துத் தென்னையில்

அது எறிகணை பீய்ச்சியதில்
என் வீடும் வாயிலும்
பிய்ந்து சிதறின
என் உயிர் அழிந்தது
நான் மீண்டும் அகதியானேன்

1997

பயங்கரக் கனவு

பயங்கரக் கனவுகண்டு
அலறி விழித்தேன்

நாக்கு உலர்ந்து
அண்ணத்தில் ஒட்டிக்கொண்டது
பின்னிரவுக் குளிரிலும்
வியர்த்துக் கொட்டியது
பயங்கரக் கனவுதான்

இரண்டு அரக்கர்கள்
இருவரின் தலைகளும் வானத்துக்கப்பால்
இருவரின் கால்களும் பாதாளத்துக்குக் கீழ்
குரூரம் முகத்தில் தெறிக்க
என் இளம் காதலியை
இழுத்துக்கொண்டிருந்தனர்

இவள் எனக்கு என்றான் ஒருவன்
இல்லை எனக்கு என்றான் மற்றவன்
அவள் விழிகள் பிதுங்கி
கண்ணீர் சிந்தின
கைகள் பிய்ந்துவிடும்போல்
குருதி சிந்திற்று

இல்லை அவளை விடுங்கள்
விட்டுவிடுங்கள்
அவள் எனக்குரியவள் என்று கத்தினேன்

*கண் விழித்தாலும்
நாக்கு உலர்ந்து அண்ணத்தில் ஒட்டிக்கொண்டது
இன்னும் இதயம் பதறியது
இரவுக் குளிரிலும் வியர்த்துக் கொட்டியது
கனவுதான்
பயங்கரக் கனவு*

1997

அவர்களும் நீயும்

ஜீப்வண்டியில் வந்தனர்
உன் வீட்டுக் கதவைத் தட்டினர்
விசாரணைக்காக
உன்னை இழுத்துச் சென்றனர்

உன் தாய் அழுதாள்
கதறினாள்
மன்றாடினாள்

அவர்களின் முகாமுக்குச் சென்று
விசாரித்தபோது
இல்லை
நாங்கள் கூட்டிவரவில்லை
என்று மறுத்தார்கள்

உன் தசை பிய்ந்து
எலும்புகள் நொறுங்கி
உன் இரத்தம் மண்ணில் கலந்தது

இப்போது உன்முறை

நீ காட்டுக்குள் இருந்து
கால்நடையாக வந்தாய்
என் வீட்டுக் கதவைத் தட்டி
விசாரணைக்காக என்னை இழுத்துச் சென்றாய்

என்தாய் அழுதாள்
கதறினாள்
மன்றாடினாள்

உன் முகாமுக்கு வந்து
விசாரித்தபோது
இல்லை
நாங்கள் கூட்டிவரவில்லை
என்று மறுத்தாய்

என் தசை பிய்ந்து
எலும்புகள் நொறுங்கி
என் இரத்தமும் மண்ணில் கலந்தது.

1997

மழைத்துளி

மழைத்துளியைப் பார்த்து
கடல் சொன்னது

வா
என்னுள் கலந்து
சமுத்திரமாகு

இல்லை
நானே சமுத்திரம்
என்றது மழைத்துளி

பின்
ஆவியாகி
கரைந்து கலந்தது காற்றில்.

1997

இருபது ஆண்டுகள்: நினைவில் ஒழுகும் குருதி

1

மரணத்தின் வாயிற்படியில் கழிந்தன
கடந்த என் இருபது ஆண்டுகள்
எனது மட்டுமா?
உனதும்தான்
நம் எல்லோரதும்தான்

2

மரணம் என்னைத் தேடிவந்தபோது
நான் மறுகரையில் இருந்தேன்
அது என் மாமனைக் கவ்விச் சென்றது
நான் மனம் சோர்ந்து நின்றேன்

மரணம் என்னைத் தேடிவந்தபோது
நான் வாழ்வின் மடியில் ஒளிந்திருந்தேன்
அது என் தமையனைக் காவிச் சென்றது
நான் தனித்திருந்து அழுதேன்

மரணம் என்னைத் தேடிவந்தபோது
நான் மரணத்தில் பின்னால் மறைந்திருந்தேன்
அது என் மைத்துனனை அள்ளிச் சென்றது
அவன் மனைவியையும் இழுத்துச் சென்றது
நான் மறுபடியும் சோர்ந்தேன்.

3

எமன் தன் வாகனத்தை விட்டு இறங்கிச் சென்றான்
இஸ்றாயீல் தன் ராஜினாமாவைச் சமர்ப்பித்தார்
துப்பாக்கி மனிதர்கள் பதவி ஏற்றனர்

மரணம் நம் வாசற்படிகளில் கூடாரம் அடித்தது

மரணம் என்றா சொன்னேன்
அது தவறுதான்
அதனைத் திருத்திக்கொள்
கொலைகள் எவையும் மரணங்கள் அல்ல

4

நினைவிருக்கிறதா
முதல்முதல் நமது கூடு கலைந்தது
எழுபத்தேழில்
சிங்கள பௌத்தமும்
அதன் கருவில் வளர்ந்த தமிழ்த் தேசியமும்
பாராளுமன்ற அரியணை ஏறி
எதிர் எதிர் வரிசையில் அமர்ந்தபோது
யாழ்ப்பாண நகரம் பற்றி எரிந்த
மறுநாட் பிற்பகல்
முதல்முதல் நமது கூடு கலைந்தது.

வீடு வீடாய்த் தேடிச் சென்று
சைக்கிளில் ஏற்றி வளாகம் வந்து
பஸ்களில் உங்களை ஏற்றி அனுப்பினோம்
தென்திசை நோக்கி

ராஜி தயபாலவுக்குக் கையசைத்தாள்
மோகன் அநோமாவுக்குக் கையசைத்தான்

அநோமா கண்ணீரைத் துடைத்துத் தலைகவிழ்ந்தாள்
நான் யாருக்குக் கையசைத்தேன் ?
உனக்கும்தான்
உங்கள் எல்லோருக்கும்தான்

5

மறுநாள்
கட்டுப்போட்ட காயங்களுடன்
அகதிகள் வந்தனர்
லங்காராணி புறப்பட இருப்பதாய்ச்
செய்திகள் வந்தன
நாடு பிரிந்தது
நாமும் பிரிந்தோம்.

6

டயர்கள் கருகிக் கிடந்த
வெலிங்டன் சந்தியில்
நண்பனைக் கண்டேன்
நுஃமான் என்று கைகளைப் பற்றினான்
எப்படிவந்தாய் என்று கேட்டேன்
தொப்பி அணிந்து முஸ்லிம் பெயரில்
தப்பி வந்தேன் என்று சொன்னான்

வானத்தை அண்ணார்ந்து பார்த்தேன்
சூரியன் கருகி உதிர்ந்துகொண்டிருந்தது

7

வீதியில்
பொலிஸ்காரனைத் தாண்டிக்
கடைக்குள் நுழைந்தேன்

டுமீல் என்ற சத்தம்
திடுக்குற்றுத் திரும்பினேன்
குருதியில் அவன் விழுந்து கிடந்தான்
நகரம் வெறிச்சோடிற்று
வீதியில் கொசுக்கள் மொய்த்தன

8

பத்திரிகைகளில் செய்திகள் படித்தேன்
யாழ்நகரில் வங்கிக் கொள்ளை
திருநெல்வேலியில் வங்கிக் கொள்ளை
நீர்வேலியில் வங்கிக் கொள்ளை
கிளிநொச்சியில் வங்கிக் கொள்ளை
வங்கிக் கொள்ளை வங்கிக் கொள்ளை

கனகம்மா தலையில் கைவைத்து அழுதாள்
'ஐயோ என்ரை அடகுவச்ச நகையள்'
கந்தப்பர் அம்மான் அமைதிப்படுத்தினார்
'ஆயுதம் வாங்கத்தானே அவையள் எடுக்கினை'

9

ஜீப் வண்டிகள் பகலிலும் வந்தன
இளைஞர்கள் காணாமல் போயினர்
ஜீப் வண்டிகள் இரவிலும் வந்தன
இளைஞர்கள் காணாமல் போயினர்
வைகறை இருளிலும் ஜீப்புகள் வந்தன
இளைஞர்கள் காணாமல் போயினர்
அந்தி மாலையிலும் ஜீப்புகள் வந்தன
இளைஞர்கள் காணாமல் போயினர்

காற்று என்னைக் கடந்து செல்கையில்
அதனிடம் கேட்டேன்

இளைஞர்கள் எங்கே
இருளில் அவர்கள் கரைந்து போயினர்
என்றது காற்று

பற்றி எரிந்தன பெற்ற வயிறுகள்
பற்றி எரிந்தன கோபமும் குரோதமும்.

10

தார்மீகச் சக்கர நிழலிலே அமர்ந்து
சக்கரவர்த்தி பணிப்புரை வழங்கினார்
'இரண்டு மாதத் தவணை தருகிறோம்
பயங்கரவாதம் முடிவுற வேண்டும்'
PTA என்ற ஆயுதம் வழங்கினார்
வென்று மீழ்க என்று வாழ்த்தினார்
தளபதிகள் நிமிர்ந்து நடந்தனர்
தர்மச் சக்கரம் சுழன்றுகொண்டிருந்தது.

11

காலையில் செய்தி பரவிற்று
கடற்கரையில் மூன்று பிணங்களாம்
சனங்கள் பார்க்கச் சென்றனர்
பிணங்களைச் சுற்றி புத்தம் புதிதாய்
முப்பது துப்பாக்கிகள்
முளைத்திருக்கக் கண்டனர்.

12

யானை இறவைத் தாண்டிச் செல்கையில்
கடலேரி சிவப்பாய்த் தெரிந்தது
பொலிஸ்காரார்
கழுவிக்கொண்டிருந்தனர்

ஜீப் வண்டிகளை
சிவப்புச் சூரியனைக் காணவில்லை
அது கறுத்துப்போயிருந்தது

13

வானம் வன்முறைபற்றி எச்சரித்தது
காற்று அதனை வழிமொழிந்தது
மின்னல் இடியாயிற்று
பனைமரங்கள் பற்றி எரிந்தன

14

ஆங்கில வகுப்பில் மாணவன் கேட்டான்
'PTA என்றால் பொருள் என்ன ஐயா'
ஆங்கிலத்தில்தான் அவர் பதில் சொன்னார்
பின்வருமாறு:

At the beginning
PTA meant
Prevention of Terrorism Act
And then
PTA meant Production of Terrorism Act
At last PTA meant
Promotion of Terrorism Act
And now
PTA means
People Terrorizing Act

15

இது துப்பாக்கிகளின் காலம்
துப்பாக்கிகள் புணராமலே
இனவிருத்தி செய்கின்றன

ஒரு துப்பாக்கிக் குண்டு
வெடித்த இடத்தில்
ஒரு நூறு துப்பாக்கிகள்
முளைத் தெழுகின்றன.

16

துப்பாக்கிகள்
குட்டிகள் போட்டன
குட்டிகள் எல்லாம்
குழுக்களாய்ப் பிரிந்தன
ஒவ்வோர் குழுவும்
ஒவ்வோர் இயக்கமாம்

17

எல்லோரும் கூடித்
தேரை இழுப்போம்
எனச் சிலர் சொன்னார்
நாங்கள் மட்டுமே
தேரை இழுப்போம்
எனச் சிலர் சொன்னார்

துவக்குகள் தமக்குள்
சுட்டுக்கொண்டன
தோழர்கள் தோழரைச்
சுட்டுக் கொன்றனர்.

எதிர்த்தவர் யாவரும்
துரோகிகள் ஆயினர்
வீதியில் டயர்களில்
வெந்து கிடந்தனர்
மின்கம்பங்களிலும்
தொங்கிக் கிடந்தனர்.

18

நாட்டைக் காக்க ராணுவம் பொருதது
நாட்டை மீட்க நாங்களும் பொருதோம்
வானும் கடலும் போர்க்கள மானது
காடும் மண்ணும் குருதியில் மிதந்தன

19

கொழும்பில் வைத்த குண்டு வெடித்தது
மனித உடல்கள் பிய்ந்து சிதறின
பஸ்ஸிலும் ற்றெயினிலும் குண்டுகள் வெடித்தன
மனித உடல்கள் பிய்ந்து சிதறின
விமானம் வீசிய குண்டுகள் வெடித்தன
மனித உடல்கள் பிய்ந்து சிதறின
எறிகணை வீச்சிலும் உடல்கள் சிதறின
கண்ணி வெடியிலும் உடல்கள் சிதறின

உயிர்கள் பற்றி யாருக்குக் கவலை
துவக்குகள் பசியுடன்
அலைந்துகொண்டிருந்தன
அனுராதபுரத்திலும் அறந்தலாவையிலும்
இரத்தம் குடித்தும் பசியுடன் அலைந்தன.

20

அமைதி காக்கத் துவக்குகள் வந்தன
அவைகளும் உடனே
போரில் குதித்தன

சுடப்பிறந்தவை அல்லவா துவக்குகள்?
துவக்குகள் எவையும் அமைதி காக்குமா?

என்று நீங்கள் கேட்கலாம் ஐயா
அதுவும் சரிதான்

தெருக்கள் எங்கும்
அவைகள் திரிந்தன
மூலைக்கு மூலை முகாமிட்டிருந்தன
முடிந்த போதெலாம் இரத்தம் குடித்தன.
முடியாத போது திரும்பிச் சென்றன

21

அகதி முகாம்களில் நாங்கள் இருந்தோம்
சிங்கம் புலியைத் தேடி வந்தது
குள்ள நரிகளும் கூடவே வந்தன
தலையாட்டிகளையும் கூட்டி வந்தன
கடவுளே நாங்கள் எப்படித் தப்புவோம்
எங்கள் உறவுகள்
எங்கள் பிள்ளைகள்
அள்ளிச் சென்றன
கொன்று தின்றன
கடவுளே நாங்கள் என்ன செய்வோம்
கடவுளே நாங்கள் என்ன செய்வோம்.

22

தொழுகைப் பாயில் நாங்கள் இருந்தோம்
சிறுவர்கள் இளைஞர்கள் முதியவர் எல்லாம்
வன்மத்தில் கண்ணிழந்த துவக்குகள்
இருட்டில் நுழைந்தன
சடசடத்து வெடித்தன

குண்டு துளைத்த சுவர்கள்
குருதி சிந்தாது

மனிதக் குருதியால் நிறைந்தது பள்ளி
மனித உடல்கள் குருதியில் மிதந்தன
இரத்த வெறியுடன்
இருளில் மறைந்தன துவக்குகள்

23

இன்று இரவு
எங்கள் கிராமத்துள் நுழைந்தன துவக்குகள்
கத்தியும் வாளும் கொண்டு வந்தன
இரத்தப் பசியுடன் வீடு புகுந்தன
வெட்டியும் குத்தியும் சுட்டும்
குருதி குடித்தன.

'என்ட உம்மா என்ட வாப்பா
என்ட அல்லா'
அலறலில் அதிர்ந்தது இரவு

காலையில் பார்த்தோம்
வீடுகள் தோறும் குருதியில் தோய்ந்த
மையித்துகளை
வயிறு கிழிந்த கர்ப்பிணி அருகே
கழுத்து அறுந்த சிசுவின் உடலை.

24

உன் கையில் இருக்கும் துப்பாக்கி சொல்கிறது
இந்த மண்ணைவிட்டு வெளியேறுங்கள் என்று.
அதன் பின்னால் இருந்து நீ உறுமுகிறாய்
வெறுங்கையுடன் வெளியேறுங்கள் என்று.

வடக்கின் ஒவ்வொரு மூலையில் இருந்தும்
துப்பாக்கி எங்களைத் துரத்தி அடித்தது
போகாவிட்டால் சுடுவேன் என்றது.

கையிலும் கழுத்திலும் காதிலும் கிடந்ததைப்
பிடுங்கிக்கொண்டது.
அகதி என்ற முள்முடி சூட்டி
உடுத்த உடையுடன் ஓடவைத்தது.

25

பொன்னம்மா அக்கா புலம்பித் தவிக்கிறாள்
சிங்கம் இழுத்துச் சென்றது
அவள் கணவனை
புலி பிடித்துச் சென்றது
அவள் புதல்வனை
மகள் வயிற்றுப் பேரர்கள் இருவர்
காணாமற் போயினர்
பொன்னம்மா அக்கா புலம்பித் தவிக்கிறாள்

26

அப்புகாமியின் இரண்டு புதல்வர்கள்
நாட்டைக் காக்கப் போருக்குச் சென்றனர்
சீல்வைக்கப்பட்ட இரண்டு பெட்டியில்
திரும்பி வந்தனர்.
அவரது துயரம்
கயிறாய்த் திரண்டு அவர் கழுத்தை நெரித்தது
மறுநாள் காலை குடிசைக் கூரையில்
தொங்கிக்கொண்டிருந்தது
அவரது சடலம்

1997

யாருடைய தேசம்

யாருடைய தேசமிது
நம்முடைய தேசம்
யாருக்குச் சொந்தமிது
நம் அனைவருக்கும் சொந்தம்

யாருடைய பூமியிது
நம்முடைய பூமி
யாருக்குச் சொந்தமிது
நம் அனைவருக்கும் சொந்தம்

யாருடைய மலைகள் இவை
நம்முடைய மலைகள்
யாருக்குச் சொந்தமிவை
நம் அனைவருக்கும் சொந்தம்

யாருடைய நதிகள் இவை
நம்முடைய நதிகள்
யாருக்குச் சொந்தமிவை
நம் அனைவருக்கும் சொந்தம்

யார் நடந்த பாதையிது
நாம் நடந்த பாதை
யாருக்குச் சொந்தமிது
நம் அனைவருக்கும் சொந்தம்

15.08.1998

மண்புழு

உலகத்தை என் உள்ளங்கைக்குள்
கொண்டுவர முடியுமா?

அது தொலைவில்
அகன்று விரிந்து கிடக்கிறது
நடுக்கடலிலும்
நக்கிக் குடிக்கும் நாய்போல
நான் அதன் கரையில்

நாக்கும் இல்லாது
காய்ந்து வரண்டு போனேன்

ஒவ்வொரு முறையும்
நூலகப் படிக்கட்டுகளில் இறங்கும் போது
ஒரு மண் புழுவாக
ஊர்ந்துகொண்டிருக்கிறேன்

1999

நான் விரும்பியவை

மகிழ்ச்சியைப் பாடவே விரும்பினேன்
அழுகையின் குரலே
என் செவிகளில் மோதின

காதலைப் பாடவே விரும்பினேன்
கோபமும் குரூரமும்
என் வழிகளை மறித்தன

வாழ்தலைப் பாடவே விரும்பினேன்
மரணமே எனது வாசலில் நின்றது

நன்நம்பிக்கையைப் பாடவே நாடினேன்
அவநம்பிக்கை
என் எதிர்
நெடும் பாலையாய்
நீ ண் ட து

1999

பகுதி 5

அந்திமாலை

2000 - 2022

நீ தூக்கிய துப்பாக்கி

நீ துப்பாக்கியைத் தூக்கிய பிறகு
மரணத்துடன் விளையாடத் தொடங்குகிறாய்
நீ யுத்தத்தில் இறங்கிய பிறகு
படுகொலையின் நெடுஞ்சாலையில்
நடக்கத் தொடங்குகிறாய்

நீ உன் எதிரியைக் கொல்ல முனைகையில்
எதிரி உன்னைக் கொல்ல முனைகிறான்
நீ உன் எதிரியின் குடிகளை அழிக்கும்போது
எதிரி உன் குடிகளை அழிக்கிறான்

நீ அவன் கொலைகளைக் கண்டிக்கும்போது
அவன் உன் கொலைகளைக் கண்டிக்கிறான்
உன் நண்பர்கள் உனக்காகக் கொடி பிடிக்கின்றனர்
அவன் நண்பர்கள் அவனுக்காகக் கொடி பிடிக்கின்றனர்

நான் உங்கள் இருவருக்கும் எதிராகக் குரல்
உயர்த்துகிறேன்
நான் கூறுவது இதுதான்
நீங்கள் துப்பாக்கியைக் கீழே வைக்கும் வரை
அது உங்களைச் சுட்டுக்கொண்டே இருக்கும்

2000

உன்னைப்பேரல் இல்லாத நான்

இல்லை
உன்னைப்போல் என்னால் இருக்கமுடியாது
எழுத முடியாது
என்னைப்போல் உன்னால் இருக்கமுடியுமா?
எழுத முடியுமா?

நான் நானாக இருக்கவே விரும்புகிறேன்
நீ நீயாக இருப்பதுபோல

நாம் யாராகவும் இருக்கமுடியுமா?

என்னைப்போல் இல்லாத உன்னை
உன்னைப்போல் இல்லாத நான்
புரிந்துகொள்கிறேன்
ஏற்றுக்கொள்கிறேன்

உன்னைப்போல் இல்லாத என்னை
என்னைப்போல் இல்லாத நீ
புரிந்துகொள்வாயா?
ஏற்றுக்கொள்வாயா?

11.4.2001

காத்திருங்கள்

மன்னிக்க வேண்டும்
எனக்கு எதற்கு இப்போது பாராட்டு
பட்டம் பரிசு விருதுகள்
விழாக்கள் எல்லாம்?

காத்திருங்கள்
நான் இறந்து நூறாண்டுகள் ஆகட்டும்
நான் புதைக்கப்பட்ட இடத்தில்
இன்னும் நூறாயிரம்பேர்
புதையுண்டுபோகட்டும்

அதன்பிறகும்
என் புதைகுழியின் அடையாளத்தை
உங்களால் கண்டுகொள்ள முடிந்தால்

என் எச்சங்களில்
ஏதாவது ஒரு துணுக்கு
எஞ்சி இருந்தால்

மின்மினிபோல் அது சற்றேனும்
ஒளி உமிழ்ந்தால்
என்னை நினைவுகூருங்கள்

அதுவரை காத்திருங்கள்
தயவுசெய்து.

10.04.2003

நான் இறந்த பிறகும்

நான் இறந்த பிறகும்
சூரியன் உதிக்கும்
சந்திரன் ஒளிரும்
வெள்ளிகள் மினுங்கும்

நான் இறந்த பிறகும்
காற்று வீசும்
மேகம் கறுக்கும்
மழையும் பெய்யும்
பயிர்களும் தளிர்க்கும்

நான் இறந்த பிறகும்
பூக்கள் மலரும்
பறவைகள் பறக்கும்
வானம் சிவக்கும்
சூரியன் மறையும்

நான் இறந்த பிறகும்
மனிதர்கள் இருப்பர்
அழுவர் சிரிப்பர்
காதலில் மகிழ்வர்
குழந்தைகள் பிறக்கும்
வாழ்க்கை நகரும்

நான் இறந்த பிறகும்
உலகம் சுழலும்

2004

ராணுவ வீரனின் குழந்தை

காரின் பின் கண்ணாடியில்
பள்ளிவிட்டுச் செல்லும்
சிறுமியின் முகம்

என்னைப் பார்க்கிறாள்
நான் சிரிக்க
நாணத்தால் முகம் திரும்பி
மீண்டும் பார்க்கிறாள்

நான் கைகாட்ட
அவளும் காட்டுகிறாள்
நான் நாக்கை நீட்ட
அவளும் நீட்டுகிறாள்
நான் சிரிக்க அவளும் சிரிக்கிறாள்

அழகும் குறும்பும் கொழிக்கிறது
அவள் முகத்தில்
யார் வீட்டுக் குழந்தை இது !

கார் சற்று முன்நகர
பின்புற இலக்கத் தகட்டில்
தெரிகிறது ராணுவக் குறி

அடி என் சிறுமி
உன் அப்பன் ஒரு ராணுவ வீரனா ?
மேஜரா கேணலா ?
எங்கே உன் அப்பன் ?
போர்க்களத்திலா
எத்தனை பேரைக் கொன்றிருப்பான் இதுவரை
எத்தனை குழந்தைகளை அநாதையாக்கி இருப்பான்

அவன் வீசிய எறிகணையில்
எத்தனை குழந்தைகளின்
உடல் சிதைந்ததோ!

அடி என் மகளே
துன்பத்தின் கொடுங்கரங்கள்
உன்னையும் நிழல்போல் தொடர்கிறதா?

உன் அப்பன் திரும்பி வருவானா
துப்பாக்கிச் சன்னங்களுக்குத் தப்பி
கண்ணி வெடியில் சிக்கி உடல் சிதையாது
திரும்பி வருவானா உயிருடன்?

அல்லது ஒரு தசைக் குவியலாக
பெட்டியில் அடைந்து வருவானா
உன் வீட்டுக்கு
இன்று மாலை
நாளை
அல்லது நாளை மறுநாள்?

நெஞ்சு கனத்து வந்தது
காரை ஓரமாக்கி நிறுத்தினேன்
அவளது கார் போய் மறையும்வரை

2005

என் கவிதை

எனது கவிதையில்
ஒரு மர்மமும் இல்லை
அதுவும் வார்த்தைகள்தான்
அது என் உணர்வின் குரல்
அல்ல
என் உணர்வின் நிழல்

சிலவேளை அது இரங்கி அழும்
சிலவேளை அது கோபித்துக் குமுறும்
சிலவேளை அது நேசத்துக்காய்
இரங்கி ஏங்கும்
சிலவேளை அது விரக்தியில்
சோர்ந்து துயிலும்

கவிதை எனக்கு முகமூடி அல்ல
அதுவே என் முகம்

2005

குற்றமும் தண்டனையும்

அவள் குற்றவாளி என்றால்
அவளுடைய குற்றங்கள்
உங்களுடையதை விட
ஒன்றும் பெரியதல்ல

பின் ஏன் அவளைத் துரத்துகிறீர்
வீட்டை விட்டும்
நாட்டை விட்டும்
புகலிடத்தை விட்டும்?

அளவற்ற அருளாளனும்
நிகரற்ற அன்புடையோனுமாகிய
அல்லாஹ்வின் திருநாமத்தால்
அளவற்ற வெறுப்பும்
நிகரற்ற வன்மமும்
உங்கள் ஈமானில் படிந்தது
எவ்வாறு?

மன்னிப்புக்கான
இறைவனின் கோரிக்கை
உங்கள் வாசற்கதவில் தொங்குகின்றது
நீங்களோ
பழிவாங்கும் ஆவேசத்துடன்
அவளது முந்தானை பற்றி இழுக்கிறீர்கள்

ஷைத்தான்
உங்கள் பிடரியில் ஏறிச்
சவாரிசெய்கிறான்
உங்கள் மூலமே
உங்கள் மார்க்கத்தை அவமதிக்க

நபிகள்
தன்னை அவமதித்தவர்களுக்காக
இறைவனிடம் பிரார்த்தனை செய்தார்

போங்கள் தொழுகைப்பாயில் மண்டியிடுங்கள்
கையேந்திக் கேளுங்கள்
உங்களையும் அவளையும் மன்னிக்குமாறு

அவனே மன்னிப்பவர்களுள் பெரியவன்

(தஸ்லிமாவுக்கு) 2007

மரித்தோரின் ஆன்மா

சிங்கமும் புலியும்
கடித்துக் குதறிய
மனிதத் தசையும்
குருதியும்
எலும்புக் குவியலும்
சிதறிக் கிடக்கின்றன நிலமெங்கும்

தப்பிச் சென்றோரின் உடல் ஊனமுற்றது
இதயம் கிழிந்துபோயிற்று
உணர்வு மரத்துவிட்டது

நீ கேட்கிறாய்
யார் போர்க் குற்றவாளி என்று

கடவுளே
இந்த விலங்குகளிடமிருந்து
எங்களை ஏன் உன்னால்
காப்பாற்ற முடியவில்லை
என்று புலம்புகிறது
மரித்தோரின் ஆன்மா

2009

நந்திக் கடல் அருகே

இழந்து இழந்து
பின்வாங்கிப் பின்வாங்கி
இழுத்துவந்தீர்கள் இங்கு
நந்திக் கடலருகே
நான்கு லட்சம் பேர் நாங்கள்

*

தெற்கில் இருந்தும்
தீகக்கும் எறிகணைகள்
வடக்கில் இருந்தும்
வந்து விழுகிறது

*

வாளேந்திய சிங்கம்
வாய் திறந்து பாயும் புலி
நடுவே மனிதர்கள்
உயிர் தப்ப ஓடுகிறார்
உயிர் தப்பி ஓடுகிறார்

*

தப்பி ஓடியவர்களைத்
துரத்திச் சுடுகிறது துப்பாக்கி
சரணடைய வருபவரைச்
சுட்டுக் கொல்கிறது துப்பாக்கி

எப்புறம் ஓடுவேன்
கடவுளே
நான் எப்புறம் ஓடுவேன்

எப்புறம் திரும்பினும் துப்பாக்கி முனைகள்
எப்புறம் திரும்பினும் கொலைஞரின் கரங்கள்

*

பதுங்கு குழியில் படுத்துக் கிடந்தேன்
பச்சை இரத்தத்தில் மிதந்து வந்தேன்

*

தலை இழந்த பனைகளின் கீழ்
உயிரிழந்த சடலங்கள்

*

முலை இழந்த தாய்மடியில்
தலை இழந்த குழந்தை

*

உடல் புணர்ந்து முலை அரிந்து
நிலை குலைந்த பெண் உடல்கள்

*

கூண்டைவிட்டுப் பறந்தது குருவி
குஞ்சுக்கு இரைதேடி
மீண்டும் வரவில்லை அது
குண்டுக்குப் பலியாகி

*

கழுத்தில் அணிந்த மரணக் குளிசையை
கழற்றி வீசினோம்
வெள்ளைக் கொடியைக் கைகளில் ஏந்தினோம்
எல்லைக் கோட்டைத்
தாண்டிச் சென்றோம்
வெடித்தன துப்பாக்கிகள்
வெள்ளைக் கொடிகள் குருதியில் நனைந்தன

*

சேற்றில் கிடந்தது
தலைவனின் சடலம்
தலை பிளந்து கண் திறந்து

முப்பது ஆண்டுக் கொடுங்கனவு
நனைந்து கலைந்தது நந்திக் கடலில்

*

விமானத்திலிருந்து இறங்கிவந்தார்
அசோகரின் புதல்வர்
மண்டியிட்டு நிலத்தை முத்தமிட்டார்
அது அவர் மீட்டநிலம்
உடல் சிதைந்து
உயிர் இழந்தோரின்
குருதியில் நனைந்த நிலம்
குருதியின் ஈரம் படியவே இல்லை
அவரது விரல்களில்

*

சிங்கத்தின் வால் விறைத்து நிமிர்ந்தது
பற்கள் நீண்டு கூர்வாளாயிற்று
கர்ஜனை வானைப் பிளந்தது
குருதியில் பொங்கிப்
பாற்சோறு படைத்தனர்
வெற்றிக் களிப்பில்
விருந்துண்டு மகிழ்ந்தனர்

*

முட்கம்பி வேலிக்குள் முடங்கினோம் நாங்கள்
முகம் கவிழ்ந்து கூனிக் குறுகிப் புதைந்தோம்

2009

இனி எப்போது?

இனி
வேறு விஷயங்களைப் பற்றி எழுதலாம்
ஆனாலும்
கொலைக் களத்திலிருந்து
மரணத்தின் வாடை இன்னும் வீசுகிறது
குரூரத்தின் நிழல்
என்னைப் பின்தொடர்கிறது
வன்மமும் வெறுப்பும்
என்னை வழிமறித்து நிற்கின்றன
துவேசத்தின் குரல் காற்றில் ஒலிக்கிறது
மேலாதிக்கத்தின் கரங்கள்
என் கழுத்தைச் சுற்றிவளைக்கின்றன

ஜன்னல்களையும் கதவுகளையும்
இறுகச் சாத்தித்
தனி அறைக்குள் இருந்தாலும்
சுவாசிக்கும் காற்றில்
கசப்புக் கரைந்திருக்கிறது

இனி எப்படி வேறு விசயங்களைப்பற்றி எழுதுவது?
அன்பையும் காதலையும் பற்றி
இனி எப்போது எழுதுவது?

2010

இனி புதிதாக

எல்லாவற்றையும் மறந்துவிட்டு
இனி நாம் புதிதாக வாழத் தொடங்கலாம்

கழுவிவிடு என் இரத்தக்கறைகளை
கழுவுகிறேன் நான் உனதை

உன் பாவங்களுக்காக
நான் பிரார்த்தனை செய்கிறேன்
என் பாவங்களுக்காக
நீ பிரார்த்தனை செய்

இன்று நாம்
சபதம் செய்துகொள்வோம்
நீ என் எல்லைகளையும்
நான் உன் எல்லைகளையும்
தாண்டுவதில்லை என

எல்லாவற்றையும் மறந்துவிட்டு
இனி நாம் புதிதாக வாழத் தொடங்கலாம்

வா
என் கட்டில் உனக்காகக் காத்திருக்கிறது
உன் கட்டிலில்
எனக்காக ஒரு தலையணை
போட்டுவை

21.12.2010

முதலாவது கல்

யேசுவின் காலடியில்
மண்டியிட்டிருந்தாள் மரியாள்
அவள் தலையை நோக்கிக்
கற்கள் குறிபார்த்து நின்றன
கோப வெறியுடன்

யேசு சாந்தமாகச் சொன்னார்
'உங்களில் பாபம் செய்யாதவர்
இவள்மீது முதற்கல்லை வீசட்டும்'

கற்கள் ஒவ்வொன்றாக
நிலத்தில் விழுந்தன
அவர்கள் தலைகவிழ்ந்து
திரும்பிச் சென்றனர்.

இன்று யேசு மீண்டும் உயிர்த்தெழுந்தார்
அவர் காலடியில் மீண்டும் மரியாள்
மண்டியிட்டிருந்தாள்

எம். ஏ. நுஃமான்

அவள் தலையை நோக்கிக்
கற்கள் குறிபார்த்து நின்றன
கோப வெறியுடன்
'உங்களில் பாபம் செய்யாதவர்
இவள்மீது முதற்கல்லை வீசட்டும்'
யேசு சாந்தமாகச் சொன்னார்.

கொடும்பாவியின் முதற்கல்
மரியாளின் தலையை நொறுக்கிற்று
பாவிகளின் எல்லாக் கற்களும்
அவள் உடலைச் சிதைத்தன

குருதியில் தோய்ந்தது
யேசுவின் பாதம்.

10.2.2011

ஒரு பிரார்த்தனை

உதயத்தில்
சூரிய ஒளியுடன்
என் வீட்டில் மகிழ்ச்சி பரவட்டும்

பகல் முழுவதும்
குதூகலம் என் வீட்டில்
தவழ்ந்து விளையாடட்டும்

மாலையில்
மகிழ்ச்சியின் இசை
என் வீட்டின் சுவர்களை வருடட்டும்

இரவில்
மகிழ்ச்சியே என் போர்வையாகட்டும்.

08.10.2013

மக்களும் மன்னரும்

மக்களின் பாதுகாப்பைவிட
மன்னரின் பாதுகாப்பே பிரதானம்
மக்கள் அழிந்தால்
மந்தைகளையும் மக்களாக்கிவிடலாம்
மன்னர் அழிந்தால் என்ன செய்வது?

மக்களை ஆள்வது யார் ?
மக்களை வழிநடத்துவது யார் ?
மக்களை விடுவிப்பது யார் ?

வெட்டுங்கள் மக்களுக்குப் பதுங்கு குழி
கட்டுங்கள் மன்னருக்குப் பாதாள மாளிகை

2013

அதிகாரத்தின் பேராசை

ஆட்சியாளரைக் கொடியோர் ஆக்குவது எது
என்று கேட்டேன்
அதிகாரத்தின் பேராசை
என்றது வரலாறு

ஆட்சியாளரைக் குருடர் ஆக்குவது எது
என்று கேட்டேன்
அதிகாரத்தின் பேராசை
என்றது வரலாறு

ஆட்சியாளரை மூடர் ஆக்குவது எது
என்று கேட்டேன்
அதிகாரத்தின் பேராசை
என்றது வரலாறு

ஆட்சியாளரைக் கோமாளி ஆக்குவது எது
என்று கேட்டேன்
அதிகாரத்தின் பேராசை
என்றது வரலாறு

ஆட்சியாளரை அகதியாக்குவது எது
என்று கேட்டேன்
அதிகாரத்தின் பேராசைதான்
என்றது வரலாறு.

2015

என் கவிதையின் மரணம்

நான் எழுதிமுடிக்கும்முன்
என் கவிதை மரணித்துவிடுகிறது
நீ படித்து முடிக்கும்முன்
அது புதைக்கப்பட்டுவிடுகிறது

பின் ஏன் இந்த விளையாட்டு?

புத்தகத்தை மூடிவிட்டு வா
முடியுமாயின்
வானத்தைப் பார்த்து
வெள்ளிகளை எண்ணிக்
கணக்கெடுக்கலாம்

2016

உயிர்த்த ஞாயிறு

உயிர்த்தெழுந்த ஞாயிறில்
மரணத்தை விதைத்தார்கள்
பைத்தியம்
எங்கும் பைத்தியத்தின் ஆட்சி
நான் உறைந்து போயுள்ளேன்
வாயடைத்துப் போயுள்ளேன்

2019

யாருக்காக ?

இரவு தூங்கி
காலையில் எழுந்தபோது
நான் ஒரு அப்பாவியாகவே இருந்தேன்
குளியலறையில் இருந்து வரும்போதும்
காலைத் தேனீர் அருந்தும்போதும்
நான் அதே அப்பாவியாகவே இருந்தேன்
திடீரென என்ன நடந்தது எனக்கு?
எதிர்பாராத பூமி அதிர்ச்சிபோல
ஒரு சுனாமி அடித்ததுபோல
தேவாலயங்களிலும்
நட்சத்திர விடுதிகளிலும்
நீ வெடித்துச் சிதறியபோது
என்னையும் ஒரு பயங்கரவாதி ஆக்கினாய்

உன் குருதியும் நிணமும்
என் முகத்தில் தெறித்தது
நானும் ஒரு பயங்கரவாதி ஆனேன்

உன்னால் வெடித்துச் சிதறிய
குழந்தைகள் பெண்கள் ஆண்கள்
முதியோர் குருதியும் நிணமும்
என் முகத்தில் தெறித்தது
நானும் ஒரு பயங்கரவாதி ஆனேன்

எந்த நரகத்தின் நெருப்பாற்றில்
இந்த இரத்தக் கறைகளைக் கழுவுவேன்?
எந்தச் சுவர்க்கத்தின் நீரோடையில் குளித்து
என்னை மீண்டும் அப்பாவி ஆக்குவேன்?

நீ முஸ்லிம் என்கிறார்கள்
இஸ்லாத்தின் தொட்டிலில்தான்
நீ வளர்ந்தாய் என்கிறார்கள்
நீ ஜிஹாதி என்கிறார்கள்
நீ வஹாபி என்கிறார்கள்
நீ இஸ்லாமியத் தீவிரவாதி என்கிறார்கள்
நீ ஐஎஸ் ஐஎஸ் என்கிறார்கள்
நான் உன்னைச் சேர்ந்தவன் என்கிறார்கள்
என் முகத்தில் உன் இரத்தக் கறையை
அடையாளம் காண்கிறார்கள்
என்னையும் பயங்கரவாதி என்கிறார்கள்
எங்கள் எல்லோரையும் பயங்கரவாதி என்கிறார்கள்
முஸ்லிம்கள் பயங்கரவாதிகள் என்கிறார்கள்
குர்ஆன் வன்முறையைத் தூண்டுகிறது என்கிறார்கள்
குர்ஆனைத் தடைசெய்யவேண்டும் என்கிறார்கள்
எங்களைக் கைதுசெய்கிறார்கள்
எங்களைச் சிறையில் அடைக்கிறார்கள்

நீ எங்கிருக்கிறாய்?
சுவர்க்கத்தின் பூஞ்சோலையில்
ஹூர்லின்களின் அரவணைப்பில் இருக்கிறாயா?
இல்லை அப்படி இருக்கமுடியாது.
நரகத்தின் கொடுநெருப்பில் வெந்துகொண்டிருக்கிறாயா?
இருக்கலாம் அப்படி இருக்கலாம்

அளவற்ற அருளும் நிகரற்ற அன்பும்
கொண்டவனின் பெயரில்
அப்பாவி மக்களைக்

கொடூரமாகக் கொலைசெய்தவனுக்கு
சுவர்க்கம் நிழல்தருமா?
அப்படி உனக்குச் சொன்னவன் யார்?
ஷைத்தான் உன் ஈமானைச் சிதறடித்தானா?
யார் அந்த ஷைத்தான்?
யாரின் கைப்பாவையாக நீ இயங்கினாய்?
யார் உன் மூளையைச் சலவை செய்தது?
யாரின் நன்மைக்காக நீ வெடித்துச் சிதறினாய்?
யாரின் நன்மைக்காக நீ அப்பாவிகளைக் கொன்றாய்?

நிச்சயமாக இஸ்லாத்துக்காக அல்ல
நிச்சயமாகக் கருணையாளன் அல்லாஹ்வுக்காக அல்ல
நிச்சயமாக எங்களுக்காக அல்ல
நிச்சயமாக உனக்காகவும் அல்ல
பின் யாருக்காக?
யாருக்காக?

2019

கொறோணாவும் கவிஞனும்

கொறோணாவால் முற்றுகையிடப்பட்ட வீடு
தனிமைப்படுத்தப்பட்ட ஒரு முன்னாள் கவிஞன்
முதுமையின் அரவணைப்பு
முற்றுகையை உடைத்துக்கொண்டு
உலகின் எந்த மூலைக்கும்
தப்பிச்செல்ல முடியாது
தஜ்ஜாலின் ஒரு கால் கிழக்கில்
மறு கால் மேற்கில்.

கவிஞன் தன் ஆயுதங்களை
ஒவ்வொன்றாக எடுக்கிறான்
எழுதவேண்டிய கவிதைகளை
முன்கதவுக்கு முட்டுக்கொடுக்கிறான்
முடித்துக்கொடுக்கவேண்டிய முன்னுரைகளை
ஜன்னல்களில் சாத்திவைக்கிறான்
பதிப்பிக்கப்பட வேண்டிய புத்தகங்களை
பின்கதவில் அடுக்கிவைக்கிறான்.

இனி முடிந்தால் வரட்டும்
இவற்றை உடைத்துக்கொண்டு
வந்தால் இருக்கிறது கடைசி ஆயுதம்
அவனது எதிர்ப்புக் கவிதைகள்.

கர்ஜித்துக்கொண்டு
கொறோணா நிற்கிறது வெளியே
கடுங் காவலுடன்
கவிஞன் இருக்கிறான் உள்ளே

(உலகக் கவிஞர் தினத்தை முன்னிட்டு எழுதிய அங்கதம்)

2020

கொறோணா காலத்தில் அசரீரி கூறியவை

1

இன்று நான் ஒரு மரணத்தைச் சந்தித்தேன்
அது நீதியின் மரணம்
அதை எரிப்பதா புதைப்பதா?

அப்படியே விட்டுவிடு
புழுத்து நாறட்டும்
என்றது அசரீரி

2

ஒரு சிரேஷ்ட அமைச்சர் இப்படிச் சொன்னார் -
ஒரே நாடு ஒரே சட்டம்
இதுதான் எங்கள் அரசரின் கொள்கை
கொறோணா தொற்றால் இறந்தோர் உடல்களை
எரிப்பதே அரசின் இறுதி முடிவு

பிறிதொரு அமைச்சர் இப்படிக் கேட்டார்-
பெரும்பாலானோர் எரிக்கும் போது
இவர்கள் மட்டும் ஏன் எதிர்க்க வேண்டும்?

(பெரும்பான்மையோர் பௌத்தர்கள் என்றால்
இவர்க்கு மட்டும் ஏன் வேறு மதங்கள்
என்றவர் ஏனோ கேட்க மறந்தார்)

இன்னுமோர் அமைச்சர் இப்படிச் சொன்னார்-
குர்ஆனை நான் படித்துப் பார்த்தேன்
ஒருமுறை அல்ல இருமுறை படித்தேன்
இறந்தோர் உடலைப் புதைக்குமாறு
அதிலே எங்கும் சொல்லவே இல்லை

*(அற்புதமான கண்டுபிடிப்பு
அவரது அறிவைப் போற்றிட வேண்டும்)*

வேறொரு அமைச்சர் இப்படிச் சொன்னார்-
கொறோணா உடலைப் பயங்கரவாதிகள்
உயிரியல் ஆயுதமாக எடுப்பார்
அதனைத் தடுக்க எரிக்கவே வேண்டும்

*(ஆஹா
அவரது மூளையோ அற்புதமானது.)*

கொறோணா உடலைப் புதைக்கலாம் என்றால்
லட்சக் கணக்கில் மக்கள் திரண்டு
வீதிக்கு வருவார்
என்றொரு அமைச்சர்
எச்சரித்து அமர்ந்தார்

(அவரது வீரம் மெச்சிடத் தக்கது)

பூலோகத்தோரே,
வானகத்தோரே,
இப்படிப் பட்ட புத்தி மிகுந்த
அமைச்சர்களை நீர்
கண்டதும் உண்டோ?
கேட்டதும் உண்டோ?
என்று நான் பெரும் வியப்புடன் கேட்டேன்

இல்லை என்றுதான்
அசரீரி சொன்னது

3

உலகில் நிபுணர்களே இல்லை
அவர்கள் மூடர்கள்
உலகில் விஞ்ஞானிகளே இல்லை
அவர்கள் முட்டாள்கள்
உலகில் மருத்துவர்களே இல்லை
அவர்கள் போலிகள்
உலகில் தலைவர்களே இல்லை
அவர்கள் கிறுக்கர்கள்

நாங்களே நிபுணர்கள்
நாங்களே விஞ்ஞானிகள்
நாங்களே மருத்துவர்கள்
நாங்களே தலைவர்கள்
எங்களுக்கே எல்லாம் தெரியும்

என்ன இவர்கள்
இப்படிச் சொல்கிறார்கள்
என்றேன்

எல்லாப் பைத்தியங்களும்
அப்படித்தான் சொல்கின்றன
என்றது அசரீரி

2021

நாளையச் சூரியன்

இறுதித் தாளும் கிழித்தாயிற்று
இன்று புதிய கலண்டரில்
புதுத்தாள் மணக்கும்

உலகம் தன்பாட்டில் சுழல்கிறது
என் வாழ்நாள் கரைந்து கழிகிறது

இன்றையச் சூரியன்
இருளில் மறையும்
நாளையச் சூரியன்
காலையில் உதிக்கும்

1.1.2022

சுதந்திரப் பிரஜை

எங்கு என் உணர்வுகள் மதிக்கப்படுமோ
எங்கு என் உரிமைகள் பேணப்படுமோ
எங்கு நான் அச்சம் இன்றி
உலாவவும் உறங்கவும் முடியுமோ
எங்கு குரோதமும் வெறுப்பும்
என்னைத் துரத்தாவோ
எங்கு நான் அகதியாகேனோ
அங்குதான் நான் சுதந்திரப் பிரஜை

அதுதான் என் வீடு
அதுதான் என் நாடு

4.2.2022

குறிப்புகள்

1. உட்பொருள்: 1. 3. 1964 ஞாயிறு தினகரனில் கவிஞர் பா. சத்தியசீலன் எழுதிய “உட்பொருள் என்னடா” என்ற கவிதைக்குப் பதிலாக எழுதிய கவிதை. 12. 4. 1964 தினகரனில் பிரசுரமாகியது. சத்தியசீலன் இதற்கு ஒரு பதில் கவிதை எழுதியிருந்தார். அதை நான் தொடரவில்லை

2. நபி தந்தவழி: 26. 7. 1964ல் சம்மாந்துறை மகாவித்தியாலயத்தில் நடைபெற்ற மீலாத் விழா கவியரங்கில் வாசித்த கவிதை. தொடக்கமும் முடிவும் நீக்கப்பட்டுள்ளது.

3. தோன்றா எழுவாய்கள்: 1966ல் கொழும்பிலும் 1969ல் கல்முனையிலும் கவி அரங்குகளில் வாசிக்கப்பட்டது. இப்போதுதான் அச்சில் வருகின்றது

4. சுவர்க்கமும் நரகமும், நாங்கள் கோபமுற்றெழும்போது: ஆகிய இரண்டு கவிதைகளும் உருதுக் கவிஞர் மிர்சா காலிப்பின் சில கவிதைகளை ஆங்கில மொழிபெயர்ப்பில் படித்த உந்துதலில் எழுதியவை.

5. நிலம் என்னும் நல்லாள்: ஜூன் 1968ல் ஹட்டனில் நடைபெற்ற ஒரு கவியரங்கில் முதலில் வாசிக்கப்பட்டது. இதில் இடம்பெற்றுள்ள கிழக்கிலங்கை விவசாய வழக்குச் சொற்கள் சிலவற்றுக்கான விளக்கம் கீழே தரப்பட்டுள்ளது.

1. பள்ளவெளி, அல்லிமுல்லை, மும்மாரி, மாட்டுப்பளை என்பன அம்பாறை மாவட்டத்தில் உள்ள சில வயல்நிலங்களின் பெயர்கள்
2. ஒத்திக்குச் செய்கின்றோம் – ஒத்திபிடித்தல் என்பது நில உரிமையாளருக்கு ஒரு தொகைப் பணத்தைக் கடனாகக் கொடுத்துவிட்டு பணத்தைத் திருப்பித்தரும்வரை குத்தகை செலுத்தாமல் காணியைப் பயன்படுத்துதல்
3. போடி, போடியார் – நிலச் சொந்தக்காரன்

4. வட்டை – வயல்
5. வயற்காரன் – போடியாரின் வயலில் அவரது முதலீட்டோடு முழுப்பொறுப்பும் ஏற்று வேளாண்மை செய்பவன்
6. சிறுவால் – விவசாயி அணியும் ஒருவகை உடை
7. வாடி – தற்காலிக வயற் காவல் இல்லம்
8. வக்கடை – வயலில் ஒரு பகுதியிலிருந்து மறு பகுதிக்கு நீர் விடுவதற்காக வரம்புகளில் வெட்டிவிடப்படும் வழி
9. அவணம் – ஒரு அளவைப் பெயர். ஒரு அவணம் ஏழரைப் புசல்
10. மறுகன்னை – மறு போகம்

6. அதிமானிடன்: 1968 நடுப்பகுதியில் யாழ்ப்பாணம் சரவணையில் நடைபெற்ற ஒரு கவியரங்கில் முதலில் வாசிக்கப்பட்ட கவிதை. திங்களைச் சுற்றுதும் என்பது கவியரங்கத் தலைப்பு. இது அத்தலைப்பில் எழுதப்பட்ட கவிதையல்ல. கவியரங்கத் தலைவர் மஹாகவி.

வேறு சில இடங்களிலும் கவியரங்குகளில் இது வாசிக்கப்பட்டது. மட்டக்களப்பில் வாசிக்கப்பட்டபோது ஆபாசம் என்று சொல்லி ஒரு பெண் பாடசாலை அதிபர் வெளிநடப்புச் செய்தார். அதைச் சர்ச்சையாக்கி தினபதி பத்திரிகை இக்கவிதைக்குப் பெரிய விளம்பரம் பெற்றுத்தந்தது.

7. கோயிலின் வெளியே: 1969ல் கொழும்பு லும்பினி மண்டபத்தில் நடைபெற்ற தீண்டாமை ஒழிப்பு மாநாட்டுக் கவியரங்கில் முதலில் வாசிக்கப்பட்டது. விடிவை நோக்கி என்பது கவியரங்கத் தலைப்பு

8. இலைக்கறிக்காரி: இக்கவிதையில் இடம்பெற்றுள்ள சில கிழக்கிலங்கை வழக்குச் சொற்களுக்கான விளக்கம்

1. அல்லயல் – சுற்றாடல், அக்கம்பக்கம்
2. கடப்பு – படலை
3. கட்டா – கட்டுப்படியாகாது
4. அறும்பு – வியாபாரத்தில் கறார்

5. சதிரம் – சரீரம் – உடம்பு

6. கக்கிசம் – கஷ்டம்

7. கொண்டாகா, கட்டாகா. நட்டங்கா ஆகிய சொற்களில் இடம்பெறும் –கா கிழக்கிலங்கைப் பெண்களின் பேச்சுவழக்கில் இடம்பெறும் முன்நிலை விழி

9. தாத்தாமாரும் பேரர்களும்: 1971ல் இலங்கை வானொலி முஸ்லிம் நிகழ்ச்சி ஏற்பாடு செய்த கவியரங்கு ஒன்றில் இதன் சிலபகுதிகள் முதலில் படிக்கப்பட்டன. மலையாள எழுத்தாளர் வைக்கம் முஹம்மது பஷீரின் எங்கள் தாத்தாவுக்கு ஒரு யானை இருந்தது என்ற நாவலின் தலைப்பையே தாத்ததாமாரும் பேரர்களும் கவிதையின் முதல் அடியாக எடுத்தாண்டுள்ளேன். அது தவிர நாவலுக்கும் கவிதைக்கும் நேரடி உறவில்லை.

இக்கவிதையில் இடம்பெறும்

இக்பால் என்ற கவிஞனிடத்துக்

கடனாய்ப் பெற்ற பழைய சொற்களை

திரும்பவும் வந்து என்னிடம் சொல்கிறாய்

என்ற வரிகள் மகாகவி அல்லாமா இக்பாலின் முறையீடும் மறுமொழியும் என்னும் நூலைக் குறிக்கும். முஸ்லீம்களின் உலகளாவிய வீழ்ச்சிக்கு இஸ்லாமிய தர்மத்தை அவர்கள் கைவிட்டதே காரணம் என்பதும் அதைத் திரும்ப கடைப்பிடிப்பதன் மூலமே பழைய மேன்மையை அடைய முடியும் என்பதும் அந்நூலின் சாரமாகும். இக்பாலின் இந்த வரலாற்றுக் கருத்துமுதல்வாதத்துக்கு இக்கவிதை ஒருவகையில் பதிலாக அமைகிறது.

10. புதிய குரல்கள்: 4. 12. 1971ல் இலங்கை வானொலி முஸ்லிம் நிகழ்ச்சியில் ஒலிபரப்பாகியது. இப்போதுதான் அச்சில் வெளிவருகிறது.

11. கண் விழித்திருங்கள்: மும்முறை இலங்கைப் பிரதமராகப் பதவி வகித்து 13. 4. 1973ல் மரணித்த திரு டட்லி சேனநாயகவின் மரணச் சடங்கை அப்போதைய ஐக்கிய தேசியக் கட்சித் தலைவர் ஜே. ஆர்.

ஜெயவர்த்தன தமது அரசியல் மீள் எழுச்சிக்குப் பயன்படுத்தியமைக்கு எதிர்வினையாக இக்கவிதை எழுதப்பட்டது.

12. **புதையல் எடுக்கப் போனவர்கள்:** நான் எழுதிய ஒரே பா நாடகம். வானொலி நாடகமாக எழுதப்பட்டது. காலஞ்சென்ற நண்பர் கவிஞர் இ. சிவானந்தன் இதைத் தயாரித்து ஒலிபரப்பியதாக ஞாபகம். 1970களில் "புரட்சிகர வன்முறை"க் கற்பனையில் இருந்த காலத்தில் அஹிம்சை வழிப் போராட்டத்தைக் கிண்டல் பண்ணி எழுதிய நாடகம் இது. இப்போதுதான் முதன்முறையாக அச்சில் வெளிவருகின்றது.

13. **மானிடம் வெல்ல:** 1975ல் ஒரு கவியரங்கில் வாசிக்கப்பட்டது. விபரம் தெரியவில்லை. இப்போதுதான் முதல்முதல் பிரசுரமாகின்றது.

14. **வாழி மலையகமே:** 23. 4. 1977ல் மலையக நகரங்களில் ஒன்றான நாவலப்பிட்டியில் நடைபெற்ற தேசிய சாகித்திய விழாவின் ஒரு அங்கமாக நாட்டு மக்கள் நலமுற்று வாழ என்ற தலைப்பில் எனது தலைமையில் நிகழ்ந்த கவியரங்கில் வாசித்த கவிதை.

15. **ஒரு மஹாகவி பற்றி மற்றொரு கவிஞன்:** 1978 ஜனவரியில் கல்முனையில் நடைபெற்ற இக்பால் நூற்றாண்டு விழாவில் வாசித்த கவிதை.

16. **ஏர்பூட்டு விழா:** ஏர்பூட்டு விழா இலங்கையில் சிங்கள, தமிழ் விவசாயிகளின் ஒரு பாரம்பரிய நிகழ்வு. சிங்கள அரசர்களும் அதில் கலந்து சிறப்பித்திருக்கின்றனர். முன்னாள் ஜனாதிபதி ஜே. ஆர். ஜெயவர்த்தன 1980ல் அதைப் புதுப்பித்து, தேசிய ஏர்பூட்டு விழாவாகப் பிரகடனப்படுத்தி வயலில் இறங்கி ஏர்பிடித்து அதை ஆரம்பித்துவைத்தார். இக்கவிதை அதுபற்றிய ஒரு எள்ளல்.

17. **பாரதியும் நானும்:** யாழ் வைதீஸ்வரா வித்தியாசாலை பாரதி நூற்றாண்டு விழாக் கவியரங்கில் முருகையன் தலைமையில் வாசித்த கவிதை. 1982

18. **மனிதன்:** 1983 ஜூலையில் யாழ்ப்பாணத்தில் ஆயுதப் படையினரால் சுட்டுக்கொல்லப்பட்டோருள் ஒருவன் விமலதாசன். மனிதன் சஞ்சிகை ஆசிரியன். இது அவன் நினைவாக எழுதப்பட்ட கவிதை.

19. வித்தியர் அந்தாதி: யாழ்ப்பாணப் பல்கலைக்கழக முன்னாள் துணைவேந்தர் பேராசிரியர் சு. வித்தியானந்தன் அவர்களின் மணிவிழா நிகழ்வு ஒன்று 1984ல் கல்முனையிலும் நிகழ்ந்தது. அதை முன்னிட்டு வெளியிடப்பட்ட கவிமலரில் இடம்பெற்ற கவிதை. கல்முனைப் பிரதேசத்தைச் சேர்ந்த பல கவிஞர்கள் அதில் எழுதியிருந்தனர்.

20. தௌர் ஒரு புகலிடம்: 1990 டிசம்பர், 30ல் கீழக்கரையில் நடைபெற்ற ஐந்தாவது இஸ்லாமியத் தமிழ் இலக்கிய மாநாட்டுக் கவியரங்கில் வாசிக்கப்பட்ட கவிதை. கவியரங்கத் தலைப்பு மார்க்கத்தின் மைல்கற்கள்.

21. காத்திருங்கள்: எனது அறுபதாவது பிறந்தநாளை ஒட்டி எனக்கு ஒரு விழா எடுக்க சில அன்பர்கள் என்னை அணுகியபோது அதை மறுத்து அதுபற்றி நான் எழுதியது.

22. கொறோணா காலத்தில் அசரீரி கூறியவை: உலக சுகாதார நிறுவனத்தின் பரிந்துரைகளையும், 180க்கு அதிகமான உலக நாடுகளின் முன்மாதிரியையும் நிராகரித்து, முஸ்லிம்களின் மத நம்பிக்கையைப் புறக்கணித்து கொறோணா தொற்றால் இறந்தவர்களின் உடலை மத வேறுபாடு இன்றி எரிக்க வேண்டும் என்ற இலங்கை அரசின் இனவாத முடிவுக்கு எதிர்வினையாக எழுதப்பட்டது.

பின்னிணைப்புகள்

பின்னிணைப்பு – 1

தாத்தாமாரும் பேரர்களும் தொகுப்புக்கு முருகையன் எழுதிய முன்னுரை

பழங்காலத்திலே செய்யுள் இலக்கியம் ஆட்சி புரிந்த பல்வேறு துறைகளில் இன்று வசன இலக்கியம் ஆட்சி புரிகிறது. சிறுகதையும், நாவலும், நாடகமும் வசன இலக்கியம் பெரிதும் பயின்று வழங்கும் துறைகளாகும். இக்காலத்தில் வசன இலக்கியம் இவ்வாறெல்லாம் விரிந்து வளர்ச்சியுற்று விட்டமையால், செய்யுள் இலக்கியத்தின் ஆட்சிப்பரப்பு மிகவும் சுருங்கிவிட்டது எனலாம். அவ்வாறு சுருங்கிவிட்ட போதிலும் சிற்சில இலக்கியப் பணிகளைச் செய்வதற்கு வாய்ப்பான ஊடகமாக, செய்யுள் இன்றும் விளங்குகிறது என்பதில் ஐயமில்லை. நவீன கவிதை என்பது, செய்யுளாகிய ஊடகத்தினால் வளம் பெறும் பொருத்தப்பாட்டையுடைய இலக்கியப் புலமே என்பது மனங் கொள்ளத்தக்கது. இன்றைய தமிழகத்திலே கவிதைக் கலை பலவகைப்பட்டு பெருகி வருகிறது. மரபுக் கவிதை என்றும் பழம்பாணிக் கவிதை என்றும், புதுக் கவிதை என்றும் வசன கவிதை என்றும் பல தொடர்கள் அடிபடுகின்றன. இவ்வாறு லேபிள் ஒட்டிக்கொண்டு வரும் ஆக்கங்களிற் பல சத்தற்ற சொற்கூட்டங்களாகவும், ஓலங்களாகவும், சுலோகங்களாகவும் உள்ளன. இவற்றிடையே கலைச்சீர்மை பொருந்திய கவிதைப் படைப்புகளும் என்றேனும் வருவதுண்டு என்பது மிகவும் ஆறுதல் தரும் செய்தியாகும். அத்தகைய மன ஆறுதலுடன் தொடர்புடைய ஒரு பெயர் எம். ஏ. நுஃமான் என்பது.

நுஃமான் நல்ல கவிதைகளை நமக்குத் தருவாரென்று நம்பி இருக்கலாம். இது என் சொந்த அனுபவம். அவருடைய கவிதைகளில் மிகவும் தரங்குறைந்தன என எண்ணக்கூடியவைகூட, நமது சராசரிக்

கவிதைகளைவிட உயர்ந்தனவாகவே உள்ளன. அவர் எட்டியுள்ள உச்சங்களோ சிலவேளைகளில் யாரும் இதுவரை சென்றடையாத உச்சங்களாக உள்ளன. இந்த வகையில், "தாத்தாமாரும் பேரர்களும்" என்னும் இத்தொகுதி, வளமிக்க கவிதைகளைக் கொண்டதாக, கவிதைப் பிரியர்கள் நுஃமான் பால் வைக்கக்கூடிய எதிர்பார்ப்புக்கு ஈடுகொடுப்பதாக உள்ளது. இத்தொகுதியில் இடம்பெற்றுள்ள கவிதைகள் பற்றிப் பொதுவான சில குறிப்புகளைக் கூறிய பின்னர் ஒவ்வொன்றையும் தனித்தனியாக எடுத்து நோக்குவோம்

முதலாவதாக இக்கவிதைகளில் இடம்பெறும் கருத்துகள் பற்றிக் கூறலாம். "முற்போக்கிலக்கியம் என்றால் என்ன ?" என்ற வினாவை, அவ்வகை இலக்கியத்தின் எதிரிகள் இன்னமும் கேட்டுக்கொண்டுதான் இருக்கிறார்கள். "முற்போக்கான எண்ணங்களை கொண்டு இயல்வதே முற்போக்கிலக்கியம்" என யாரும் கூறினால், "முற்போக்கான எண்ணங்கள் எப்படிப்பட்டவை ?" என்ற இரண்டாவது கேள்வி எழும். அந்த இரண்டாவது கேள்விக்கு உதாரண விளக்கமாக அமைந்துள்ளவை இத்தொகுதிக் கவிதைகளில் வெளிப்பாடு பெற்றுள்ள எண்ணங்கள். அவை வெளிப்பாடு பெற்றுள்ள விதமும் இலக்கிய செழுமையுடன் அமைந்துள்ளது. கருத்துகள் வெளிப்பாடு பெற்றுள்ள விதத்தை அக்கவிதையின் உருவம் என நாம் கூறுகின்றோம். கவிதைகளுக்கு இரு வேறு உருவங்கள் உண்டு. அவை பொருள் உருவமும், ஓசை உருவமும் ஆகும். கவிதையின் பொருளுருவம் பற்றிய சிந்தனை நமது விமர்சன உலகில் இன்னும் நன்றாக வளர்ச்சி பெறவில்லை என்றே கூறவேண்டும். எனவே, அதுபற்றி விமர்சிப்பதற்கு தேவையான பதங்கள்தானும் இன்னும் சரியாக உருவாகவில்லை. தமிழ்க் கவிதையின் பொருளுருவம் பற்றிய ஆராய்ச்சி விரிந்த முறையிலே வரலாற்று நோக்குடன் மேற்கொள்ளத்தக்க ஒன்றாகும். அத்தகைய ஆராய்ச்சி எதுவும் இல்லாத இன்றைய நிலையிற்கூட, நுஃமான் கவிதையின் பொருளுருவம் பற்றிச் சில வார்த்தைகளை மிகவும் சுருக்கமாகவேனும் இங்கு சொல்லி வைக்க ஆசைப்படுக்கிறேன்.

நுஃமான் கவிதைகளின் பொருளுருவத்தில் முதன்மை பெற்று நிற்கும் அம்சங்கள் பின்வருவன:

(அ) காட்சி வைப்புகளின் வழியிலே கருத்துகளை முன் நிறுத்துவது: மன ஓவியங்களை அல்லது எண்ணப் படங்களை – அதாவது அகக்காட்சிகளை – கவிதையின் மூலகமாகக் கொள்வது.

(ஆ) நிகழ்ச்சிக் கோவைகளின் வழியிலே கருத்துகளை முன்நிறுத்துவது: "நில மென்னும் நல்லாள்" இந்தக் கலையாக்க நெறிக்கு உதாரணமாகும்.

(இ) கவிதையில் எடுத்தாளப்படும் கருத்து, கவிதையின் வளர்ச்சியோடியைந்து வளர்ந்து செல்வது, சுட்டியாகி இறுக்கமான கல்லுப்போல அசைவின்றி நிற்பதில்லை. நுஃமானின் கவிதைக் கருத்துகள் அவை உயிர்ப்பும் அசைவும் கொண்டு வளர்ந்து செல்கின்றன.

(ஈ) கருத்துகள் முனைப்புற்று வெளிக்காட்டி நிற்காமல், உள்ளமைந்து கிடத்தல். சான்றோர் (சங்க) இலக்கியத்தில் உள்ளுறை உவமமும் இறைச்சிப் பொருளும் எவ்வாறு நுணுக்கமாகக் கையாளப்பட்டனவோ அதே அளவு நுட்பமாகவும் கலை நயத்துடனும் நுஃமானின் எண்ண வெளிப்பாட்டு முறை உள்ளது.

"விழித்தபடி
அட்டூழியம் செய்யும்
எலியை அழிப்பதற்குப்
பட்டறையில் எங்களது
பூனை படுத்திருக்கும்"

என்று நுஃமான் கூறுவது எலிகளையும் பூனைகளையும் பற்றி மட்டும் தானா? இல்லை. அச்சொற்களின் பின்னால் உள்ள எண்ண ஓட்டங்களை நாம் தேடி அறிதல் வேண்டும். பொதுவாக, கவிதைகளைப் படிப்பதென்றால் (வெறும் விகடத் துணுக்குப் படிப்பதற்கும் மேலான) ஊன்றிய கவனத்தைச் செலுத்திப் படிப்பது நம் எல்லாருக்கும் வழக்கமே ஆகும். ஆனால், நுஃமானின் கவிதைகளை இன்னும் சற்று மேலதிக உன்னிப்போடு படித்தல் வேண்டும். மீண்டும் மீண்டும் வாசித்தலும் அவசியமாகலாம். 'நவில் தொறும் நூல் நயம்' என்று வள்ளுவர் சொன்னது இதைத் தானே! (இந்த வகையில் பாரதியையும் பாரதிதாசனையும் ஒரு துருவத்தில் வைத்தால் நுஃமானை மறு துருவத்துக்கு அண்மையிலே கொண்டுபோக வேண்டிவரும். "மஹாகவியும்" நுஃமானுக்குக் கிட்டத்தான் நிற்பார்.)

இதுவரை சொன்னவை நுஃமான் கவிதைகளின் பொருளுருவம் பற்றிய குறிப்புகள். இனி ஓசை உருவத்துக்கு வருவோம். சில புதுக்

கவிஞர்கள் நினைப்பது போல நுஃமான் கவிதைகள் யாப்பிலாப் படையல்கள் அல்ல. அவை அச்சிடப்படும் முறையை கண்டு நாம் குழம்பி விடல் ஆகாது. அகவலும் வெண்பாவும் கலிப் பாட்டுமாய் அமைந்த உருவிலேதான் இத் தொகுதியில் வரும் கவிதைகள் இயல்கின்றன. அந்த வகையிலே மரபுக் கவிஞர் என்ற பிரிவிலே நுஃமானை சேர்ப்பதற்குச் சிலர் முன்வரலாம். எந்தப் பிரிவிலே அவரைச் சேர்க்கிறோம் என்பது அவ்வளவு முக்கியம் அன்று. அவரது படைப்புகளின் மதிப்பு யாது? அவற்றின் பெறுமானம் என்ன? இவையே முக்கியமான கேள்விகள். இக்கேள்விகளுக்கு முழுமையான விடை காண வேண்டுமானால் முழு நூலையும் நன்கு பயிலுதல் வேண்டும். அவ்வாறு பயிலுதற்கு வழித்துணையாக, சில அறிமுகக் குறிப்புகளை ஒவ்வொரு கவிதை பற்றியும் இனிக் கூறுவேன்.

உலகப் பரப்பின் ஒவ்வொரு கணமும் என்பது முதலாவது கவிதை, காலமும் இடமுமாய் விரிந்து பரந்து கிடக்கும் உலகுக்கும், தனிமனிதன் ஒருவனுக்குமுள்ள தொடர்பு என்ன? இசைவு எப்படிப்பட்டது? இத்தகைய வினாக்களை இக்கவிதை எழுப்புகிறது. கவிதையின் பெரும் பகுதியில், ஐயங்களும், வியப்புகளும், திகைப்புகளுமே காணப்படுகின்றன. ஆனால், கவிதை வளர்ந்து முடிவுறும் தருணத்தில் கவிஞன் வெளிப்படுத்த எண்ணிய கருத்து நன்கு புலப்படுகிறது. தனிமனிதர்கள் தம் மனத்திலே உலகு பற்றிப் பலவாறாக எண்ணிக் கொள்ளலாம். ஆனால், அந்த எண்ணங்களுக்குப் புறம்பாக, அந்த எண்ணங்களுக்குக் காலாக, யதார்த்தமான புறவுலகு உண்டு என்னும் தெளிவு உதயமாகிறது. இந்த உதயமே அக்கவிதையின் அடிக்கருத்து எனலாம். இக்கவிதையைப் படிக்கும் போது, Dylan Thomas என்பார் எழுதிய 'Under Milk Wood' என்ற ஒலி நாடகம் என் நினைவுக்கு வருகிறது. குரல்களுக்கென எழுந்த அந்நாடகம் கடற்கரைப் பட்டினம் ஒன்றில் வாழும் மாந்தர் சிலரின் நடத்தையைச் சித்திரமாக்குகிறது. ஒரு நாள் வைகறைப் பொழுதிலே தொடங்கி, மறுநாள் வைகறைப் பொழுதில் நாடகம் முடிகிறது. அந்த நாடகத்தில், இடப்பரப்பு ஒரு குறிப்பிட்ட பட்டினத்தின் எல்லைக்குள் மட்டுப்பட்டு நிற்கிறது. காலப்பரப்போ ஒரு முழு நாள் என்னும் எல்லைக்குள் மட்டுப்பட்டு நிற்கிறது. ஆனால், நுஃமானின் கவிதையில் மேற்படி மட்டுப்பாடுகள் இல்லை.

அந்த நாடகத்திலே தோமஸின் நோக்கம் மனித உறவுகளையும் நடத்தைகளையும் படம் பிடிப்பதே ஆகும். இந்தக் கவிதையிலே நு∴மானின் நோக்கம், உலகுக்கும் மனிதனுக்கும் உள்ள உறவுகளை விசாரணை செய்வதே ஆகும். அந்த நாடகமும் இந்தக் கவிதையும் பல வித்தியாசங்களை உடையன. ஆனால், வியக்கத்தக்க ஒற்றுமைகள் சிலவற்றையும் நான் காண்கிறேன்.

"அதிமானிடன்" என்னும் கவிதை, நு∴மானின் படக்காட்சி உத்திக்கு நல்ல உதாரணம். வரலாற்றின் ஓட்டத்திலே பற்பல நூற்றாண்டுகளின் படுவேகமான சுழற்சியை மிகவும் இலாகவகமாகக் கையாளுகிறார் கவிஞர். மனித குலத்தின் இரு பாதிகளிடையும் உள் முரண், வரலாற்றை நடத்திச் செல்லும் உந்தலாய் அமைவதை இக்கவிதையில் உணர்த்துகிறார் நு∴மான்.

"கோயிலின் வெளியே" நாடகப் பாங்கான படைப்பு. நான் எழுதிய 'கோபுர வாசல்" என்னும் நாடகத்தின் இறுதிப் பகுதியில்கூட, நு∴மான் கவிதையின் செல்வாக்கு சிறிதளவு படிந்திருப்பதை நான் இப்போது உணர்கிறேன்.

அடுத்து 'நிலம் எனும் நல்லாள்' எனும் கவிதை வருகிறது. இது கிழக்கு இலங்கை கமச்செய்கையின் யதார்த்தச் சித்திரமாகும். நம்மவர்களின் சிறுகதைகளும், நாவல்களும் கூட, இக்காட்சிகளை இத்துணை நடப்பியல் நயம் பொருந்த விவரித்துள்ளன எனல் கூடாது. கே. ஜயதிலக என்னும் சிங்கள நாவலாசிரியர் தமது, "சரித துணக்" என்னும் நாவலில், சிங்களக் கிராமத்துக் கமச்செய்கை பற்றியும், சேனைப் பயிர்ச்செய்கை பற்றியும், இயற்றிக் காட்டியுள்ள சொல்லோவியங்கள், நு∴மானின் கவிதைகளை படிக்கையில் என் நினைவுக்கு வந்தன.

"தாத்தாமாரும் பேரர்களும்" என்பது முஸ்லிம் சமுதாயச் சரித்திர நோக்கு உடையது. ஏற்கனவே கருத்து மோதல்களை ஏற்படுத்தி உள்ள இக்கவிதை இனியும் மக்களின் சிந்தனையைத் தூண்டுவதாய் இருக்கும் என்பதில் ஐயமில்லை.மேலே சொல்லப்பட்டவை வெறும் அறிமுகக் குறிப்புகளே. நு∴மானின் கவிதைகள் விரிவான ஆய்வுக்கு உட்பட வேண்டியவை எனினும் இந்த முன்னுரையில் இக்குறிப்புகளே போதும் என எண்ணுகிறேன்.

ஆயினும், நுஃமானுடைய கலையாக்க நெறியின் மற்றுமோர் அம்சம் பற்றி ஒரு கருத்தை இங்கு தெரிவிப்பது அவசியமாகிறது. அவரது கவிதையில் இடையிடையே வரும் "கூறியது கூறல்" பற்றிய கருத்தே அது. "கூறியது கூறல்" என்பது முன்சொல்லிய தொடர்களையோ அடிகளையோ மீண்டும் மீண்டும் கூறுவது ஆகும். சொல்லாற்றல் இல்லாத கவிஞர்கள் நைந்துபோன பழஞ் சொற்கோவைகளைத் தமது ஆக்கங்களில் மீண்டும் மீண்டும் போட்டடிப்பதுண்டு. அவ்வாறு செய்வது அவர்களது கையாலாகாத் தனத்தையும் அவர்களை வருத்தும் சொற்பஞ்சத்தையும் காட்டும்.

ஆனால், நுஃமானின் 'கூறியது கூறல்' அப்படிப்பட்டதன்று. அது கவிதையின் பொருளுருவத்தில் ஒரு கூறாக இயல்கிறது. ஒரு கருத்தை நுட்பமாக அழுத்திக் கூறுவதற்கும், கவிதையின் கருத்துக் கூறுகளிடையே புதுத் தொடர்புகளைக் காட்டுவதற்கும், அத்தொடர்பின் வழியிலே கருத்துச் சேர்கையை நிகழ்வித்து, புதிய கருத்துக்களைப் பிறப்பிக்கும் பொருட்டுமே நுஃமான் தான் முன்சொன்ன அடிகளை மீண்டும் மீண்டும் எடுத்துச்சொல்வதுண்டு.

இசை உருப்படிகளிலும் (பல்லவி போன்ற உறுப்புகளில்) 'கூறியது கூறல்' வருவதுண்டு. அங்கு ஓசை நயமும் அதன் வழி உருவாகும் இசைக்கோலமுமே முதன்மை பெறுகின்றன. ஏன், எதுகை மோனைகள் கூட எழுத்தளவில் நேரும் 'கூறியது கூறல்'தானே! இவையும் சாதாரண செய்யுளில்களில், ஓசையுருவம் பற்றிய ஒழுங்காக்கமாகவே நின்று விடும். ஆனால், உயர் கவிதைகளிலோ ஓசையுரு நிலைப்பட்ட 'கூறியது கூறல்' கூட, கவிதையின் அடிக்கருத்து வலிமை பெறும் வகையிலே இயல்வதை நாம் காணலாம். ஆதலால், நுஃமான் கவிதைகளில் ஓசையுருவம், பொருளுருவத்திற்கு இடையூறு செய்வதே இல்லை. அல்லாமலும் அது பொருளுருவத்திற்கு உதவியும் செய்கிறது. இதுவே நுஃமானின் தனிச்சிறப்பு என்பேன்.

இ.முருகையன்
31/1, சிறிபால றோட்
மவுண்ட் லவினியா
இலங்கை

பின்னிணைப்பு – 2

அழியா நிழல்கள் தொகுப்பு முன்னுரை

1964 முதல் 1979 வரையுள்ள காலப்பகுதியில் என்னால் எழுதப்பட்ட தனிஉணர்வு சார்ந்த (Personal) கவிதைகள் சிலவற்றின் தொகுப்பாக இந்நூல் வெளிவருகிறது. இத்தொகுப்பில் உள்ள கவிதைகளிற் சில, நான் 'சித்தாந்த வெறுமையில்' இருந்த எனது ஆரம்பகாலப் படைப்புகள். முற்போக்கு அரசியல், இலக்கியக் கொள்கைகளில் ஈடுபாடு ஏற்பட்ட பிறகு எழுதிய கவிதைகள் சிலவும் இத்தொகுப்பில் உள்ளன. ஆயினும், இவற்றில் எதுவும் நேரடியான சமூக, அரசியல் பிரச்சினைகள் சார்ந்தவையல்ல. அதேவேளை, இவையெல்லாம் முற்றிலும் தனி ஆளுக்குரியவையும் (Private) அல்ல. ஆனால், பொதுவாக அரசியலுக்குப் புறம்பானவை என்று சொல்லலாம்.

எனது சமூக, அரசியல் சார்பான கவிதைகளைப் படித்திருப்பவர்கள் இத்தொகுப்பில் உள்ள பெரும்பாலான கவிதைகள் அவற்றிலிருந்து வித்தியாசமாக இருப்பதைக் காண்பார்கள். இந்த வித்தியாசத்தை எனது முரண்பாடாகக் கருதுவோரும் உளர். வேறுபாட்டுக்கும் முரண்பாட்டுக்கும் இடையே பேதம் காண முடியாமையின் விளைவே இது. இது பற்றிப் பிறகு விளக்குவேன்.

முதலில், முற்போக்கு இலக்கியக்காரரை (சிலர் விதிவிலக்காக இருக்கலாம்) இத்தொகுப்பு திருப்திப்படுத்தாது என்றே நினைக்கிறேன். ஏனெனில், இதிலே சமூக அரசியற் பிரச்சனைகள் பற்றிய கவிதைகள் எதுவும் இல்லை. இக்கவிதைகள் சமூகப் பிரச்சினைகளுக்குத் தீர்வோ, வழிகாட்டலோ தரா; மக்களைப் போராட்டத்துக்குத் தட்டி எழுப்பா. 'யாரோ ஒருவனுடைய தனிப்பட்ட மன உணர்வுகளையும் அவசங்களையும் படிப்பதால் சமூகத்துக்கு என்ன லாபம்?' என்று

அவர்கள் கேட்பார்கள். இது நியாயமான கேள்விதான். ஆனால், ஒரு பக்க நியாயமே. இலக்கியத்திலே சமூக, அரசியல் பிரச்சினைகளுக்கு மிக முக்கிய இடம் உண்டு என்பதில் உறுதியான நம்பிக்கை உடையவன் நான். ஆனால், சமூக அரசியல் பிரச்சினைகளுக்கு மட்டுமே இலக்கியத்தில் இடம் உண்டு என்பதில் எனக்கு உடன்பாடு இல்லை. முற்போக்கு எழுத்தாளர்கள் சமூக, அரசியல் பிரச்சனைகள் பற்றியே எழுதவேண்டும், இவற்றுக்குப் புறம்பான (காதல் போன்ற) தனிப்பட்ட விசயங்களை எழுதக்கூடாது என்று பல முற்போக்காளர்கள் கருதுவதாகத் தெரிகிறது. இது அபத்தமான கருத்து என்பது என் அபிப்பிராயம்.

இலக்கியம் முழுமொத்தமான மனித அனுபவத்தின் வெளிப்பாடு என்றுதான் நான் கருதுகின்றேன். கவிஞனும் ஒரு சாதாரண மனிதன்தான். அவன் சமுதாயத்தில் ஓர் அங்கம் என்ற வகையிலே, சமுதாயத்தில் தங்கியிருக்கிறவன் என்ற வகையிலே சமூக அரசியல் பிரச்சினைகளுக்கு அவன் முக்கியத்துவம் கொடுக்க வேண்டும். அதேவேளை, அவன் தனியனாகவும் இருக்கின்றான். அவனுக்கென்று தனிப்பட்ட, சொந்த (Personal) அனுபவங்களும் பிரச்சினைகளும் உண்டு. அவை கவிதைகளில் வெளிவருவது தவிர்க்க முடியாதது. அவற்றுக்கும் ஒரு தேவையும் முக்கியத்துவமும் உண்டு. சிலவேளை ஒரு சமூகப்பிரச்சினையும் ஒரு தனிப்பட்ட அனுபவமும் உறவுடையவையாக, ஒன்றாகவே இருக்கலாம். சிலவேளை அவை உறவற்று வேறுவேறாகவும் இருக்கலாம். உதாரணமாக காதல் ஒரு தனிப்பட்ட அனுபவம், ஒரு தனிப்பட்ட பிரச்சினை மட்டுமல்ல. அது ஒரு சமூகப் பிரச்சினையும் தான்.

ஒரு சமூகப் பிரச்சினை என்ற வகையில் அதற்கு எந்த அளவு முக்கியத்துவம் உண்டோ, தனிப்பட்ட அனுபவம் என்ற வகையிலும் அதற்கு அந்த அளவு முக்கியத்துவம் உண்டு. மனித வாழ்வில் இருந்து காதலைப் பிரிக்க முடியாது. ஆகவே, கவிதையில் இருந்தும் இலக்கியத்தில் இருந்தும் அதைப் பிரிக்க முடியாது. இது போன்றதுதான் ஒரு நண்பனின், ஒரு குழந்தையின், ஒரு தாயின் பிரிவுக்காக, மரணத்துக்காக இரங்கிக் கலங்குவதும்; ஓர் இயற்கை வனப்பில் மனதை இழப்பதும் இதுபோன்றதுதான். இவற்றுக்கு அரசியல் முக்கியத்துவம் இல்லாவிடினும் இலக்கியத்திலே இவை எல்லாவற்றுக்குமே முக்கியத்துவம் உண்டு. ஏனெனில், இவை

மனித அனுபவங்கள். ஆகவே, முற்போக்காளர்கள் தனிப்பட்ட விசயங்கள் என்று சிலவற்றை ஒதுக்குவதும் முற்போக்கை எதிர்க்கும் சுத்த இலக்கியவாதிகள் அரசியல் விசயங்கள் என்று சிலவற்றை ஒதுக்குவதும் அபத்தமானது; இலக்கியத்துக்குப் புறம்பானது. இது என் கருத்து.

எனது 'தாத்தாமாரும்' பேரர்களும்', 'நிலமென்னும் நல்லாள்' போன்ற கவிதைகளுக்கு உள்ள சமூக, அரசியல் முக்கியத்துவம், இத்தொகுப்பிலே இடம் பெற்றுள்ள 'அழியா நிழல்கள்', ' தனிமை இரவு' போன்ற கவிதைகளுக்கு இல்லை என்பது வெளிப்படை. சமூக முக்கியத்துவம் அற்றவை என்பதனாலேயே இவை வெளிப்படுத்தும் மனித உணர்வுகள் பெறுமதியற்றவை ஆகிவிடுமா ?

ஆம் என்றால் வாழ்க்கையின் ஒரு பெரும் பகுதியே பெறுமதி அற்றதாகிவிடும். சமூகக் கொடுமைகளுக்கு எதிரான உணர்வுகளை வெளிப்படுத்துவது ஒரு படைப்பாளிக்கு எவ்வளவு இயல்பானதோ, அதுபோல் தனக்கே உரிய தனி அனுபவ உணர்வுகளை வெளிப்படுத்துவதும் இயல்பானதுதான். 'நிலமென்னும் நல்லா'ளும், 'அழியா நிழல்க'ளும் எனது அனுபவங்களின் உணர்வுகளின் வெளிப்பாடுகள்தாம். ஒன்று சமூக உணர்வு, மற்றது தனி உணர்வு. இரண்டும் முரண்பட்டவை அல்ல; வேறுபட்டவை.

இத்தொகுப்பில் உள்ள 'காலிவீதியில்' கவிதை பற்றி, 'தன்னை மார்க்சியவாதி என்று பாவனை பண்ணிக்கொள்பவர் காலி வீதியில் செல்லும் பெண்ணைப் பார்த்து 'வெரி நைஸ் கேர்ல்' என்று சென்டிமென்டலாக உருகித்தள்ளலாமா ? இது பேதமை அல்லவா ?' என்ற பொருள்பட பத்து வருடங்களுக்கு முன்பே எனது நண்பர் மு. பொன்னம்பலம் எழுதியிருந்தார் (மல்லிகை, மார்ச் 1972).

இத்தனைக்கும் அவரும் ஒரு கவிஞர். முதலில் அந்தக் கவிதை சென்டிமென்டலாக உருகித்தள்ளுவதல்ல என்பதைக்கூட அவரால் புரிந்துகொள்ள முடியவில்லை. அவ்வளவு கவித்துவ உணர்வு அவருக்கு! அறுபதுகளின் பிற்பகுதியிலே ஈழத்து முற்போக்கு இலக்கியத்தில் வரட்டுவாதம் மேலோங்கி இருந்தபோது (அது இன்னும் முற்றாக மறைந்துவிடவில்லை), இத்தகைய சிறு அனுபவங்களும் கவிதையாக எழுதப்படலாம் என்பதைக் காட்டுவதற்காகவே நான் அதை எழுதினேன்.

சன நெரிசலின் மத்தியில், அவசர காரியமாகச் சென்று கொண்டிருக்கையில் ஒரு பெண்ணின் அழகின் ஈர்ப்பு ஏற்படுத்திய ஒரு கணச் சலனம், அதே அவசரத்தில், கார்களும் பஸ்களும் இரைந்து கலந்த நெரிசலில் அவசரமாகவே கலைந்து போவதைத்தான் அக்கவிதை கூறுகின்றது. புதுமைப் பித்தனின், 'இது மிஷின் யுகம்' கதையில் வரும் மனிதயந்திரம் மாதிரி அதிலே 'சென்டிமென்டலான உருகல்' எதுவும் இல்லை. ஒரு மார்க்சீயவாதியாக இருப்பதற்கும் இத்தகைய அனுபவங்களை எழுதுவதற்கும் என்ன முரண்பாடு? இக்கவிதை மார்க்சீயக் கோட்பாட்டோடு எப்படி மோதிக் கொள்கின்றது என்பது எனக்குப் புரியவில்லை.

பிற்காலத்திலே பொன்னம்பலம் என்று ஒரு 'பிரபஞ்ச யதார்த்தவாதி' இப்படியெல்லாம் சொல்லுவார் என்று தெரிந்திருந்தால் ஜென்னியைப் பற்றித் தான் எழுதிய அற்புதமான காதல் கவிதைகளையெல்லாம் கார்ல் மார்க்ஸ் தீயிட்டுக் கொளுத்தியிருப்பானோ தெரியாது. அப்படி நடந்திருந்தால் எவ்வளவு நஷ்டமாக இருந்திருக்கும்! மார்க்ஸ் என்ற மனிதனின் பிறிதொரு பகுதியை நம்மால் அறிய முடியாமலே போயிருக்கும். நல்ல காலம்! அத்தகைய துரதிர்ஷ்டங்கள் நிகழவில்லை.

முற்போக்கு எழுத்தாளர்கள் வர்க்கப் போராட்டத்தைப் பற்றி மட்டுமே எழுதிக் கொண்டிருந்தால் பொன்னம்பலம் போன்ற ஆன்மீகவாதிகள் வெகு சந்தோஷமாகச் சத்தம் போடுகிறார்கள்: "பாருங்கள் இந்த முற்போக்கு எழுத்தாளர்களை! இவர்கள் வாழ்க்கையை வெறும் பொருளாதார உறவாகவே பார்க்கின்றார்கள். இது எவ்வளவு வறட்டுத்தனம்!" என்று.

முற்போக்கு எழுத்தாளர்கள் மனிதனின் தனி உணர்வுகளுக்கும் இலக்கிய வடிவம் கொடுத்தாலும் இவர்கள் சத்தம் போடுகிறார்கள்: "பாருங்கள் இந்த மார்க்சீயவாதிகளை. இவர்கள் தனிமனித உணர்வுகளைப் பற்றியெல்லாம் எழுதுகிறார்கள். மார்க்சியமே இவர்களுக்குப் புரியவில்லை" என்று.

இவ்வாறு இவர்கள் தங்களுக்கு வசதியான ஒரு மார்க்சியத்தைச் சிருஷ்டித்துக் கொண்டு அல்லல்படுகிறார்கள். அவர்களுக்காக அனுதாபப்படுவதைத் தவிர வேறு எதுவும் செய்வதற்கில்லை .

இவ்வளவும் நான் சொன்னது எனது கவிதைகளுக்கு 'வக்காலத்து' வாங்கி அவற்றின் சிறப்பை நிலை நாட்டுவதற்காக அல்ல. முற்போக்குவாதிகளும், முற்போக்கைத் தாண்டிப் பிரபஞ்சத்தில் சஞ்சரிப்பவர்களும் இத்தகைய படைப்புகளைத் தீண்டாமை உணர்வுடன் பார்க்கத் தேவையில்லை என்பதை உணர்த்தத்தான். மற்றப்படி இத்தொகுப்பில் உள்ள கவிதைகள் எல்லாம் மகத்தான சிருஷ்டிகள் என்று நான் கருதவில்லை. மகத்தான கவிதைகளைப் படைப்பது என் நோக்கமும் அன்று.

எனது அனுபவங்களையும், உணர்வுகளையும், சிந்தனைகளையும் நான் கவிதைகளாகப் பரிவர்த்தனை செய்கின்றேன், அவ்வளவுதான். நான் ஒரு சாதாரண மனிதன்; எனது கவிதைகளும் சாதாரணமானவை. இன்று தமிழிலே எல்லோரும் மகத்தான கவிதைகள்தான் எழுதுகின்றார்கள். எனது கவிதைகள் மட்டுமாவது சாதாரணமாக இருந்துவிட்டுப் போகட்டுமே.

இத்தொகுப்பு வெளிவரக் காரணமாய் இருந்த நண்பர் இ. பத்மநாப ஐயருக்கும், இந்நூலை வெளியிடும் நர்மதா பதிப்பகத்தாருக்கும், எனது நன்றிகள்.

எம். ஏ. நுஃமான்
'நூறி மன்ஸில்' கல்முனை—6
இலங்கை
30.08.1982

பின்னிணைப்பு – 3

மழைநாட்கள் வரும் தொகுப்பு முன்னுரை

கடந்த சில ஆண்டுகளில் தமிழிலே வெளிவந்த சில கவிதைத் தொகுதிகளுக்கு எழுதப்பட்ட முன்னுரைகளைப் படித்துப் பார்த்திருக்கிறேன். அத்தொகுப்புகள் சுமக்க முடியாத பிரகடனங்களாகவே அவை அமைந்துள்ளன. என்னுடைய இத்தொகுப்புக்கும் அத்தகைய ஒரு முன்னுரை எழுதுவது எனது நோக்கமல்ல. 'ஆனானப்பட்ட' கம்பனே பாற்கடலைக் குடித்து முடிக்க முற்பட்ட ஒரு பூனையாகத்தான் தன்னைக் கருதிக் கொண்டான்." நான் எம்மாத்திரம் ?

1960 ஆம் ஆண்டு முதல் நான் கவிதை எழுதி வருகின்றேன்; அடிக்கடி அல்ல, இடைக்கிடை. கடந்த இருபது ஆண்டுகளில் நூற்றுக்கணக்கில் நான் எழுதிக் குவித்து விடவில்லை. எனது ஆரம்ப காலக் கவிதைகள் பலவற்றை இப்போது படித்துப் பார்க்கும் போது அவை சிறுபிள்ளை விளையாட்டாகவே தோன்றுகின்றன. எனது பிற்காலக் கவிதைகள் எல்லாம் மகத்தானவை என்பது இதன் பொருளல்ல. இன்றைக்கு நான் எழுதுவது இன்னும் பத்து ஆண்டுகளுக்குப் பிறகு சிறுபிள்ளைத்தனமாகத் தோன்றலாம். பலருக்கு இந்த அனுபவம் இருக்கும் என்று நம்புகின்றேன். ஆனால், மேதைகளின் (genius) கதை வேறு. என்னை ஒரு மேதை என்று நம்பி, என்னை நானே ஏமாற்றிக்கொள்ள விரும்பவில்லை. ஒவ்வொரு மனிதனும் அவன் வாழும் காலம் வரை வளர்ந்து கொண்டே போகிறான்; அல்லது மாற்றமடைகிறான். நானும் இதற்கு விலக்கல்ல. கடந்த இரண்டு தசாப்தங்களில் என்னுள்ளும், எனக்கு வெளியிலும் ஏற்பட்ட மாற்றங்கள், வளர்ச்சிகள் எனது கவிதையிலும் காணப்படுகின்றன.

ஆரம்ப காலத்தில் நான் வெறுமையாக இருந்தேன். இளமையில் எழுதத்தொடங்கும் எல்லோரையும் போல எதையாவது எழுத

வேண்டும் என்ற எண்ணம் மட்டுமே என்னுள் இருந்தது. மனப்போக்குக்கு ஏற்ப அப்போதைக்கப்போது எதை எதைப் பற்றியோ எழுதினேன். இடைக் காலத்தில் சமயச்சார்பான ஆன்மீகச் சிந்தனைகள் என்னைக் கவர்ந்தன. சமயத் தத்துவங்களைச் சரியாகக் கடைப்பிடிப்பதன் மூலமே வாழ்வின் தீமைகளைக் களைய முடியும் என்ற ஓர் எண்ணம் இருந்தது. பாரசீக சூபிக் கவிஞர் றூமியின் 'மஸ்னவி'யால் நான் ஈர்க்கப்பட்டேன். இக்பாலின் சித்தாந்தமும் என்னைக் கவர்ந்தது. 1965–67 ஆம் ஆண்டுகளில் நான் எழுதிய கவிதைகள் பலவற்றில் இதன் பாதிப்பைக் காணலாம்.

1967 இன் பின் ஆன்மீகச் சிந்தனைப் போக்கில் இருந்து நான் மெல்ல மெல்ல விடுபடத் தொடங்கினேன். மார்க்சீயத் தத்துவார்த்த நூல்கள் என்னைப் பெரிதும் வளப்படுத்தின. வாழ்க்கைப் போக்குகளை நிர்ணயிக்கும் புறநிலை விதிகளை அவை எனக்குக் கற்பித்தன.

வாழ்க்கையின் இயக்கப் போக்கைப் புரிந்து கொள்ள உதவின. இலக்கியத்துக்கும் அரசியலுக்கும் இடையே உள்ள தொடர்பை உணர்த்தின. இவ்வகையில், எனது பெரும்பாலான பிற்காலக் கவிதைகள் சமூக, அரசியல் பிரச்சனைகளை அடிப்படையாகக் கொண்டுள்ளன. உருவத்தைப் பொறுத்தவரை ஆரம்பத்தில் இறுக்கமான ஓசைக் கட்டமைப்பை நான் பேணி வந்திருக்கிறேன். தமிழில் உள்ள மரபு வழிப்பட்ட பெரும்பாலான செய்யுள் வடிவங்களை நான் கையாண்டிருக்கிறேன். எனது பிற்காலக் கவிதைகளில் இந்த ஓசைக்கட்டுத் தளர்ந்து பேச்சோசைப் பண்பு அதிகரித்துள்ளது. கலிவெண்பா, அகவல் போன்ற செய்யுள் வடிவங்களையே நான் இப்போது கவிதை எழுத அதிகம் பயன்படுத்துகின்றேன்.

பொருள் அமைப்புக்கேற்ப அடி பிரித்து எழுதுவதால் இவற்றின் ஓசைக்கட்டுப் பெரிதும் தளர்த்தப்படுகின்றது. சீர், தளையை மட்டும் பேணி எதுகை, மோனைக்குரிய முக்கியத்துவத்தைக் குறைத்துவிடுவதால் செய்யுளையும், உரை நடையை ஒத்து ஆனால், ஒத்திசை கூடிய ஊடகமாக மாற்ற முடிகின்றது. எனது கவிதைப் பொருளும் உத்தி முறையும் இவற்றை நிர்ணயிக்கின்றன என்று தோன்றுகின்றது. இலக்கியம் முழுமொத்தமான மனித அனுபவத்தின் வெளிப்பாடு என்றே நான் இன்று கருதுகின்றேன். சமூக அரசியல் பிரச்சினைக்கு முதன்மை கொடுத்து அரசியல்

சார்பற்ற தனி உணர்வுகளை இலக்கியத்தில் நிராகரிப்பதோ அல்லது தனி உணர்வுகளுக்கே முதன்மை கொடுத்து சமூக, அரசியல் உணர்வுகளை வெளி ஒதுக்குவதோ இலக்கியத்துக்குப் புறம்பானது என்பது என் கருத்து.

வாழ்க்கை பன்முகப்பட்டது, மனித அனுபவங்களும் பன்முகப்பட்டவை. இலக்கியம் இவை எல்லாவற்றையும் பிரதிபலிக்கின்றது; பிரதிபலிக்க வேண்டும். ஆயினும், சமூக, அரசியல் நடவடிக்கைகள் வாழ்க்கைச் சக்கரத்தின் அச்சாணியாக இருப்பதால் சமூகப் பிரக்ஞையுள்ள ஒரு படைப்பாளி அதில் அதிக அக்கறை காட்டுவது தவிர்க்கமுடியாதது. அந்த வகையிலே, 1967 ஆவணி தொடக்கம் 1981 ஆவணி வரையுள்ள பதினான்கு ஆண்டுகளில் அவ்வப்போது நான் எழுதிய கவிதைகளுள் சமூக, அரசியல் சார்பான சில கவிதைகளின் தொகுப்பாக இந்நூல் வெளிவருகின்றது. ஏற்கெனவே இத்தகைய எனது ஐந்து நெடுங்கவிதைகளின் தொகுப்பாக தாத்தாமாரும் பேரர்களும் – 1977ல் வெளிவந்துள்ளது. அரசியலுக்குப் புறம்பான, தன் உணர்வு சார்ந்த கவிதைகளின் தொகுப்பொன்றும் 'அழியா நிழல்கள்' என்ற பெயரில் வெளிவந்துள்ளது. இப்போது வெளிவரும் இத்தொகுப்பில் உள்ள கவிதைகள் பற்றி நான் விசேடமாக எதையும் சொல்லப் போவதில்லை, வாசகர்கள் சொல்லட்டும். இது அவர்களுக்கே உரியது.

இலக்கிய பீடத்தில் இடம்பெறுவதற்காக நான் எழுதவில்லை. எனது சிந்தனைகளையும் உணர்வுகளையும் பரிமாறிக் கொள்ளவே எழுதுகிறேன். என்னில் தங்களையும் இனங்காண்பவர்களுக்கு எனது கவிதைகள் பிடித்துப் போகலாம். அல்லாதோருக்கு இவை வெறுப்பைத் தரலாம். எல்லோரையும் என்னால் திருப்திப்படுத்த முடியும் என்று நான் நம்பவில்லை. இந்நூல் வெளிவருவதில் அதிக ஆர்வம் காட்டிய நண்பர் இ. பத்மநாப ஐயர் அவர்களுக்கும் இதை வெளியிடும் அன்னம் நிறுவனத்தினருக்கும் எனது நன்றிகள்.

எம். ஏ. நுஃமான்
'நூறி மன்ஸில்' கல்முனை – 6
இலங்கை
30.08.1982

பின்னிணைப்பு – 4

மழைநாட்கள் வரும்
இரண்டாம் பதிப்புக்கான முன்னுரை

சுமார் நாற்பது ஆண்டுகளுக்கு முன்பு 1983ல் வெளிவந்த எனது மழைநாட்கள் வரும் தொகுப்பின் இரண்டாம் பதிப்பை வெளியிட விரும்பிய நண்பர் ரவிக்குமாரின் தைரியத்தைப் பாராட்ட வேண்டும். இன்று கவிதையின் முகம் எவ்வளவோ மாறிவிட்டது. அதில் வளர்ச்சியும் உண்டு, தேய்வும் உண்டு. இன்றையச் சூழலில் எனது பழைய கவிதைகளுக்கு ஏதேனும் ஒரு இடம் உண்டா என்பதை நண்பர் பரிசோதித்து அறிய விரும்பினார் போலும்.

இத்தொகுப்பில் உள்ள எனது கவிதைகள் 1960களின் நடுப்பகுதியிலிருந்து 1980களின் முற்பகுதிவரை ஈழத்தில் நிலவிய முற்போக்குக் கவிதை மரபின் நுஃமான் பாணியை பிரதிபலிப்பவை. முற்றிலும் அரசியல் சார்ந்தவை. அன்று நிலவிய, இன்றும் நிலவுகின்ற தமிழகக் கவிதைப் போக்கிலிருந்து பெரிதும் வேறுபட்டவை. இந்தக் கண்ணோட்டத்தில் இன்றைய வாசகர்கள் இந்தக் கவிதைகளைப் படித்துப்பார்க்கலாம்.

இத்தொகுப்பில் உள்ள கவிதைகள், 'நேற்றைய மாலையும் இன்றைய காலையும்', 'புத்தரின் படுகொலை' ஆகியவற்றைத் தவிர, ஈழத்து அரசியலில் துப்பாக்கி யுகத்துக்கு முந்தியவை.

மழைநாட்கள் வரும் ஒரு குறியீடுதான். வறட்சி மிகுந்த கோடை போய் வாழ்க்கையில் வளம் கொழிக்கும் மாரிவரும், வரவேண்டும் என்ற எதிர்பார்ப்பு. 60, 70களில் இந்த எதிர்பார்ப்பு எங்களிடம் வலுவாக இருந்தது. ஆனால், வந்ததோ குருதி நாட்கள்தான். முப்பது ஆண்டுகள் தொடர்ச்சியாக வடிந்த குருதி.

1980 முதல் 2009 வரையுள்ள முப்பது ஆண்டுகள் ஈழத்து அரசியலில் துப்பாக்கி யுகத்துக்கு உரியவை. இக்கால கட்டத்தில்

நான் எழுதிய கவிதைகள் சிலவற்றை "துப்பாக்கிக்கு மூளை இல்லை" என்ற தலைப்பில் இவ்வாண்டு காலச்சுவடு பதிப்பகம் வெளியிட்டுள்ளது.

இன்று தமிழகக் கவிதை நேரடியான அரசியலிலிருந்து பெரிதும் ஒதுங்கியிருக்கிறது. அது கவிதைக்கு ஆரோக்கியமல்ல என்றே நான் நினைக்கிறேன். ஈழத்துக் கவிதைக்கு அரசியலை விட்டால் வேறு ஒதுங்கிடம் இல்லை. அது அரசியலிலேயே பெரிதும் உயிர் வாழ்கிறது. அதன் ஆரோக்கியத்தின் ரகசியமும் அதுதான். அதன் பலவீனமும் அதுதான்.

இத்தொகுதியை வரலாற்றின் மூலையிலிருந்து பொறுக்கி எடுத்து மீள்பதிப்புச் செய்யும் நண்பர் ரவிக்குமாருக்கும் அவரது மணற்கேணி பதிப்பகத்துக்கும் எனது நன்றிகள்.

எம். ஏ. நுஃமான்
19.03.2013

துப்பாக்கிக்கு மூளை இல்லை தொகுப்பு முன்னுரை

வாளேந்திய சிங்கம்
வாய்திறந்து பாயும் புலி
நடுவே மனிதர்கள்
உயிர்தப்ப ஓடும் ஒருநாட்டின் புதல்வன் நான்

1993ல் கிழக்கரையில் நடைபெற்ற அனைத்துலக இஸ்லாமியத் தமிழ் இலக்கிய மாநாட்டுக் கவியரங்கில் கவிதை வாசிக்கத் தொடங்கியபோது நான் என்னை இவ்வாறுதான் அறிமுகப் படுத்தினேன். இரண்டு கொடிய விலங்குகளுக்கு இடையில் அகப்பட்ட மனிதர் பற்றிய இப்படிமம் அன்றைய இலங்கையின் யதார்த்தத்தை சரியாக அடையாளப்படுத்தியது என்றே நினைக்கின்றேன். சிங்கத்தின் ஆதரவாளர்களும் புலியின் ஆதரவாளர்களும் வரிந்துகட்டிக்கொண்டிருந்த சூழலில் இரண்டுக்கும் எதிராக இருந்த சிலருள் நானும் ஒருவன். அந்த எதிர்ப்பின் விளைவுகள்தான் இந்தத் தொகுப்பில் உள்ள கவிதைகள்.

1977 ஜுலையில் நடைபெற்ற பொதுத் தேர்தலில் ஆறில் ஐந்து (5/6) பங்கு ஆசனங்களைப் பெற்று ஐக்கிய தேசியக் கட்சி அதிகாரத்தைக் கைப்பற்றியது. தமிழீழக் கோரிக்கையுடன் வடக்குகிழக்கில் பெரும்பான்மை ஆசனங்களைக் கைப்பற்றிய தமிழர் விடுதலைக் கூட்டணி வரலாற்றில் முதல் தடவையாக எதிர்க்கட்சி அந்தஸ்த்தைப் பெற்றது. இலங்கையின் நவீன அரசியல் வரலாற்றில் முதல் முறையாக சிங்கள பௌத்த பெருந்தேசியவாதமும் தமிழ்த் தேசியவாதமும் பாராளுமன்றத்தில் எதிரும் புதிருமாக அமர்ந்தன. ஐக்கிய தேசியக் கட்சி தனது தேர்தல் விஞ்ஞாபனத்தில் உறுதியளித்ததுபோல இலங்கையின் தேசிய இனப்பிரச்சினைக்குப் பேச்சுவார்த்தைகள் மூலம் சுமுகமான ஒரு தீர்வைக் காண்பதற்கு இது ஒரு அரிய வாய்ப்பாக அமைந்தது. எனினும், பெரும்பான்மைத்

தேசியவாதிகளின் அதிகார மமதை அதற்கு இடமளிக்கவில்லை. முரண்பாட்டை மோதலாக மாற்றுவதற்கே அது முன்னுரிமை வழங்கியது. தேர்தலை அடுத்து மிகக் குறுகிய காலத்தில் ஆகஸ்ட் 1977ல் தமிழ் மக்களுக்கு எதிராக வெடித்தெழுந்த இன வன்செயல் அதையே வெளிக்காட்டியது. யாழ்ப்பாணத்தில் நடந்த ஒரு சிறு சம்பவத்தை அடுத்து இரவோடு இரவாக யாழ்ப்பாண நகரம் எரியூட்டப்பட்டது. கடைகள் கொள்ளையடிக்கப்பட்டன. கலவரம் நாடெங்கும் பரவியது. தமிழ் மக்கள் லங்காராணி கப்பலில் அகதிகளாக யாழ்ப்பாணம் நோக்கி வந்தனர். யாழ் வளாகத்தில் படித்துக்கொண்டிருந்த சிங்கள மாணவர்கள் தென்னிலங்கைக்கு அனுப்பப்பட்டனர். "நாடு பிரிந்தது நாமும் பிரிந்தோம்."

1958க்குப் பின்னர் நடந்த தமிழர்களுக்கு எதிரான மிகப் பெரிய இனவன்செயல் இது. அப்போது நான் யாழ்ப்பாணத்தில் இருந்தேன். அதை நேரில் பார்த்தேன். அந்த அனுபவத்தின் உடனடி வெளிப்பாடுதான் 'துப்பாக்கி அரக்கரும் மனிதனின் விதியும்' 'நேற்றைய மாலையும் இன்றைய காலையும்' ஆகிய எனது கவிதைகள். 1970களுக்குப் பின்னர் அடக்குமுறைக்கு எதிரான கோபத்தின் குரலாகவும், அடக்கு முறையின் விளைவான துன்பத்தின் குரலாகவும் ஈழத்தில் எழுச்சியடைந்த எதிர்ப்புக் கவிதைகளின் முன்னோடி என்று இவற்றைத்தான் சொல்ல வேண்டும். 1977 முதல் 2009ல் யுத்தம் முடிவுக்குக் கொண்டுவரப்பட்டது வரையும் அதன் பின்னரும் போர்க்காலச் சூழலின் பின்புலத்தில் இன வெறுப்புக்கும் வன்முறை அரசியலுக்கும் போருக்கும் எதிராக அவ்வப்போது நான் எழுதிய கவிதைகளின் தொகுப்பு இது. இவை ஒரு தேசியவாதத்துக்கு எதிராக இன்னொரு தேசியவாதத்தை ஆதரிக்கும் கவிதைகள் அல்ல. ஒருசாராரின் வன்முறைக்கு எதிராக இன்னொரு சாராரின் வன்முறையை ஆதரிக்கும் கவிதைகள் அல்ல. இவை துப்பாக்கிக்கு எதிரான கவிதைகள். எல்லாவிதமான அடக்குமுறைகளுக்கும் எதிரான கவிதைகள். அமைதியையும் சமாதானத்தினையும் சமத்துவத்தையும் வேண்டிநிற்கும் கவிதைகள். அரச பயங்கரவாதத்துக்கு எதிராக நான் கவிதைகள் எழுதியபோது நுஃமான் தமிழ்த் தேசியவாதத்தின் சார்பாளன் என்று முஸ்லிம் தேசியவாதிகள் சற்றுச் சந்தேகத்தோடும், தமிழ்த் தேசியவாதிகள் சற்று நட்போடும் நோக்கினார்கள். தமிழ் விடுதலை இயக்கங்களின் பயங்கரவாதத்துக்கு எதிராக நான் கவிதைகள் எழுதியபோது நுஃமான்

தமிழ்த் தேசியவாதத்திலிருந்து முஸ்லிம் தேசியவாதத்துக்குத் திரும்பிவிட்டார் என்று முஸ்லிம் தேசியவாதிகள் சற்று நட்போடும், நுஃமான் இஸ்லாமிய அடிப்படைவாதி ஆகிவிட்டார் என்று தமிழ்த் தேசியவாதிகள் சற்றுப் பகைமையோடும் என்னை நோக்கினார்கள். இது அரசியல் பார்வைக் கோளாறு காரணமான தீர்ப்புகள். ஒரு இடதுசாரி என்றவகையில் நான் எல்லா இனவாதங்களுக்கும் தேசியவாதங்களுக்கும் மதவாதங்களுக்கும் எதிரானவன். எல்லாவகையான அடக்குமுறைகளுக்கும் எதிரானவன். சமத்துவம், சமாதானம், சமூகநீதி, மனித உரிமைகள் என்பவற்றுக்காகக் குரல்கொடுப்பவன். இக்கவிதைகள் அதன் வெளிப்பாடுகள்தான். இவற்றை அவ்வாறுதான் நோக்க வேண்டும். இவை வெளிப்படையான அரசியல் கவிதைகள். இவற்றைக் கவிதைகளா என்று கேட்பவர்களும், இவை கவிதைகள் அல்ல, வெற்றுக் கோஷங்கள் என்று சொல்லும் சுத்த இலக்கியவாதிகளும் இருக்கிறார்கள். இக்கருத்தை நாம் ஏற்றுக்கொண்டால். தமிழில் உள்ள பெரும்பாலான கவிதைகளை, புறநானுற்றுக் கவிதைகள் உட்பட, நாம் நிராகரித்துவிட வேண்டும். மூன்றாம் உலகின் மிகப் பெரும்பான்மையான கவிதைகளை நாம் நிராகரித்துவிட வேண்டும். பலஸ்தீனக் கவிதைகளை இலக்கியக் குப்பைக் கூடைக்குள் வீசிவிட வேண்டும். இலக்கிய உலகம் அதற்குத் தயாரில்லை. அது அந்த அளவு ஞானசூனியம் அல்ல. உலக இலக்கியப் பாரம்பரியத்தில் இத்தகைய கவிதைகளுக்கு எப்போதும் ஒரு முக்கிய இடம் இருந்தே வருகின்றது. புரியாத புதிர்களையும் வெறும் வார்த்தைச் சோடனைகளையும் உயர் கவிதையாக மயங்குபவர்களை நாம் பொருட்படுத்தத் தேவையில்லை.

இக்கவிதைகள் அநியாயத்துக்கும் அடக்குமுறைக்கும் எதிரான, யுத்தத்துக்கும் துப்பாக்கிகளுக்கும் எதிரான, அமைதிக்கும் சமாதானத்துக்கும் சமூக நீதிக்கும் ஆதரவான உணர்வுகளை வாசகர் உள்ளத்தில் ஏற்படுத்துமானால் அது போதுமானது. உயர்ந்த கவிதைகளை எழுதுவது எனது குறிக்கோள் அல்ல. எனது கவிதைகள் உண்மையின் குரலாக ஒலிக்கவேண்டும் என்பதே எனது நோக்கம். மிகவும் காலம் தாழ்த்தியே இத்தொகுப்பு வெளிவருகின்றது.இதை வெளியிடும் நண்பர்களுக்கு எனது நன்றிகள்.

எம். ஏ. நுஃமான்
06.12.2022

ஆசிரியரின் பிற கவிதைத் தொகுதிகள்

தாத்தாமாரும் பேரர்களும்
வாசகர் சங்கம் – கல்முனை, 1977

அழியா நிழல்கள்
நர்மதா – சென்னை, 1982

மழைநாட்கள் கரும்
அன்னம் – சிவகங்கை, 1983

துப்பாக்கிக்கு மூளை இல்லை
காலச்சுவடு – நாகர்கோயில், 2022

மொழிபெயர்ப்புக் கவிதைகள்

பலஸ்தீனக் கவிதைகள்
9 கவிஞர்களின் 30 கவிதைகள்
வாசகர் சங்கம் – கல்முனை, 1981

பலஸ்தீனக் கவிதைகள்
15 கவிஞர்களின் 71 கவிதைகள்
விரிவாக்கப்பட்ட 2ஆம் பதிப்பு
மூன்றாவது மனிதன் வெளியீடு,
கொழும்பு, 2000

பலஸ்தீனக் கவிதைகள்
30 கவிஞர்களின் 109 கவிதைகள்
விரிவாக்கப்பட்ட 3ஆம் பதிப்பு
அடையாளம் – திருச்சி, 2000

மஹ்மூத் தர்வீஷ் கவிதைகள்
அடையாளம் – திருச்சி, 2008

காற்றில் மிதக்கும் சொற்கள்
லத்தீஃப் மொஹிதீன் – மலாய் மொழிக் கவிதைகள்
அடையாளம் – திருச்சி, 2012

இரவின் குரல்
சைறில் அன்வர் – இந்தோனேசியக் கவிதைகள்
அடையாளம் – திருச்சி, 2012